रानभूल

(कथासंग्रह)

रामचंद्र नलावडे

TM
दिलीपराज प्रकाशन प्रा.लि.
२५१ क, शनिवार पेठ, पुणे - ४११०३०.

प्रकाशक । राजीव दत्तात्रय बर्वे । मॅनेजिंग डायरेक्टर
दिलीपराज प्रकाशन प्रा. लि. । २५१ क, शनिवार पेठ,
पुणे ४११०३०.
दूरध्वनी क्रमांक (फॅक्ससहित)
२४४७१७२३ । २४४८३९९५ । २४४९५३१४

© लेखकाधीन

रामचंद्र नलावडे
मु. पो. वेरळ, ता. खेड, जि. रत्नागिरी
पिनकोड- ४१५६२१

मुद्रक । Repro India Ltd,
Mumbai.

प्रथमावृत्ती । १५ मार्च २०१५

प्रकाशन क्रमांक । २२०१

ISBN : 978 - 93 - 5117 - 039 - 6

अक्षरजुळणी । सौ. मधुमिता राजीव बर्वे
पितृछाया मुद्रणालय । ९०९, रविवार पेठ
पुणे ४११००२.

मुद्रितशोधन । श्रीकृष्ण दीक्षित

मुखपृष्ठ । अनिल उपळेकर

चि. आयुष आणि
चि. गुरुराज या लाडक्यांना...

- अण्णा

कथानुक्रम

१

रानभूल

दुपार टळून गेली होती. कोरड्या ढगांमधून वाट शोधत आग ओकणारा सूर्य आभाळात पुढे-पुढे जात होता. निळ्या आभाळात पांढऱ्याशुभ्र कोरड्या ढगांचे पुंजके इतस्तत: विखुरले होते. जणू सूर्याला कुर्निसात करण्यासाठी ते पांढरेशुभ्र ढग त्याच्या वाटेत दुतर्फा उभे होते. असह्य उन्हानं आभाळ तळमळत होतं. धरणीवरील जीवजंतू हैराण झाले होते.

सकाळपासून डोंगरातील तांबड्या वाटा तुडवून शेवंता दमली होती. चालून-चालून तिच्या पायात गोळे आले होते. घशाला कोरड पडली होती. तळपत्या उन्हात तिचं अंग भाजून निघत होतं. तिची तांबूस रंगाची गाय काल रानात चरायला गेली होती. संध्याकाळ झाली तरी ती गोठ्यात परत आली नव्हती. गावच्या गुरवाला नारळ आणि रुपये अकरा दक्षिणा म्हणून दिल्यावर त्याने गाय रानात वाट चुकून भरकटत फिरत आहे म्हणून झोलाई देवीला कळा लावून सांगितलं. गोठ्यात गाय नसल्यामुळे तिचं वासरू जिवाच्या आकांताने हंबरत होतं. त्या वासराच्या डोळ्यांतील दु:ख पाहून तिचं काळीज लक्कन हललं. नवरा शेताच्या कामावर निघून गेल्यावर शेवंता चुकलेल्या गायीला रानात शोधण्यासाठी सकाळीच बाहेर पडली होती.

चुकलेल्या गायीला शोधत शेवंता डोंगराच्या माथ्यावर येऊन केव्हा पोचली, हे तिलासुद्धा कळलं नाही. डोक्यावर विस्तीर्ण, निळंशंख आभाळ नि दूरवर पसरलेल्या धूसर

डोंगरांच्या रांगा. डोंगराच्या माथ्यावरसुद्धा गच्च रान माजलं होतं. जाळवंडातून प्राण्यांचे-पक्ष्यांचे चित्रविचित्र, भयसूचक आवाज कानांवर पडत होते. उंच डोंगरमाथ्यावरून खाली नजर फेकल्यावर छोटे-छोटे भातमळे, आंब्याच्या-काजूच्या बागा, नारळी-पोफळीची उंच झाडं नि नागमोडी वाहत जाणारी नदी दिसत होती. कौलारू घरं नि गोठे हाताच्या अंगठ्याएवढाले दिसत होते.

सकाळपासून तंगडतोड करूनसुद्धा शेवंताच्या पदरी निराशा पडली. तिची चुकलेली गाय तिला त्या जंगलात कोठेही दिसली नाही. गायीला एखाद्या वाघाने खाल्ली की ती उंच कड्यावरून कोसळून खाली पडली, याचा तिला ठावठिकाणा लागेना. शेवंताने दुर्मुखलेल्या चेहऱ्याने परतीची वाट धरली. अंगठासरीवरून चालताना तिच्या पोटात भीतीने खड्डा पडला होता. खाली पाहिल्यावर खोल दरी दिसत होती. कातळावर फक्त पाऊल टाकण्याएवढी जागा होती. चालताना थोडा जरी शरीराचा तोल गेला तरी उंच झाडावरून पिकलेलं फळ पडून फुटावं, तशा तिच्या शरीराच्या चिंधड्या झाल्या असत्या. तिने मोजून पन्नास पावलं टाकल्यावर ती जीवघेणी अंगठासरीची उतरण एकदाची संपली.

झाडीत लपलेल्या तांबड्या पाऊलवाटा शोधत शेवंता आता भरभर चालत होती. आजूबाजूला जंगलातील रानवेलींचा सुगंध तिच्या नाकपुडीत थेट शिरत होता. कडक उन्हात सचैल न्हाणाऱ्या सावरीच्या उंच झाडावर लालभडक फुलं फुलली होती. चित्रविचित्र शेपट्यांचे पक्षी त्या झाडावर बसून चिवचिव करीत त्या फुलांतील मध लांबुडक्या चोचीने मनसोक्त पीत होते. सात्वीण, पळसाची झाडंसुद्धा अंगाखांद्यावर असंख्य फुलं मिरवीत होती. त्या फुलांच्या वासाने अवघं जंगल अत्तराने न्हाल्यागत नुसतं घमघमत होतं. ऐन, किंजळ, पांगिरा, शिवण, साग इत्यादी उंच वाढलेली झाडं वाऱ्याबरोबर डोलत होती. भरभर चालताना शेवंताच्या डाव्या हाताला करवंदीचा काटा लागून खरचटलं. खरचटलेल्या जागेतून रक्त आल्यावर शेवंताने झटकन करवंदीची तीन-चार हिरवी पानं तोडली. ती तोंडात टाकून तिने त्याचा कचाकचा चावून चोथा केला नि खरचटलेल्या जागेवर तो चोथा हाताने चेपला. थोड्या वेळाने रक्त येण्याचं थांबल्यावर ती तांबड्या पाऊलवाटेवरून पुन्हा घरच्या दिशेने चालू लागली.

शेवंताची पावलं एका घळीच्या तोंडाजवळ येऊन अडखळली. त्या ठिकाणावरून दोन-तीन पाऊलवाटा वेगवेगळ्या दिशांनी जात होत्या. त्यातून घरी जाण्यासाठी कोणती बरं पाऊलवाट निवडावी, असं ती जाग्यावर उभं राहून विचार करू लागली. त्या वाटांतून कोणती पाऊलवाट तिच्या घराच्या दिशेने जाते, हे तिला कळत नव्हतं.

तिच्या पुढ्यातून निर्मळ पाण्याचा ओहळ खळखळ वाहत जात होता. त्या ओहळातील पाणी स्वच्छ, कावळ्याच्या डोळ्यासारखं दिसत होतं. शेवंताच्या घशाला तहानेने कोरड पडली होती. ओणवी होऊन ती ओंजळीने घटाघटा पाणी प्याली. तिचं प्रतिबिंब त्या निळ्याशंख पाण्यात हलत होतं. जणू त्या अटंग्या रानात तिची सोबत करण्यासाठी तिचं प्रतिबिंब धावून आलं होतं. पाणी पोटभर पिऊन झाल्यावर ती त्या पाण्यात एका शिळेवर विश्रांती घेत बसली. रानात चकवे फार आहेत, हे तिला पक्कं ठाऊक होतं. थोडा वेळ विश्रांती घेऊन मग परतीची वाट धरावी म्हणून ती त्या पाण्यात पाय सोडून निवान्त बसली.

शेवंताच्या लग्नाला आता येत्या शिमग्याच्या सणाला सात वर्षे पूर्ण होणार होती. अजून तिचं पोटपाणी पिकलं नव्हतं. त्यामुळे ती दिवसरात्र काळजी करत होती. 'वांझुटी' म्हणून तिला सासू टोमणे मारीत होती. शेजारणी 'पाळी चुकली का?' म्हणून विचारीत. त्यामुळे ती चारचौघींतसुद्धा जाणं टाळीत होती. गावातील बायका तिच्या पश्चात तिला 'वांझोटी' म्हणून संबोधत. एके दिवशी शेवंता पाणी आणण्यासाठी हंडे घेऊन बावीवर गेली होती. तेव्हा तिची सासू शेवंताच्या नवऱ्याला विश्वासात घेत म्हणाली,

"बावा, माजं डोलं उघडं हाईत तोवर माजा नातू माज्या मांडीव खेळायला पाह्यजे."

"आये, द्येवाच्या मनात असलं तर तुजी विच्छा पुरी व्हईल", शेवंताचा नवरा तिची समजूत घालीत म्हणाला.

"मी मसनात गेल्याव माजी विच्छा पुरी व्हईल व्हय?"

"मग त्याला मी आता काय करू? तूच मना सांग बगू."

"तू शेवंताला सोडचिठ्ठी देऊन दुसरं लगीन कर. शेवंता वांझुटी हाय. तिला कंधी मूल व्हणार न्हाय. तुजी वंशवेल म्होरं वाडणार न्हाय. मंग आपल्या शेतीवाडीचा, घरादाराचा वारीस कोण? समदं चोराचिलटाच्या घशात जाईल. तवा तू मी सांगत्ये तसं दुसरं लगीन कर."

"आये, शेवंता काय म्हणंल? तिचा इचार घ्यायला नकू?"

"तिला काय म्हणून इचारायचं? तिला तू लगीन करून या घरात आणलं हाईस. तवा पायातील व्हाण पायात ठेवायला शीक. तिला प्वार व्हायचं अस्तं तर कवाच झालं असतं."

आईचं बोलणं ऐकून शेवंताचा नवरा मनात विचार करू लागला. शेवंताला विचारून त्यानंतर दुसऱ्या लग्नाचा विचार करू, म्हणून त्याने तो विषय तेथेच

संपवला.

शेवंता दगडी शिळेवर बसून मनात बराच वेळ विचार करीत होती. दुःखाचा सुस्कारा टाकून तिने तिची नजर काटेरी तिसळीच्या झाडावर फेकली. एका आडव्या फांदीवर चिमणा-चिमणी मायेनं एकमेकांना चोचीत चोच घालून घास भरवत होती. उघड्या डोळ्यांनी त्यांचं प्रेम पाहून शेवंता बसल्या जागेवर लाजाळूच्या पानागत लाजली. ती लाजून गोरीमोरी झाली असताना तिच्या कानांवर कुण्या पुरुषाचा बारीक आवाज पडला. शेवंता चमकून त्या आवाजाचा शोध घेण्यासाठी मान वळवून इकडे-तिकडे पाहू लागली. तिच्या नजरेला कुणी पडलं नाही. त्यामुळे तिला थोडं आश्चर्य वाटलं. कदाचित आपल्याला भास झाला असावा, असं समजून तिने तिच्या मनाची समजूत घातली. रानात विचित्र भास होतात, हे तिला चांगलं ठाऊक होतं. तिच्या पोटातील काळजीने हल्ली तिला तरतऱ्हेचे भास होत. कधी-कधी 'आई' म्हणून एखाद्या लहान मुलाला लडिवाळपणे मारलेली हाक तिच्या कानांवर पडे, तेव्हा ती आनंदाने बेहोश होऊन सुखाच्या हिंदोळ्यावर बसून झोके घेत असे.

शेवंता स्तब्ध बसून मनात विचार करीत असताना पुन्हा तिच्या कानावर मघाचाच पुरुषी आवाज पडला. तेव्हा तिची गत अगदी पहिल्यासारखी झाली. परंतु थोड्या वेळाने तिच्या मनाची पूर्ण खात्री झाली की, तिला भास वगैरे काही होत नसून ती स्वप्नातसुद्धा नाही नि ती पूर्ण जागी आहे. ती उघड्या डोळ्यांनी त्या अटंग्या रानात पुरुषी आवाजाचा शोध घेऊ लागली. आता तिला तो खर्जातील आवाज स्पष्ट ऐकू येऊ लागला होता. तिच्यापासून अगदी जवळ असलेल्या घळीच्या तोंडाजवळ डोंगराच्या पोटातून तो आवाज निघत होता. आश्चर्याचा धक्का ओसरल्यानंतर शेवंता पाण्यातून बाहेर पडली नि दबक्या पावलाने भूल दिल्याप्रमाणे त्या आवाजाच्या दिशेने चालू लागली.

पाच-पन्नास पावलं चालून आल्यावर तिची खात्री पटली की, ऐनाच्या बुंध्याजवळ असलेल्या कातळातून तो आवाज निघत आहे. म्हणून शहानिशा करण्यासाठी ती आणखी थोडी पुढे गेली. आता तिच्या कानांवर देवाचं नामस्मरण करण्याचा आवाज स्पष्ट ऐकू येऊ लागला.

ॐ केशवाय नमः

ॐ नारायणाय नमः

ॐ माधवाय नमः

देवाचं नामस्मरण ऐकून हा भुताटकीचा प्रकार नसून कुणीतरी साधूमहाराज या ठिकाणी ध्यानधारणा करीत आहे, अशी तिची आता खात्री पटली होती. त्या

साधूमहाराजांचं दर्शन घेऊन पुण्य पदरी पाडून घेण्याच्या अनमोल संधीचा फायदा घ्यावा, असाही विचार तिच्या मनात येऊन गेला. मातृत्वासाठी तिचं मन आसुसलं होतं. त्यामुळे तिला तिच्या घरी जाण्याचंसुद्धा भान उरलं नव्हतं. डोळ्यांसमोर दिसणाऱ्या कातळावर रानवेली माजल्या होत्या. छोट्या-छोट्या तांबड्या-पिवळ्या फुलांवर रंगीबेरंगी असंख्य फुलपाखरं फिरत होती. जमिनीला समांतर असणाऱ्या कातळामध्ये तिला थोडी फट दिसली. फटीजवळ असलेली रानवेल हाताने बाजूला करून ती मनाचा हिय्या करून त्या गुहेत बेधडक शिरली. गुहेत आल्यावर तिला आश्चर्याचा आणखी एक सुखद धक्का बसला. खडक खोदून त्या ठिकाणी २० बाय १५ फूट लांबीरुंदीची प्रचंड गुहा तयार केली होती. गुहेत हवा खेळती राहण्यासाठी थोड्या थोड्या अंतरावर खडकात सहा इंच व्यासाची दोन-तीन भोकं पाडली होती. कोपऱ्यात गोड पाण्याचा जिवंत झरा अखंड वाहत होता. बाहेर उन्हाचा रखरखाट असला, तरी गुहेत कमालीचा गारवा होता. त्या गारव्याने शेवंताच्या जिवाला खूप बरं वाटू लागलं.

सगळ्यात नवलाईची गोष्ट म्हणजे तिच्यासमोर काही फूट अंतरावर एक जटाधारी तरुण महाराज पद्मासन घालून अर्धोन्मिलित डोळ्यांनी देवाचे नामस्मरण करीत होते. त्यांचा चेहरा तेज:पुंज नि शरीर गहूवर्णीय होतं. त्यांच्याजवळ एक-दोन जहरी सर्प वेटोळे घालून बसले होते. त्यांच्या मागे खबदाडीत काही जहरी साप त्यांच्या सोबत त्या गुहेत वास्तव्याला होते. फणा काढलेल्या जहरी सापांना समोर पाहून शेवंता मनात थोडी घाबरली. परंतु तिच्या समोर साधूमहाराज असल्यामुळे तिच्या मनातील भीती थोडी कमी झाली.

क्षणाचाही विलंब न लावता शेवंता एखाद्या आज्ञाधारक बालकाप्रमाणे महाराजांच्या समोर डोक्यावर पदर घेऊन दोन्ही हात जोडून बसली. देवरूपी साधूमहाराज डोळे उघडल्यानंतर आपल्यावर प्रसन्न होतील नि मूल होण्यासाठी आशीर्वाद देतील, असं तिला वाटू लागलं. तिचा दु:खी चेहरा आनंदाने उजाळून गेला होता. तिच्या दोन्ही डोळ्यांत आनंद मावत नव्हता. साधूमहाराजांचा तेज:पुंज चेहरा तिच्या मनात रुतून बसला होता.

शेवंता बराच वेळ महाराजांच्या समोर त्यांचा आशीर्वाद घेण्यासाठी हात जोडून एकाग्र चित्ताने बसली होती. डोंगराला संध्याछायेने वेढलं होतं. सोनसळी किरणं डोंगरमाथ्यावर नाचत होती. पाखरं दमून-भागून त्यांच्या घरट्यांकडे लगबगीनं परतत होती. मावळतीला गुलाल उधळल्याप्रमाणं दिसत होतं. नि सूर्याला मुक्कामाची घाई झाल्यामुळे तो जगाचा निरोप घेत होता. जंगली श्वापदांच्या डरकाळ्यांनी अवघं

जंगल भीतीने थरथर कापत होतं. झाडांना कंठ फुटला होता. वाऱ्याने झाडावरची पानं हलत होती.

डोळ्यांत प्राण आणून शेवंता साधूमहाराजांचे डोळे उघडण्याची वाट पाहत होती. बाहेर हळूहळू अंधार जंगलात पाय पसरत होता. तरी तिला घरी जाण्याचं भान राहिलं नव्हतं. अंमळशाने साधूमहाराजांनी ध्यानधारणा आटोपून डोळे उघडले. त्यांच्या डोळ्यांसमोर हात जोडून तरुण, देखणी शेवंता बसली होती. बाई पाहताच महाराज एकदम चक्रावून गेले. त्यांचा त्यांच्या डोळ्यांवर मुळी विश्वासच बसेना. हा ईश्वरी चमत्कार म्हणावा की, आपण एखादं स्वप्न पाहत आहोत, असं क्षणभर त्यांना वाटू लागलं.

आज ते या ठिकाणी अकरा वर्षे ईश्वरी ज्ञानप्राप्तीसाठी तपश्चर्या करीत होते. परंतु, जंगली प्राण्यांच्या डरकाळ्या नि पशुपक्ष्यांचा चिवचिवाट यांखेरीज त्यांच्या कानांवर काही पडत नव्हतं. त्यांच्याखेरीज या गुहेत अन्य कुणाचे मानवी पाय लागले नव्हते. त्यांना या कालावधीत संपूर्ण जगाचाच विसर पडला होता. स्त्रीसहवास टाळण्यासाठी त्यांनी संसाराचा त्याग केला होता. तिच्यावर एक जळजळीत कटाक्ष टाकून महाराजांनी तिला करड्या आवाजात विचारलं,

"बाई, तू कोण आहेस?"

"महाराज, माझं नाव शेवंता. डोंगराच्या खाली एक गाव आहे. तिथं मी राहते."

"तू या गुहेत कशी आलीस?" महाराजांचा पारा अजून खाली उतरला नव्हता.

महाराजांच्या डाव्या बाजूला लागून फणा काढून शेपटीवर उभा असलेला सर्प त्यांच्या मांडीवरून सळसळत गेला नि उजव्या मांडीजवळ वेटोळे घालून बसला. त्याच्या तोंडातील निमुळती जीभ वाऱ्याने गवताचं पात हलावं तशी हालत होती. त्याच्या अंगावर चांदीच्या रुपयाएवढे पिवळे चट्टे होते. महाराजांना आपली खरी अडचण सांगितल्याशिवाय त्यांची खात्री पटणार नाही, म्हणून शेवंता आवंढा गिळून त्यांना म्हणाली,

"महाराज, चुकीबद्दल आधी मी तुमची माफी मागते. माझ्यामुळं तुम्हाला त्रास झाला, हे मला कळलं. माझी गाय चुकलीय म्हणून सकाळपासून मी भगतानं सांगितल्याप्रमाणं तिला या जंगलात शोधत होते. ती गाय मला सापडली नाही. म्हणून मी कंटाळून समोरच्या वाटेवरून माझ्या घराकडं निघाले होते. तेव्हा तुमचा आवाज माझ्या कानांवर पडला. जंगलात माणसाचा आवाज ऐकून मला नवल वाटलं. त्या

आवाजाचा शोध घेत मी तुमच्यापर्यंत येऊन पोचले बघा. मला तुम्ही माफ करा. तुमच्यासारख्या साधूमहाराजांच्या दर्शनानं मी भरून पावले. माझ्या जीवनाचं सार्थक झालं.''

तिचं बोलणं ऐकून महाराजांना मात्र तिची काहीएक चूक नाही, हे कळलं. देवाचं नामस्मरण करताना त्यांचा आवाज गुहेच्या बाहेर ऐकू जातो, हे त्यांना शेवंतामुळे कळून चुकलं. बाहेर अंधार पडत होता. अशा कातरवेळी एका स्त्रीला गुहेच्या बाहेर जायला सांगणं, हे त्यांच्या स्वभावात बसत नव्हतं. कारण त्यामुळे तिच्या शरीराची जंगली श्वापदांना मेजवानी मिळाली असती. तिला एका रात्रीसाठी गुहेत आसरा देण्याचा त्यांनी निर्णय घेतला. त्या गुहेत आता अंधार भरायला सुरुवात झाली होती. महाराज बसल्या जागेवरून उठून उभे राहिले. चकमकीच्या दगडांनी त्यांनी कोपऱ्यातील मशाली पेटविल्या. मशालींच्या तांबूस उजेडाने गुहा उजळून निघाली. पाण्याच्या दगडी कुंडाजवळ जाऊन महाराजांनी स्वच्छ पाण्यात हातपाय धुऊन घेतले. स्वच्छ, सफेद पंचाने हातपाय पुसत ते शेवंताला सूचना करीत म्हणाले,

''शेवंता, ऊठ नि हातपाय धुऊन घे. सकाळपासून तू खूप दमली असशील. बरे वाटेल तुला.''

पाऱ्यासारखा तिच्यावरचा महाराजांचा राग निघून गेल्यामुळे शेवंताला खूप बरं वाटलं. सकाळपासून जंगलात फिरून शेवंता खूप थकली होती. शक्तिपात झाल्याप्रमाणे तिच्या अंगात त्राण उरलं नव्हतं. महाराजांची आज्ञा शिरसावंद्य मानून शेवंता बसल्या जागेवरून पायावर भार देत उठली. संथ पावलं टाकत ती त्या पाण्याच्या कुंडाजवळ गेली नि तिने हातपाय स्वच्छ धुतले. चुळा टाकून तोंड धुतलं. पदराने तोंड पुसत ती तिच्या जागेवर येऊन बसली. आता तिला खूप प्रसन्न वाटत होतं. महाराजांनी पेटत्या निखाऱ्यावर धूप टाकून जाळला. त्याचा घमघमाट सुटला होता. धूप जाळून महाराज खर्जातल्या आवाजात गायत्री मंत्र म्हणू लागले.

ॐ भूभूर्वः स्वः
तत्सवितुर्वरेण्यं
भर्गो देवस्य धीमहि
धियो योनः प्रचोदयात् ॥

गायत्रीमंत्रपठण झाल्यावर महाराज शेवंताकडे वळले. तिला त्यांनी खालच्या आवाजात विचारलं.

''शेवंता, तुला भूक लागली असेल ना?''

महाराजांचं मायेनं ओथंबलेलं बोलणं ऐकून शेवंताला बरं वाटलं. गुहेत पाऊल टाकायच्या आधी तिच्या पोटात कावळे ओरडत होते. परंतु गुहेत पाऊल टाकल्याबरोबर तिला भुकेचा विसर पडला होता. आता तिची भूक पुन्हा चाळवली गेली होती. महाराजांनी पुन्हा तिला तोच प्रश्न विचारल्यावर ती खाली मान घालून लाजत म्हणाली,

"नाही महाराज, मला भूक लागली नाही."

"शेवंता, तू खोटं बोलत्येस", महाराज तिच्याकडे पाहत म्हणाले. त्यांनी बरोबर ओळखलंय. त्यांच्यापासून काहीही लपून राहत नाही, त्यांना न सांगताही सगळं कळतं, असं ती नि:शब्द मनात विचार करू लागली. महाराजांनी तिला मातीच्या पेल्यात प्यायला ताज्या फळांचा रस आणून दिला. ते तिला म्हणाले,

"मी येथे माझ्यासाठी स्वयंपाक करीत नाही. फळफळावळ, कंदमुळं खाऊन मी या जंगलात राहतो."

"महाराज, तुम्ही घ्या ना." शेवंता त्यांच्याकडे पाहत म्हणाली,

"शेवंता, आज तू माझी पाहुणी आहेस. आधी तू हा फळांचा रस पिऊन टाक."

शेवंताने आणखी आढेवेढे न घेता तो मातीचा पेला तोंडाला लावला. मिटक्या मारीत तिने तो फळांचा रस पिऊन टाकला. आता तिच्या अंगात थोडी तरतरी आली. मातीचा रिकामा पेला बाजूला ठेवते ना ठेवते, तोच महाराज एका तबकात ताजी फळं घेऊन आले. त्या तबकात उंबर, सीताफळ, अंजीर, रामफळ, बोरं, पेरू, चिक्कू, रानकेळी इत्यादी ताजी फळं होती. तिच्या समोर ताज्या फळांचं तबक ठेवत महाराज तिला आग्रह करीत म्हणाले,

"शेवंता, ही फळं ताजी आहेत. पोटभर खा."

लग्न झाल्यापासून पहिल्यांदाच तिच्याशी असं मायेनं कुणीतरी बोलत होतं. त्यामुळे शेवंता मनात भारावून गेली होती. सासू तिला रोज 'वांझुटी' म्हणून घरात टोमणे मारायची. नवरा दारू पिऊन रात्रभर असंबद्ध बडबड करायचा. त्यामुळे तिला कधी-कधी वैताग यायचा. तबकातील एक केळ उचलून तिने ते सोलून तोंडात कोंबलं. तिच्याकडं पाहत महाराज तिला म्हणाले,

"सावकाश खा. घाई करू नकोस. आता तू लगेच कोठेही जाणार नाहीस."

महाराजांचं बोलणं ऐकून शेवंताला थोडी शरम वाटली. ती सावकाश फळं खाऊ लागली. महाराज तिच्या समोर मांडी घालून निवान्त बसले होते. पोटात भूक असल्याने शेवंताला ती फळं रुचकर नि गोड लागत होती. तिला खाताना सोबत

करावी म्हणून महाराजसुद्धा फळं खाऊ लागले. खाता-खाता ते तिला म्हणाले,

"शेवंता, येत्या कार्तिकी एकादशीला मी या ठिकाणी तपश्चर्येला सुरुवात करून अकरा वर्षे पूर्ण होतील. एवढ्या वर्षांत मी कुणाशीही कधी एका शब्दानंदेखील बोललो नव्हतो. तूपरोटी खाल्ली नाही की कसलं व्यसन केलं नाही. जंगलातील प्राणी, पशु-पक्षी नि जहरी साप यांच्या सहवासात राहिलो. त्यांची भाषा मला कळते नि माझी भाषा त्यांना कळते."

"महाराज, ही गुहा तुम्ही तयार केलीत?" शेवंता.

"शेवंता, वेडी आहेस तू. ही एवढी प्रचंड गुहा मी एकटा कसा बरं तयार करीन? ही गुहा हजारो वर्षांपूर्वीची आहे. मला वाटतं, ही गुहा पांडवकालीन असावी. याचा शोध मला जंगली प्राण्यांमुळे लागला. माझ्या आधी तेच या ठिकाणी वास्तव्याला होते!"

ऐकावं ते सगळं नवलच! शेवंता महाराजांकडे फळे खाताना विस्फारून पाहत होती. तिला महाराज थोर साधु पुरुष वाटत होते. एकदा तिच्या मनात आलं की, आपलं उर्वरित आयुष्य याच ठिकाणी महाराजांची सेवा करण्यात व्यतीत करावं. महाराजांची चौकशी करीत तिने त्यांना नम्रपणे विचारलं.

"महाराज, तुमचं गाव कोणतं?"

"संन्यासी माणसाला कसलं आलंय गाव? माझा भूतकाळ तू विचारला नाहीस तर फार बरं होईल. आम्ही ज्ञानसाधना करणारी संन्यासी माणसं नेहमी भूतकाळापेक्षा भविष्यकाळाचाच अधिक विचार करीत असतो. शेवटी मानवाला त्याचाच फायदा होतो. भूतकाळाच्या फक्त आठवणी काळजात जपल्या जातात."

महाराजांचा चेहरा किंचित गंभीर झाला होता.

नदीचं मूळ नि ऋषीचं कूळ कुणी शोधण्याचा प्रयत्न करू नये. याची प्रचिती आता शेवंताला आली होती. आपण तो प्रश्न महाराजांना विचारून उगाच त्यांच्या मनाला त्रास दिला, असं तिला त्या क्षणी वाटू लागलं. तिच्या चेहऱ्यावरील अपराधीपणाचे भाव महाराजांच्या नजरेतून सुटले नाहीत. तिच्या मनातील अपराधीपणाचे भाव घालविण्यासाठी महाराज तिला म्हणाले,

"शेवंता, तू मला विचारलंस, याचा मला राग नाही. मनात किंतू बाळगू नकोस."

"महाराज, तुमचं मन फार मोठं आहे."

"मन मोठं किंवा छोटं नसतं. प्रत्येकाच्या वागण्यावर ते अवलंबून असतं. व्यक्ती तितक्याच प्रवृत्ती असतात, हे तू ध्यानात ठेव."

कोपऱ्यातल्या मशाली जळत होत्या. त्यांचा पिवळाधमक उजेड गुहेत भरून उरला होता. गावापासून, मानवी वस्तीपासून दूर असलेल्या जंगलातील गुहेत दोन मानवी जीव एकमेकांना समजून घेण्याचा प्रयत्न करीत होते. दोघांना जगाचा विसर पडला होता. तरुण, जटाधारी महाराजांच्या सहवासात शेवंता आता निर्धास्त झाली होती. तिच्या चेहऱ्यावर भीतीचा लवलेशसुद्धा दिसत नव्हता. जणू ती महाराजांच्या सोबत त्या गुहेत खूप दिवस राहत होती. महाराजांनी दिलेली ताजी फळं ती आनंदाने खात होती.

ताजी, रसरशीत फळं खाऊन तिचं पोट भरलं. तृप्तीची ढेकर देऊन ती दगडी भिंतीला टेकून आता निवान्त बसली होती. तिच्या डोळ्यांसमोर महाराज मशालीच्या तांबूस उजेडात पाठीमागे हात घेऊन येरझारा घालू लागले. तोंडातल्या तोंडात ते 'ॐ गुरुदेव दत्त' असं म्हणत होते. दगडी भिंतीला पाठ टेकून शेवंता त्यांच्याकडे उघड्या डोळ्यांनी पाहत होती. त्यांच्या तोंडातून निघालेला आवाज रात्रीच्या वेळी गुहेत घुमत होता.

महाराज येरझारा घालायचे थांबले. पुन्हा ते शेवंतासमोरच मांडी घालून बसले. कितीतरी दिवसांनी आज त्यांनी मौनव्रत सोडलं होतं. म्हणून त्यांना तिच्याशी किती बोलू, असं झालं होतं. शेवंता गुहेत आल्यापासून त्या गुहेला जिवंतपणा आला होता. जणू ती गुहा अकरा वर्षे महाराज आल्यापासून मृतवत होऊन पडली होती, शेवंताने तिला नवसंजीवनी देऊन तिच्यात प्राण आणला होता. एरव्ही महाराजांच्या सहवासात जंगली प्राणी, सरपटणारे जहरी साप होते. आज इतक्या वर्षांत त्यांच्या सहवासात एक तरुण स्त्री पहिल्यांदाच आली होती. त्यामुळे त्यांना थोडा वेळ त्यांच्या तपश्चर्येचासुद्धा विसर पडला होता. तिचं तारुण्य पाहून महाराजांना त्यांचं मन सैरभैर झाल्यासारखं वाटू लागलं. मेनकेला पाहून जशी विश्वामित्राची गत झाली होती, तशीच गत आता साधूमहाराजांची झाली होती. या गुहेत एक तप राहून त्यांना मोक्षासाठी तपश्चर्या करायची होती. ज्ञानसाधना करून गोरगरिबांचं दुःख हलकं करायचं होतं. त्यासाठी त्यांना सर्वसंगपरित्याग करून गुहेत आणखी एकच वर्ष काढायचं होतं. नंतर ते आनंदाने गुहेच्या बाहेर पाऊल टाकणार होते.

महाराजांच्या चेहऱ्याकडे पाहत शेवंता भीत-भीत त्यांना म्हणाली,

"महाराज, एक विनंती आहे. नाही म्हणू नका."

"बोल."

"महाराज, येथून बाहेर पडल्यावर तुम्ही आमच्या गावी येऊन राहाल काय? गावकरी तुम्हाला मठ बांधून देतील. तुमचा त्यांना आधार मिळेल."

तिचं बोलणं ऐकून महाराज गालातल्या गालात हसत तिला म्हणाले,

"शेवंता, तुझं म्हणणं बरोबर आहे. परंतु, त्यात एक गोम आहे."

"सांगा ना."

"तपश्चर्या करून मला जे दिव्य ज्ञान प्राप्त होणार आहे, त्याचा मी रंजल्या-गांजल्या लोकांचे दुःख दूर करण्यासाठी उपयोग करणार आहे. त्यामुळे मला एकाच गावात फार दिवस राहता येणार नाही. पीडित लोकांचं दुःख कमी केलं तर माझं जीवन सार्थकी लागून माझे मोक्षाचे दरवाजे स्वर्गात आपोआप उघडतील."

साधूमहाराजांचं बोलणं शेवंता लक्ष देऊन ऐकत होती. महाराजांच्या वाणीत कमालीचा गोडवा होता. तिला महाराजांचं बोलणं नुसतं ऐकतच राहावं, असं वाटत होतं. मनातील शंकेचे निरसन करून घेण्यासाठी तिने महाराजांना खालच्या आवाजात विचारलं. "ज्यांच्याकडे दिव्य ज्ञान आहे, ते ईश्वराला पाहू शकतात नि ज्यांच्याकडे अहंकार आहे ते ईश्वरापर्यंत पोचू शकत नाहीत. असं का?"

"शेवंता, तुझा प्रश्न मुळीच चुकीचा नाही. तुझ्या ठिकाणी समजा मी असतो, तरी हाच प्रश्न विचारला असता. परंतु एक गोष्ट तू लक्षात ठेव की, दुःख भोगल्याशिवाय माणसाला सुखाची किंमत कळणार नाही. या जगात मृत्यू सत्य असून बाकीच्या सर्व गोष्टी मिथ्या आहेत. माणूस वाजवीपेक्षा अधिक अपेक्षा ठेवतो नि त्या पूर्ण झाल्या नाहीत, तर तो दुःखी होतो. म्हणून अपेक्षा ठेवताना नीट विचार केला तर दुःखाचं जीवनातून समूळ उच्चाटन होईल. सुखाच्या अखंड वर्षावाने माणसाची विचारशक्ती नष्ट होऊन जाते नि तो माणूस जगायला नालायक ठरतो. सुखाचा शोध घेण्यासाठी ईश्वराने प्रत्येकाला दुःख दिलं आहे. ज्याच्या जीवनात दुःख नाही, असा माणूस तुला या जगात शोधून सापडणार नाही."

"महाराज, मला आणखी एक विचारायचंय."

"खुशाल विचार."

"तुम्हाला माझा राग तर येणार नाही ना?"

"मला तुझा मुळीच राग येणार नाही. या ठिकाणी आल्यापासून मी राग-लोभापासून स्वतःला दूर ठेवलं आहे. त्यामुळे तू त्याची भीती बाळगू नकोस. मी तुझ्यावर रागावलो तर माझी संपूर्ण तपश्चर्या व्यर्थ गेली, असं मी समजेन."

पडत्या फळाची आज्ञा शिरसावंद्य मानून शेवंताने दीर्घ निश्वास टाकून त्यांना विचारलं,

"महाराज, तुम्हाला कधी तुमच्या घरची आठवण येत नाही?"

तिचा प्रश्न ऐकून महाराज थोडा वेळ मनातल्या मनात विचार करू लागले.

त्यांचा चेहरा गंभीर दिसू लागला. महाराज अर्धोन्मिलित डोळ्यांनी भूतकाळातील घटना आठवू लागले. चलतचित्रपटाप्रमाणे सुखदु:खांची मालिका त्यांच्या डोळ्यांपुढे सरकत होती. थोडा वेळ महाराज भूतकाळात रमले. ज्ञानसाधना करून मोक्षप्राप्तीसाठी त्यांनी घरावर तुळशीपत्र ठेवून जंगलाची वाट धरली होती. दिव्य ज्ञानाची त्यांना आस लागली होती. बैरागी बनून ते गुहेत राहत होते.

महाराज डोळे उघडून तिच्याकडे पाहत खालच्या आवाजात बोलू लागले.

"शेवंता, मघाशी मी तुला सांगितलं होतं की, भूतकाळाविषयी मी कधी बोलणार नाही म्हणून. माणसाने भूतकाळापेक्षा भविष्यकाळाचा विचार करावा, असंही मी म्हणालो होतो. तुला माझ्या सगळ्या गोष्टी कळाव्यात, म्हणून मी तुझ्यासमोर माझा भूतकाळ उलगडून ठेवणार आहे."

"महाराज, तुम्हाला त्याचा त्रास होणार असेल तर मला सांगितलं नाही तरी चालेल."

"शेवंता, माझा भूतकाळ तुला सांगितल्यानंतर माझं काहीही नुकसान होणार नाही. तू त्याची काळजी करू नकोस. उलट, इतक्या दिवसांनी कुणालातरी माझा भूतकाळ सांगितल्यामुळे माझं मन हलकं होणार आहे. ती संधी मला तुझ्यामुळे मिळाली, असं मला वाटतं."

"महाराज, हा तुमच्या मनाचा मोठेपणा आहे. माझ्यासारख्या सामान्य स्त्रीसमोर तुम्ही तुमचं मन हलकं करीत आहात. खरोखर ही माझ्यासाठी खूप भाग्याची गोष्ट आहे."

घसा खाकरून महाराज त्यांच्या भूतकाळातील घटना तिला सांगू लागले.

"माझ्या वडिलांचं नाव वामनपंत. ते कथा-कीर्तनं करीत. त्यांच्यासोबत मी लहानपणापासून कथा-कीर्तनाला जात असे. तेव्हापासून मला अध्यात्माची गोडी लागली. घरी शेतीवाडी भरपूर, दूधदुभतंसुद्धा भरपूर. खाण्यापिण्याची नुसती चंगळ. कश्श्याची ददात नव्हती. लहानपणीच मी अठरा पुराणे वाचली, वेद वाचले. समर्थ रामदास स्वामींचे मनाचे श्लोक वाचले. तुकोबांचे, ज्ञानोबांचे अभंग वाचले. विसाव्या वर्षी माझं लग्न झालं नि त्या दिवसापासून माझं जीवनाकडं बघण्याचं मत बदलून गेलं."

एवढं बोलून महाराज बोलायचे थांबले. छातीत ताजी हवा भरून घेऊन पुन्हा ते नव्या उत्साहाने खणखणीत वाणीत बोलू लागले–

"माझा जीवनाकडे बघण्याचा दृष्टिकोन बदलला, त्याचं महत्त्वाचं कारण म्हणजे माझी बायको. लग्नात तिचा स्वभाव समजला नाही. परंतु तिचा स्वभाव

चिडचिडा होता. माहेरी ती लाडाकोडात वाढली होती. त्यामुळे ती हट्टी बनली होती. ती म्हणेल तसं व्हायला पाहिजे, असं तिला नेहमी वाटायचं. त्यामुळे घरात भांडणं सुरू झाली. तिचं घरात कुणाशीही पटेना. घरात भांडणाची ठिणगी पडली नि घरातील शांतता निघून गेली. ह्या भांडणामुळे माझे बाबा कायमचे घर सोडून मुलखावर निघून गेले. एक मुलगी झाली तरी बायकोचा स्वभाव काही बदलेना. बायकोला मी अनेक वेळा समजून सांगण्याचा प्रयत्न केला. परंतु त्याचा काही उपयोग होत नसे. शेवटी, मी मनावर दगड ठेवून घरादाराचा त्याग करून संन्यास घेण्याचं ठरविले. आईने त्याला विरोध केला. तिची समजूत मी कशीबशी काढली. विवाहितांना संन्यास घेताना पत्नीची मान्यता लागते. ती माझ्या पत्नीने लगेच दिली. कारण तिलासुद्धा त्या घरात राह्यचं नव्हतं. होमहवन संपल्यानंतर चोवीस तास धार्मिक विधी करावा लागतो. मला रात्रभर देवळात जाग्रण करावं लागलं. रात्रभर मी जप करीत देवळात एकटाच बसलो. ती माझी एक प्रकारची सत्त्वपरीक्षाच होती. सकाळी जप संपवून नदीत सचैल स्नान केलं. अंगावरचे कपडे फेडून नदीत सोडून दिले. ज्या अवस्थेत मी जन्माला आलो, त्या नग्नावस्थेतच मी काठावर आलो. त्या दिवसापासून माझा नवा जन्म झाला, असं मी समजतो. अंगावर भगवी कफनी घालून मी माझा गाव, माझं घर सोडलं. काही दिवस भिक्षा मागून खाल्ली. नंतर दिव्य ज्ञानसाधना करण्यासाठी फिरत-फिरत या ठिकाणी येऊन पोचलो. जगाच्या कल्याणासाठी नि रंजल्यागांजल्या लोकांचं दुःख दूर करण्यासाठी मी माझं उर्वरित आयुष्य व्यतीत करणार आहे.''

महाराज विश्रांती घेण्यासाठी थोडे थांबले. फळांचा रस घेऊन त्यांनी घसा ओला केला. हाताच्या तळव्याने तोंड पुसत महाराज स्वतःशीच बोलल्याप्रमाणे म्हणाले,

''माझे गुरू कार्तिकमहाराज. त्यांनी मला एकदा तपश्चर्या करताना एक पथ्य पाळायला सांगितलं होतं. त्याची मला आज आठवण होते.''

''महाराज, तुमच्या गुरूंनी तुम्हाला कोणतं पथ्य पाळायला सांगितलं होतं, ते तुम्ही मला सांगाल काय?''

''ऐक. ते पथ्य असं आहे की, आपल्यामध्ये जे षडरिपू आहेत– म्हणजे काम, क्रोध, लोभ, मोह, मद, मत्सर– यांच्यावर पूर्णपणे ताबा मिळवायचा. त्याशिवाय मोक्षासाठी स्वर्गातील दरवाजे उघडत नाहीत नि आपली तपश्चर्या साध्य होत नाही. प्रयत्नांची शिकस्त करून मी स्वतःला जिंकण्याचा प्रयत्न करीत आहे. थोड्याच दिवसांत मला त्याचं फळ मिळणार आहे.''

''महाराज, तुम्हाला कधी तुमच्या छोट्या मुलीची आठवण येत नाही? आता

ती अकरा वर्षांची तरी झाली असेल.''

"शेवंता, सगळ्याच गोष्टी आपल्याला मिळत नाहीत. काही गोष्टी मिळविण्यासाठी थोडातरी त्याग करावा लागतो. त्याग केल्याशिवाय चांगल्या गोष्टी घडत नाहीत, हे मी तुला माझ्या अनुभवातून सांगतोय.''

महाराजांचं गत आयुष्य जाणून घेतल्यानंतर तिला त्यांच्याबद्दल आपुलकी नि आदर वाटू लागला. रानात फळं, कंदमुळं खाऊन जगणारे महाराज तिला देवासमान वाटत होते. महाराजांची नजर दगडी खांबावर खिळली होती नि तिची नजर महाराजांवर खिळली होती.

दोघेही बराच वेळ मशालीच्या उजेडात बोलत बसले होते. रात्र वाऱ्याबरोबर पळत होती. हवेत गारठा भरून उरला होता. दिवसा कडाक्याच्या उन्हानं तापलेलं आभाळ आता थंडीत कुडकुडत होतं. दूरवर पसरलेलं आभाळ तेजस्वी ताऱ्यांनी उजळून निघालं होतं. दिवसभर शिकार करून दमलेली जंगली श्वापदं रुपेरी चांदण्यात जाळवंडातून वाट काढत पाणी पिण्यासाठी जलाशयाकडे दमदार पावलं टाकीत जात हाती. नरभक्षक वाघाच्या डरकाळीने झाडाच्या फांद्यांवर बेसावध झोपलेली माकडं दचकून जमिनीवर पडत होती. पक्षी घरट्यांत फडफड करीत होते. अनामिक भीतीने संपूर्ण जंगलच भयकंपित झालं होतं.

शेवंताच्या डोळ्यांत झोप आल्यामुळे ती बसल्या जाग्यावर डुलकी घेऊ लागली. महाराज तिला म्हणाले,

"शेवंता, आता तू झोप. सकाळी तुला तुझ्या घरी जायचं आहे.''

महाराज बसलेल्या जागेवरून उठले नि गवताच्या बिछायतीवर दगड उशाला घेऊन आडवे झाले. इतक्यात वाघाच्या डरकाळीने जमीन हादरू लागली. शेवंता दचकून जागी झाली. तिच्या डोळ्यांतील झोप भीतीने कोठल्या कोठे पळून गेली. महाराज गवताच्या बिछायतीवर पुन्हा उठून बसले. घाबरलेली शेवंता क्षणाचाही विलंब न लावता महाराजांच्या दिशेने झेपावली नि ती त्यांच्या कुशीत शिरली. तिच्या डोक्यावरून मायेनं हात फिरवीत महाराज तिला धीर देत म्हणाले,

"शेवंता, असं घाबरू नकोस. ते जंगली प्राणी तुला इजा करणार नाहीत. ते माझे सोबती आहेत. माझ्या दर्शनासाठी ते रोज जलाशयाकडे जाऊन पाणी प्यायल्यावर इकडे येतात.''

इतक्या वर्षांनी महाराज एका तरुण स्त्रीचा स्पर्श अनुभवत होते. त्या स्पर्शानं त्यांच्या रंध्रारंध्रांत रक्त सळसळू लागलं होतं. आपल्या शरीरात काहीतरी होतंय, असं महाराजांना वाटू लागलं. तिच्या दंडाला धरून तिला वर उठवत महाराज

म्हणाले,

"शेवंता, चल आपण गुहेच्या बाहेर जाऊ. ते जंगली प्राणी माझं दर्शन घेण्यासाठी थांबले आहेत."

"महाराज, मला भीती वाटते."

"मी तुझ्याजवळ आहे. तू मुळीच घाबरू नकोस. ते तुला काहीही करणार नाहीत."

महाराजांनी धीर दिल्यामुळे शेवंताच्या मनातील भीती थोडी कमी झाली. मशालीच्या उजेडात ती महाराजांच्या पाठीमागून गुहेच्या बाहेर आली. पिठासारख्या पसरलेल्या चांदण्याच्या उजेडात ती जंगली श्वापदं डोळ्यांसमोर पाहून ती भयचकित झाली. एवढे भयंकर जंगली प्राणी एकाच वेळी तिनं उभ्या आयुष्यात कधीही पाहिले नव्हते. वाघ, सिंह, चितळ, साळिंद्री, तरस, कोल्हा, अस्वल, चित्ता आणि रानडुक्कर इत्यादी जंगली प्राणी महाराजांच्या दर्शनासाठी जमले होते. महाराजांचं दर्शन झाल्यावर जंगली प्राण्यांनी शेपट्या हलवून नि पायाच्या खुरांनी जमीन उकरून आनंद व्यक्त केला. वाघाने डरकाळी फोडली. रानडुकरांनी अणकुचीदार सोंड जमिनीत घुसवून घमेलीभर माती काढली. अस्वलाने स्वत:भोवतीच एक गिरकी घेतली.

दगडी शिळेवर उभं राहून महाराजांनी स्वच्छ ताजी हवा छातीत भरून घेतली नि ते धीरगंभीर आवाजात जंगली प्राण्यांना उद्देशून बोलू लागले,

"तुम्ही सगळे माझं दर्शन घेण्यासाठी आलात, याचा मला अतीव संतोष झाला आहे. तो मला शब्दांत सांगता येत नाही. तुमच्या सहवासात मी या अटंग्या रानात अकरा वर्षे काढली. मी कुणी थोर माणूस नाही किंवा साधुसंत, महंत नाही. मला अजून देवत्व प्राप्त झालं नाही. या ठिकाणी राहून मला तुमची भाषा कळू लागली नि माझी भाषा तुम्हाला कळू लागली. स्वत:चं पोट भरलं असताना दुसऱ्याच्या मुखातील घास हिसकावून घेणं हे पाप आहे नि दुर्बल प्राण्यावर हल्ला करून त्याला यातना देणं, हे महापाप आहे, हे मला या ठिकाणी तुमच्याकडून शिकता आलं. या ज्ञानाचा मला माझ्या यापुढील जीवनात उपयोग होणार आहे. माझा आशीर्वाद सदैव तुमच्या पाठीशी राहील, याची मी ग्वाही देत आहे."

महाराज बोलायचे थांबले होते. ताजा श्वास घेत ते दगडी शिळेवर उभे राहिले होते. समोर जमलेल्या जंगली प्राण्यांनी पुन्हा एकदा शेपट्या हलवून आनंद व्यक्त केला. त्यांचे डोळे करुणेनं भरून आले होते. थोड्याच वेळात चांदण्यांच्या उजेडात ते त्यांच्या मुक्कामी निघून गेले. ते सर्व जंगली प्राणी निघून गेल्यावर महाराज

दगडी शिळेवरून खाली उतरले.

★ ★ ★

पहाट झाली होती. हवेत कमालीचा गारठा होता. आभाळात उल्कावर्षावाची आतषबाजी पहाटेच्या गारव्यात अखंड सुरू होती. ते दृश्य विलोभनीय दिसत होतं. जणू आभाळात भुईनळे उडत होते.

पहाटेच्या गार हवेत शेवंता गाढ झोपी गेली होती. साखरझोपेत तिला एक छान स्वप्न पडलं होतं. त्या स्वप्नात ती रंगून गेली होती. मनी वसे ते स्वप्नी दिसे. मातृत्वासाठी ती तिचं लग्न झाल्यापासून डोळ्यांत प्राण आणून वाट पाहत होती. स्वप्नात तिने एका सुंदर गुटगुटीत बाळाला जन्म दिला होता. प्रसूतीच्या वेदना विसरून तिने नवजात बालकाला छातीशी घट्ट लावून धरलं होतं. प्रेमातिशयाने ती त्या बाळाच्या गालावर चुंबनांचा वर्षाव करीत होती. नेहमी तिचा दुस्वास करणारे सासू-सासरा, नवरा आज तिच्याकडे कौतुकाने पाहत होते. तिला काय हवं-नको ते आणून देत होते. तिला ते जपत होते. त्यांच्या मायेच्या उबेने शेवंता अगदी गुदमरून गेली होती. चारी दिशांनी सुख तिच्या समोर हात जोडून उभं होतं.

एव्हाना सकाळ झाली होती. झाडांना कंठ फुटला होता. रानातील पायवाटा जाग्या झाल्या होत्या. झाडांच्या फांद्यावर बसून पक्षी 'चिवचिव' करीत होते. चारापाणी शोधण्यासाठी रंगीत शेपट्यांच्या साळुंक्याचा थवा आकाशात उडाला होता. घळीला जाग आली होती. सकाळची कोवळी किरणं झाडांच्या शेंड्यांवर, पानापानांवर पसरली होती. दवानं भिजलेल्या पानापानांतून थेंब-थेंब पाणी ठिबकत होतं. सूर्याच्या आगमनानं संपूर्ण जंगल जागं झालं होतं.

महाराजांच्या बाहुपाशात शेवंताला गाढ झोप लागली होती. गुहेच्या छिद्रातून सूर्याची कोवळी किरणं तिच्या डोळ्यांवर पडली, तेव्हा ती दचकून जागी झाली नि झटकन उठून बसली. तिच्या केसांचा बुचडा सुटला होता. शेवंता केसांचा सुटलेला बुचडा हाताने बांधत असताना महाराज जागे होऊन उठून बसले. महाराजांना पाहून तिला तिचीच शरम वाटू लागली. त्यांच्याकडे पाहण्याचं धाडस तिला झालं नाही. दोन्ही हातांच्या तळव्यांनी तिने आपला चेहरा झाकून घेतला होता. तिच्याकडे न पाहता महाराज स्वत:शीच म्हणाले,

"एवढी वर्षे मी या गुहेत कंदमुळं खाऊन तपश्चर्या केली, ते निष्फळ झालं. मी स्वत:वर ताबा ठेवू शकलो नाही. मी वासनेला जिंकायच्या ऐवजी वासनेनं मला जिंकून घेतलं."

"महाराज, मला क्षमा करा.'' शेवंता खाली मान घालून अपराधी चेहऱ्याने म्हणाली.

"यात तुझा दोष नाही. उलट, माझी परीक्षा घेण्यासाठी ईश्वरानेच तुला या ठिकाणी धाडलं असावं. त्या परीक्षेत मी मात्र नापास झालो. मला यामुळे एवढं कळून चुकलंय की, मी अजून स्वत:ला पूर्णपणे जिंकून घेतलं नाही. माझ्या मोक्षाचा मार्ग अजून कितीतरी योजने दूर आहे.''

थोडा वेळ त्या गुहेत नि:शब्द शांतता पसरली होती. शांततेचा भंग करत शेवंता महाराजांना खालं मानेनं किनऱ्या आवाजात म्हणाली,

"महाराज, मला तुम्हाला एक विचारायचंय.''

"विचार.''

"पहाटे पडलेली स्वप्नं खरी होतात का?''

"हे तू मला का विचारत्येस?''

"आधी तुम्ही माझ्या प्रश्नाचं उत्तर सांगा पाहू.''

"कधी-कधी पहाटेची स्वप्नं खरी होतातसुद्धा.''

"महाराज...'' शेवंता पुढे काहीही बोलू शकली नाही.

शेवंताच्या पारोशा चेहऱ्यावर शरम आणि आनंद यांचे संमिश्र भाव उमटले होते. जणू नियतीने तिच्या पदरात सुखाचं माप भरभरून ओतलं होतं. त्या सुखाच्या वर्षावाने ती चिंब झाली होती. एवढं सुख तिच्या आयुष्यात तिला कधीही मिळालं नव्हतं.

महाराजांच्या चेहऱ्यावर मात्र पश्चात्तापाच्या खुणा स्पष्टपणे दिसत होत्या. ते निराश झाले. अनवधानाने त्यांच्या हातून गुन्हा घडला होता. त्यांच्या पाणीदार डोळ्यांत दु:ख होतं. निराश होऊन महाराज शेवंताला म्हणाले,

"शेवंता, असं म्हणतात की, चुलीजवळ लोण्याचा गोळा ठेवला तर तो वितळून जातो. अकरा वर्षे मी स्त्रीसहवास टाकून ब्रह्मचर्य स्वीकारलं होतं. परंतु मोहाच्या क्षणी मी नेमका फशी पडलो. रात्री जो प्रकार माझ्याकडून घडला, त्याचा मला आता पश्चात्ताप होतोय. मी त्याबद्दल तुला दोष देणार नाही. माझ्या हातून प्रमाद घडल्यामुळे गुहेत असलेला पाण्याचा जिवंत झरा आटून गेला आहे नि माझ्या सोबत असणारे जहरी सापसुद्धा मला सोडून कायमचे निघून गेले आहेत. याचं मला दु:ख होतंय. आता मला पुन्हा कठोर तपश्चर्या करून स्वत:ला जिंकावं लागेल. जग जिंकण्यासाठी आधी स्वत:ला जिंकावं लागतं. त्यासाठी मी तुला एक अट घालणार आहे नि ती अट तुला तुझ्या शेवटच्या श्वासापर्यंत पाळावी लागणार आहे.''

"महाराज, ती अट कोणती आहे? तुम्ही मला सांगा पाहू." शेवंता अभावितपणे म्हणाली.

"ती अट अशी आहे की, तू पुन्हा या गुहेकडे कधीही फिरकायचं नाहीस आणि माझ्याबद्दल कुणाला काहीही सांगायचं नाही."

"महाराज, मी तुम्हाला वचन देते की, मी पुन्हा इकडे कधीही फिरकणार नाही नि तुमच्याबद्दल गावात कुणाला काहीही सांगणार नाही. तुम्ही माझ्यावर पूर्ण विश्वास ठेवा" शेवंताचे दोन्ही डोळे पाण्याने भरले होते.

"आता तुला घरी जायला हरकत नाही."

"महाराज..."

"होय शेवंता, तुला तुझ्या घरी जावंच लागणार आहे. कालच्या रात्री जे घडलं ते घडलंच नाही, असे समज."

महाराज हातांची घडी करून तिच्या समोर एखाद्या स्थितप्रज्ञासारखे स्तब्ध उभे राहिले होते. शेवंता संथ पावलं टाकीत त्यांच्या समोर येऊन उभी राहिली. ओणवी होत तिने हाताने महाराजांच्या आशीर्वादासाठी चरणस्पर्श केला नि डोळे पुसत ती गुहेच्या बाहेर पडली.

कोवळ्या उन्हानं दशदिशा उजळून गेल्या होत्या. गुहेच्या बाहेर आल्यावर तिला एका नवीन जगात आल्यासारखं वाटू लागलं. जणू तिचा पुनर्जन्म झाला होता. सात्वीणचं झाड कोवळ्या उन्हात बहरून आलं होतं. त्या झाडाच्या फांदीवर राघू-मैना चोचीत चोच घालून बसले होते. बुंध्याजवळ पानाआड लपलेली खारकुंडी शेपटी हलवत इवल्याशा डोळ्यांनी तिच्याकडे टुकूर-टुकूर पाहत होती. जणू तिला तिच्याशी बोलायचं होतं. भणाणा वारा सुटला होता. झाडाझुडपांतून वाट शोधत ती घराच्या दिशेने तांबड्या पाऊलवाटेवरून चालू लागली. आता तिला तिच्या घराकडे जाणारी पाऊलवाट सापडली होती. डोक्यावर पदर घेऊन शेवंता झपझप चालत होती.

तिचं घर जसं जवळ येऊ लागलं, तसा तिच्या पावलांचा वेग आणखी थोडा वाढला. जणू ती वाऱ्यावर तरंगत तिच्या घराच्या दिशेने जात होती. शेवंता घराची पायठणी चढून आत आल्यावर तिला तिची काळजी करीत बसलेला नवरा नि सासू-सासरा दिसले. तिला डोळ्यांसमोर पाहताच त्या सगळ्यांचा जीव अगदी भांड्यात पडला. सगळीकडे तिचा शोध घेऊन ते थकले होते. तिच्या नवऱ्याने तिची चौकशी करीत तिला विचारलं,

"शेवंता, कुठे होतीस तू? कालपासून आम्ही तुला किती शोधत होतो.

आपली रानात चुकलेली गाय काल संध्याकाळी परत आली.''

नवऱ्याचं बोलणं ऐकून घेऊन ती थोडा वेळ तशीच शांतपणे उभी राहिली. दीर्घ श्वास घेऊन ती थकलेल्या आवाजात म्हणाली,

''काल रानात मला चकवा झाला होता. त्यामुळे मी भरकटत रात्रभर जंगलात फिरत होते. सकाळी उजाडल्यावर मला गावाकडे येणारी पाऊलवाट दिसली. म्हणून मी घरी आलेय.''

एवढं बोलून शेवंता पदराने तोंडावरचा घाम पुसू लागली. महाराजांना दिलेलं वचन तिने मोडलं नव्हतं. शेवटच्या श्वासापर्यंत ते गुपित ती काळजाच्या कुपीत लपवून ठेवणार होती.

■

२

नरक

अजगराप्रमाणे पसरलेल्या डांबरी सडकेवरून वाहनांची वर्दळ अखंड सुरू होती. सडकेच्या दुतर्फा सिमेंटच्या उंच इमारती दिमाखात उभ्या होत्या. पावसाळ्यात माळरानावर छत्र्या उगवाव्यात तसे त्या इमारतींच्या गच्च्यांवर दूरदर्शनचे अँटेना उभे केलेले दिसत होते. सूर्यकिरणांनी त्या इमारतींची तावदानं चमकत होती. उघड्या गटारातून काळेमिट्ट पाणी वाहत होते. त्या घाणेरड्या गटारावर असंख्य माश्या घोंघावत होत्या. सडकेवरून टेम्पो, रिक्षा, सिटी बसेस, मोटारसायकली इत्यादी कितीतरी प्रकारची वाहने हवेत काळा धूर सोडीत धावत होती. पेट्रोलच्या वासाने नाकातील केस जळत होते. धावणाऱ्या वाहनांना चुकवीत माणसे सडकेवरून चालत होती. एखाद्या महारोग झालेल्या माणसाप्रमाणे शहर रोज जगत होते.

पानाच्या एका ठेल्याजवळ रघुनाथ घोरपडे उजव्या हाताच्या बोटांमध्ये जळती ब्रिस्टॉल सिगारेट धरून रुबाबात उभा होता. त्याचे स्वःच्या मालकीचे दुचाकीदुरुस्तीचे गॅरेज होते. अधिक पैसा मिळाला, की तो जिवाची चंगळ करण्यासाठी इकडे यायचा. मघापासून त्याने त्या कळाहीन गल्लीत नजर फेकीत दोन सिगारेटी ओढून संपविल्या होत्या. आता त्याने तिसरी सिगारेट शिलगावली होती. नाकातोंडातून जळत्या सिगारेटीचा धूर सोडीत तो वखवखलेल्या नजरेने त्या गल्लीकडे पाहत होता. तोकडे कपडे घातलेल्या गोऱ्यागोमट्या मुली गल्लीच्या तोंडाजवळ नि सडकेच्या कडेला चिवचिव करीत

उभ्या होत्या. त्या मुलींनी तोंडाला पावडर लावली होती नि ओठांना भडक लिपस्टिक लावलं होतं. त्यांची नजर सडकेवरून जाणाऱ्या-येणाऱ्या माणसांवर खिळली होती. मिळालेल्या गिऱ्हाइकांमुळे त्यांच्या पोटाची फक्त भूक भागत होती. टंच कपडे घातलेल्या मुली गिऱ्हाइकांना भुलवीत रस्त्याच्या कडेला उभ्या होत्या.

आपल्याला या बदनाम झालेल्या ठिकाणी कुणी ओळखू नये म्हणून माणसं तोंडावर रुमाल धरून किंवा डोक्यावर रंगीबेरंगी टोपी घालून त्या गल्लीत शिरत होती. त्या ठिकाणी दिवस-रात्र उच्चभ्रू, थोर समाजसेवक समजणारे जसे यायचे, तसे कष्ट करणारे हमाल, नोकरदारसुद्धा त्यांच्या शरीराची भूक भागविण्यासाठी किंवा रुचिपालट म्हणून येत असत. या ठिकाणी आल्यावर त्यांचे मुखवटे गळून पडत नि त्यांच्यात असलेली विकृती जागी होई. वर्षानुवर्षे हेच सुरू होते नि जगाच्या अंतापर्यंत ते चालू राहणार होते, हे अगदी सूर्यप्रकाशाइतके सत्य होते.

रघुनाथने तिसरी सिगारेटसुद्धा ओढून संपविली. त्या सिगारेटचे थोटूक त्याने त्याच्या टाचेखाली दाबून विझवले नि घसा खाकरून सडकेवर थुंकी टाकली. छातीत ताजी हवा भरून घेतल्यावर तो मनाचा हिय्या करून त्या बोळाच्या दिशेने पावले टाकीत चालू लागला. आपल्याला या ठिकाणी कुणीही पाहू नये, असे त्याला मनोमन वाटत होते, म्हणून तो खाली मान घालून चालत होता. त्याच्या सुदैवाने त्याला त्या ठिकाणी ओळखणारे कुणीही हजर नव्हते. त्याच्या मनात धाकधूक असली, तरी रंध्रारंध्रांत उष्ण रक्त अनोख्या धुंदीत सळसळत होते. त्याची त्याला भारी मौज वाटत होती. पायाखालची घाण नि चिखल चुकवीत तो त्या रंग उडालेल्या कळाहीन इमारतीजवळ येऊन एकदाचा पोचला.

त्याच्या डोळ्यांसमोर उफाड्या बांध्याच्या, तोकडे कपडे घातलेल्या मुली एकमेकींबरोबर चावट बोलत उभ्या होत्या. मांड्या उघड्या टाकलेल्या त्या मुली त्याच्याकडे त्याला पटविण्यासाठी चावट इशारे करीत वखवखलेल्या नजरेने पाहू लागल्या. एक चौदा-पंधरा वर्षांची गोरीगोमटी मुलगी त्याच्याशी लगट करण्यासाठी त्याच्याजवळ येऊ लागल्यावर तो तिला झटकन् टाळून पुढे सटकला. रस्त्यावर उभे राहून पुरुषांना भुलविणाऱ्या मुलींबद्दल त्याचा अनुभव वाईट होता. सौदा पटण्यासाठी आधी त्या मुली त्यांचा दर कमी सांगतात नि ते गिऱ्हाईक त्यांच्या खोलीत आल्यावर त्याला त्या अक्षरशः लुबाडतात, हे त्याला ठाऊक होते. म्हणून तो रस्त्यावर उभ्या असणाऱ्या मुलींच्या नादी कधी लागायचा नाही नि त्यांच्याकडे पाहायचासुद्धा नाही. मग, त्या मुली त्याच्या मागे, "वो भडवा भाग गया देख!" म्हणत त्याची टिंगलटवाळी करायच्या. तो त्यांच्याकडे कधी लक्ष देत नसे.

तळमजल्याच्या एका खोलीत हिंदी सिनेमाच्या गाण्यावर ठेका धरून वाकडेतिकडे ढुंगण हलवीत नि हाताने विचित्र हावभाव करीत मुली नाचत होत्या. त्यांनी त्यांच्या मनातील ठसठसणारे दुःख काळजाच्या कुपीत लपवून ठेवलं होतं. सूर आणि ताल यांना सोडचिठ्ठी देऊन त्या मुली कोरसमध्ये 'जिंदगी एक सफर है सुहाना, यहाँ कल क्या हो किसने जाना' हे हिंदी चित्रपटातील गाजलेले गाणे गात होत्या. वयाची चाळिशी उलटलेला, गोरापान मिचमिच्या डोळ्यांचा बहादूर दरवाजाजवळच्या भिंतीजवळ स्टोव्ह पेटवून त्यावर जेवण बनवीत होता. तो त्या ठिकाणी भडवेगिरीसुद्धा करायचा. दोन्ही पाय फाकवून आंटी त्याच्या हालचाली निरखीत बाकड्यावर निवान्त बसली होती. तिच्या अंगातील गाउन पायाच्या पोटऱ्यांपर्यंत आल्यामुळे केळीच्या खुंटाप्रमाणे तिचे पुष्ट, गोरेपान पाय दिसत होते. तिच्या पायांवरील सोनेरी, करड्या रंगाची लव डोळ्यांना दिसत होती. नाचणाऱ्या त्या मुलींकडे ती मध्येच वैतागलेल्या नजरेने पाहत होती. मैद्याचे पोते रचून ठेवावे तशी ती जाडी, गोरटेली आंटी ऑइलपेंटने रंगविलेल्या भिंतीला तिची भक्कम पाठ टेकून बाकड्यावर बसली होती.

दरवाजाला लावलेला फुलाफुलांचा पडदा बाजूला करून रघुनाथ आत आला नि समोरच्या बाकड्यावर बसला. तो नाचणाऱ्या त्या पोरींकडे डोळे भरून पाहू लागला. तो ज्या ठिकाणी बसला होता, ती खोली १० बाय १२ फूट लांबी-रुंदीची होती नि उंची कमीत कमी ९ फूट होती. गिलावा केलेल्या भिंती पिवळ्या रंगाच्या ऑइलपेंटने छान रंगविलेल्या होत्या. गचके देत छतावर पंखा फिरत होता. खोलीच्या एका कोपऱ्यात दूरदर्शनसंच ठेवलेला होता. भिंतीवर बॉलीवूड हिरो सलमान खान, आमीर खान आणि काजोल यांचे रंगीत, मोठ्या आकाराचे फोटो लावले होते. दुसऱ्या एका कोपऱ्यात भिंतीला सिमेंटचे खिळे ठोकून उंचावर लाकडी देव्हारा उभा केला होता. देवापुढे अखंड समई तेवत होती. धूप जळत होता. त्याचा घमघमाट सुटल्याने त्या ठिकाणी थोडे प्रसन्न वाटत होते.

देहविक्री करणाऱ्या मुलींची देवावर नितान्त श्रद्धा होती. रोज सायंकाळी ठीक सात वाजता सर्व मुली देवासमोर प्रार्थना करण्यासाठी एकत्र जमत. देवाची प्रार्थना अर्धा तास तरी चालायची. देशाच्या कानाकोपऱ्यांतून आलेल्या त्या मुलींना आता बाहेरचे जग ठाऊक नव्हते. पन्नास, शंभर रुपयांना त्या त्यांच्या दोन वेळच्या जेवणासाठी स्वतःला विकत असत. आजारी, म्हातारे, कोपिष्ट, मायाळू इत्यादी नाना प्रकारच्या गिऱ्हाइकांना त्या शय्यासोबत करीत असत. त्यांच्या मर्जीचा येथे कुणी विचार करीत नसे. पंधरा-सोळा वर्षांच्या मुलापासून साठ-सत्तर वर्षांचे म्हातारे त्यांच्याकडे रात्रीच्या वेळी तोंड लपवीत येत असत.

आंटी मुलींवर बारीक लक्ष ठेवून असायची. त्या मुलींना तिचा धाक वाटायचा. वैतागाने एखादी मुलगी तेथून पळून जाऊ लागली, तर त्या मुलीच्या झिंज्या दोन्ही हातांच्या मुठीत गच्च पकडून आंटी त्या पळणाऱ्या मुलीला फरफटतच खोलीत घेऊन यायची. तिच्या कंबरेत लाथ घालून तिचे पेकाट मोडायची. मग, ती त्या मुलीला कमीत कमी दोन-तीन दिवसतरी अन्नपाण्याशिवाय उपाशी ठेवायची. त्यामुळे त्या मुली भीतीने पळून जाण्याचे नावसुद्धा काढीत नसत.

नाच बंद करून त्या मुली एकमेकींची चेष्टामस्करी करीत बाकड्यावर बसल्या. सबीना छोटा आरसा आपल्या डोळ्यांसमोर धरीत लिपस्टिकची लाल रंगाची कांडी ओठावर फिरवू लागली. सायना मोठ्या आरशासमोर उभी राहून स्वत:ची उभार छाती न्याहाळत होती. पुरुषांना भुरळ पाडण्यासाठी स्त्रीला उभार छातीची गरज असते, हे आता तिला ठाऊक झाले होते. दिवसातून कितीतरी वेळा ती त्या मोठ्या आरशासमोर येऊन स्वत:ची छाती निरखीत उभी राहत असे. तिच्या या नादाला कंटाळून एकदा ती जाडी आंटी ओरडून तिला म्हणाली,

"ए सायना, बार-बार छाती काय कू देखती? इथर आके कस्टमर पैला लडकी का मूं देखता हाय। तेरा मुखडा तो सोने का तुकडा हाय।"

आंटीचे बोलणे ऐकून सायना गालात खुदकन् हसली नि तिच्याकडे वळून म्हणाली, "क्या करू आंटी, आदत जो पड गयी।"

तोंडावर भरपूर पावडर लावून लिपस्टिकने ओठ रंगवलेली रंभा उंच टाचेच्या सँडल्स घालून उगाच इकडून तिकडे लचकत-मुरडत मिरवत होती. तिची उंची कमी असल्याने उंच दिसण्यासाठी ती नेहमी उंच टाचेच्या सँडल्स वापरत असे. थोड्या वेळाने अंगात आल्याप्रमाणे रंभा 'मेरा पिया घर आया ओ- रामजी' हे फिल्मी गाणे म्हणत सविताच्या अंगावर जाऊन कोसळली. सविताला तिचा लगेच राग आला. तिच्या नाकाचा शेंडा रागाने लाल झाला होता. ती तिला घाणेरडी शिवी हासडून मोठ्या आवाजात म्हणाली,

"ए रंडी. तेरी XXX में खुजली कर रहा क्या? देखती नही मैं क्या कर रही हूँ?"

"ए छिनाल, क्या रे तू बकबक करती । मुझे खुजली कर रही है? कस्टमर बदनपे पडता है, तब तू उसे ऐसाच बोलती है क्या?"

"ए छोकरी लोग, मूं बंद रखो। बकबक मत करना।" आंटी बसल्या जागेवरून मोठ्याने ओरडली.

आंटी ओरडल्यामुळे त्या दोघींचा आवाज बंद झाला. सविताच्या जवळ एक

निमगोरी चवळीच्या शेंगेगत नाक असलेली मुलगी अंग चोरून बसली होती. तिचे वय अठरा-एकोणीसदरम्यान होते. जंगलात वाट चुकलेल्या एखाद्या भेदरलेल्या कोकरागत ती दिसत होती. रघुनाथची नजर तिच्यावर खिळली होती. ती मुलगी या ठिकाणी नवीन आली आहे, हे त्याच्या चटकन् लक्षात आले. त्याला तिची दयासुद्धा आली. कित्येक मुलींना या ठिकाणी फसवून आणले जाते, हे तो वर्तमानपत्रात वाचत होता. त्याच्या मनात तिचे दु:ख जाणून घेण्याची अनिवार इच्छा निर्माण झाली होती.

रघुनाथ अनिमिष डोळ्यांनी त्या घाबरलेल्या मुलीकडे पाहत होता. तो बराच वेळ बाकड्यावर बसलेला पाहून त्याच्या समोर बसलेल्या त्या जाड्या आंटीला त्याचा राग आला. ती त्याला रागाने काही बोलणार इतक्यात डोक्यावरचे संपूर्ण केस पिकलेला अन् वयाची पन्नाशी उलटून गेलेला माणूस घाईगडबडीत रंगीत पडदा बाजूला करून आत आला. त्याच्या अंगावर कडक इस्त्री केलेले भारी किमतीचे कपडे होते. त्याला डोळ्यांसमोर पाहून रंभा पुन्हा सविताची मस्करी करीत म्हणाली,

"ओ सविता, देख तेरा हिरो आया है। जा बैठ उसके साथ। वो तेरे साथ शादी करनेवाला है।"

"चूप बे रंडी। बुड्ढे के साथ कौन शादी करेगा?"

सविता बसलेल्या जागेवरून पटकन् उठली. ती त्या केस पिकलेल्या माणसाचा हात पकडून त्याला जवळ जवळ ओढतच लाकडी फळ्यांनी बनविलेल्या खोक्यात घेऊन गेली. ती खोक्यात गेल्यावर एक किडकिडीत, एक-दीड वर्षाचा मुलगा रडत त्या ठिकाणी आला. तो छोटा मुलगा सायनाचा होता. तिने त्याला एका खोक्यात खाटेखाली झोपवले होते. त्याला आता भूक लागली होती. तो सायनाला शोधत त्या ठिकाणी आला होता. त्या छोट्या मुलाला पाहून आंटीची तळपायाची आग पार मस्तकाला जाऊन भिडली. ती रागाने सायनाला म्हणाली, "सायना, धंदे का टैम हाय। जा उसकू पिछले खाट के नीचे सुलाके आ।"

"आंटी, उसकू भूक लगी है। मैं उसकू थोडा दूध पिलाके आती हूं।" सायना तिच्या छोट्या मुलाला उचलून घेत म्हणाली.

"अबे ओ बेशरम लडकी। अबी धंदे का टैम है, ऐसा एक बार तुझे मैं बोला ना? थोडी देर तेरा बच्चा भूका रहेगा तो मर तो नहीं जायेगा। खालीपिली रंडी मेरा दिमाग खराब करती हाय।"

"आंटी बच्चा छोटा है।"

"हाँ हाँ मालूम हाय। बाकी किसको बच्चा न्हाय। भगवान ने सिर्फ तुझको बच्चा दिया हाय। जो पैसे अब कमएगी तो बुढापे में तेरे काम आएगे। बुढी हो के

तू रस्ते पे भीक मांगते फिरेगी, तब तेरा बच्चा काम नहीं आयेगा। रंडी को लेके वो मजा करेगा। तू पै पै को तरसेगी। किसी को तेरी दया नहीं आयेगी। रंडी की जिंदगी किचडमें से शुरू होती हाय और किचडमें ही खत्म होती हाय। मैं झूठ नहीं बोलती।''

आंटीच्या तोंडाचा पट्टा सुरू झाल्यावर सायना मनात थोडी निराश झाली. तिची छाती दुधाने गच्च भरली होती. तिच्या अंगावरचे पोलके दुधाने भिजून तिच्या अंगाला चिकटले होते. भुकेल्या मुलाच्या तोंडाकडे पाहून तिचे काळीज तीळतीळ तुटत होते. पाण्यातून काढलेल्या मासोळीगत ती आतल्या आत तिच्या मुलासाठी तळमळत होती. सायना तिच्या मुलाला घेऊन खोक्याकडे निघून गेली.

आंटी बाकड्यावर बसलेल्या रघुनाथकडे रागाने पाहत मोठ्या आवाजात म्हणाली,

''ए हिरो, कायकू खालीपिली बैठा हाय रे। लडकी पसंत कर और उसकू लेकर अंदर जा। नहीं तो भाग इधरसे। स्साला भडवा, फुकटमें लडकी लोग की मूं देखते बैठा हाय।''

आंटीने डरकाळी फोडल्यावर रघुनाथची चलबिचल झाली. ती आता या ठिकाणी आपल्याला जास्त वेळ थांबू देणार नाही, हे त्याने लगेच ओळखले. त्याची गचांडी धरून तिने त्याला बाहेर काढले असते. तशी ती वस्ताद बाई होती. नि:श्वास सोडून तो बसलेल्या ठिकाणावरून झटकन् उठून उभा राहिला. रंभा त्याच्या जवळ आली नि त्याला त्या घाबरलेल्या मुलीकडे बोट दाखवत म्हणाली, ''ए, तू इसकू लेके अंदर जा। ये लडकी नयी नयी आयी है। अच्छी बैठेगी। भाग जल्दी। नहीं तो आंटी तेरेकू बाहर निकालेगी।''

ओंजळीत तोंड लपवून ती मुलगी बाकड्यावर बसली होती. ती प्रचंड घाबरली होती. तिला संधी मिळाली असती, तर ती एका क्षणात तेथून पळूनसुद्धा गेली असती. सोनेरी पिंजऱ्यात बंदिस्त झाल्याप्रमाणे तिची गत झाली होती. माणसात बसलेली असूनसुद्धा तिला एकाकी वाटत होते. हिंस्र, जंगली प्राण्यांच्या कोंडाळ्यात सापडल्याप्रमाणे तिला वाटत होते. ती भांबावलेली पाहून रघुनाथला तिची दया आली होती.

आंटी घाबरलेल्या मुलीजवळ येऊन तिला मोठ्या आवाजात म्हणाली,

''ए रंडी, अब जा इसकू लेके अंदर। कस्टमर के साथ नाटक नहीं मांगता। नहीं तो तेरे XXX में हरी मिर्ची डालके तेरेकू नंगा करके बहुत मारुंगी। तेरे लिये मैंने पच्चीस हजार उडाया है। अभी तक एक पैसा वसूल नहीं हुआ। भाई लोग आके पैसे के लिए मेरा दिमाग खाएंगे। खोली का भाडा और पुलीस स्टेशन का हप्ता तेरा बाप

देगा क्या?''

आंटीला घाबरूनच ती मुलगी बसल्या जागेवरून झटकन् उठून उभी राहिली.
सविता, रंभा, सायना, मुनमुन, यास्मीन, चंदा, सैना या सर्व मुली तिच्या भोवती
लगेच गोळा झाल्या. त्या सर्व मुली तिला धीर देऊ लागल्या. त्या सर्व मुली जेव्हा
नवीनच या नरकात आल्या होत्या, तेव्हा त्यांची अवस्था तिच्यापेक्षा वेगळी नव्हती.
हळूहळू त्या सर्व मुली आता सावरल्या होत्या. आपल्या आयुष्यात कधीतरी पहाट
होईल नि आपण या घाणेरड्या धंद्यातून कायमचे मुक्त होऊ, ही आशा त्यांनी सोडून
दिली होती. म्हातारपणी हे शरीर अनेक रोगांना बळी पडून कुत्र्या-मांजराप्रमाणे
आपल्याला मरण येईल याचीसुद्धा त्यांना आता भीती वाटेनाशी झाली होती. या
नरकात खितपत पडून त्या सर्व मुली जिवंतपणीच असह्य मरणयातना सहन करीत
होत्या.

रघुनाथ जेव्हा त्या भेदरलेल्या मुलीला सोबत घेऊन लाकडी फळ्यांच्या
खोक्यात गेला, तेव्हा सर्व मुली त्या दोघांकडे कौतुकमिश्रित डोळ्यांनी पाहत उभ्या
होत्या. त्यांच्या पाठोपाठच आंटी आली नि दाराजवळ उभी राहिली. रघुनाथच्या समोर
हात पसरून ती त्याला आवाज मोठा करून म्हणाली,

''चल पैसा निकाल।''

''कितना?''

''गांडू हमेशा आता है, और कितना करके पूछता है।''

''मुझे मालूम नहीं,'' रघुनाथ.

''ए नाटक मत कर हं।''

''मै नाटक नहीं करता।''

''सच्ची?''

''हा सच्ची।''

''लडकी नयी है। एक घंटा आरामसे बैठ।''

''हां बैठूंगा।''

''तो फिर चार सो रुपाया निकाल।''

''आंटी थोडा कम करो ना. चार सो रुपाया जादा है।''

''ए गांडू, तू लडकी के साथ सोने आया है या खाली पिक्चर देखने आया
है रे? भोनी का टैम है, तू मेरे साथ नाटक मत कर।''

''आंटी मेरे कू गाली मत दे। मैं बहुत इज्जतदार आदमी हूँ।''

''ए लडके, इधर लडकी के साथ सोने आता है, और तू खुद को इज्जतदार

समझता है। कैसी इज्जत है रे तेरी? चल अभी पैसा निकाल। नहीं तो एक झापड मारुंगी और जेबमें से सब पैसा निकाल लूंगी समझा क्या? आंटी के साथ कभी पंगा नहीं लेना।''

रघुनाथने निमूटपणे शंभराच्या चार कोऱ्या करकरीत नोटा पँटीच्या खिशातून काढून आंटीच्या हातावर ठेवल्या. आंटीने त्या नोटा लगेच डोळ्यांना लावून तिच्या पोलक्यात ठेवल्या नि दार लावून घेत ती तिच्या जागेवर जाऊन बसली.

आंटी निघून गेल्यावर रघुनाथने मनातल्या मनात तिला लाखोली वाहिली. ''स्साली ही आंटी बाहेर मला भेटली असती, तर हिला चांगली ठोकून सरळ केली असती. स्सालीच्या जिभेला हाड नाही. तोंडाला येईल ते बोलते,'' रघुनाथ तणतणत गादीवर बसला. त्या खोलीत कुबट वास येत होता. लाकडी फळीवर साडी, परकर, पोलके, ब्रेसियर आणि अंतर्वस्त्रे टाकलेली होती. ऑइलपेंटने रंगविलेल्या भिंतीवर स्त्रियांची उत्तान रंगीत चित्रे लावलेली होती. एका ठिकाणी इंग्रजीमध्ये 'सबिना, आय लव्ह यू', असे मोठ्या अक्षरांत लिहून ठेवले होते. खाटेखाली एक छोटी प्लॅस्टिकची बादली होती. त्या बादलीत कागदाचे कपटे, सिगारेटची थोटके आणि वापरलेले निरोध टाकले होते. गादीवर पसरलेले फुलाफुलांचे कापड अस्वच्छ नि मेणचटलेले होते. उशांमधील कापसाचा टणक गोळा झाला होता. ती कळाहीन खोली पाहून तो मनातून खट्टू झाला.

त्या खोलीत त्याच्यासोबत आलेली ती मुलगी खूप घाबरली होती. ती त्याच्यापासून थोडी लांबच बसली होती. हा जीवघेणा प्रसंग तिच्या आयुष्याची माती करणार होता. वेश्येचा शिक्का तिच्या माथी बसणार होता. या प्रसंगाला कसे तोंड द्यावे, याची ती मनात तयारी करीत होती. भीतीने थरथरणाऱ्या त्या मुलीकडे पाहून रघुनाथला थोडे आश्चर्य वाटले. हा अनुभव त्याच्यासाठी नवा होता. या ठिकाणी एवढी घाबरलेली मुलगी तो पहिल्यांदाच पाहत होता. या कामात धीट मुलींचा अनुभवसुद्धा त्याने घेतला होता. सौदा पटल्यावर धीट मुली लगेच त्याच्या गळ्यात पडून त्याच्याशी गोड बोलायच्या. तिच्या मनाची तयारी नसल्याने रघुनाथने आपल्या अंगातील कपडे लगेच काढायला सुरुवात केली नाही. उघड्या डोळ्यांनी तो तिच्याकडे पाहू लागला. बैलाच्या अंगावर थाप मारल्यावर जशी त्या बैलाची कातडी थरथरते, तशी ती मुलगी भीतीने थरथर कापत होती.

ती मुलगी खूप घाबरली होती. या प्रणयक्रीडेत रत होण्यासाठी तिच्या मनाची बिलकूल तयारी नाही, हे एव्हाना रघुनाथच्या ध्यानात आले होते. तो थोडा वेळ उघड्या डोळ्यांनी तिच्या शरीराच्या हालचाली निरखत बसला. त्याला तसे बसलेले

पाहून त्या घाबरलेल्या मुलीला थोडे आश्चर्य वाटले. ती त्याच्याकडे अगतिक, असहायपणे पाहू लागली. तिच्या काळ्याभोर, पाणीदार डोळ्यांत दु:ख, भीती आणि काळजी यांचे संमिश्र भाव उमटले होते. तिच्या डोळ्यांतील अश्रू तिच्या गालांवरून ओघळत होते. तिच्या डोळ्यांतील अश्रू नि भीतीने काळवंडलेला चेहरा पाहून त्याला तिची दया आली. तिच्या मनातील दु:ख जाणून घेण्याची त्याला अनिवार इच्छा झाली होती.

रघुनाथ पुन्हा तिच्याकडे स्नेहार्द्र नजरेने पाहू लागला. त्याच्या नजरेची भाषा जणू तिला कळत असावी. गालांवर ओघळलेले अश्रू तळहाताने हलकेच पुसून तीसुद्धा त्याच्याकडे केविलवाण्या नजरेने पाहू लागली. डोळ्याला डोळा भिडला होता. जणू ती मुलगी डोळ्याने रघुनाथला सांगत होती, की 'मी एका संकटात सापडले आहे. मला तू मदत कर, मी तुझे उपकार या जन्मी तरी विसरू शकणार नाही.'

पलीकडच्या खोलीत सविता त्या बुड्ढ्याला घेऊन बसली होती. ती त्या बुड्ढ्यावर खोट्या प्रेमाची पखरण करीत होती. त्यामुळे तो बुड्ढा फार चेकाळून गेला होता. त्याने तिच्या गालाचे दीर्घ चुंबन घेतल्यावर सविताने त्याला लाडेलाडे विचारले,

"ए बुड्ढे, मुझसे शादी करेगा क्या?"

"हाँ।" बुड्ढा.

"ए लवडे, झूठ मत बोल। सविताकू बेवकूफ बनाता है क्या?" ती त्याला हसत हसत म्हणाली.

"नहीं।"

"खा मेरी कसम।"

"हां खाई।"

"तेरी बीवी का फिर तू क्या करेगा रे?"

"मै उसें छोड दूंगा।"

"खा मेरी कसम।" सविता

"हां खाई।"

"बुड्ढे, तेरे बच्चे कितने हैं?"

"दो।"

"तू काम क्या करता है?"

"मैं लीडर हूँ।"

"पैसा कितना मिलता है?"

"कभी मिलता है, तो कभी नहीं मिलता. आजकल इमानदार लोग किधर मिलता है?"

"पैसा मिला तो इधर आके रंडी के उपर उडाता है ना?"

"तू बराबर बोली।"

"तेरे बच्चे बडे होंगे।"

"हाँ।"

"तेरे बच्चों की शादी हुई?"

"नहीं रे।"

"कब करेगा?"

"जल्दी करूंगा।"

"मुझे बुलायेगा तेरे बच्चों की शादी में?"

"हां बुलाऊंगा तुझे।"

"फिर झूठ बोला बुड्ढे। रंडी को शादी में कोई बुलाता नहीं। तू सविताकू पागल समझता है क्या?"

"नहीं।"

"ए बुड्ढे, तू अपना काम कर। टैम लगा तो आंटी चिल्लायेगी। आंटी बहुत डेंजर है। तुझे वो चप्पलसे मार के भगायेगी। तू शराब पी के आया है?"

"नहीं।"

"तू फिर दवा खाके आया है?"

"नही।"

"तो तेरेकू टैम काय कू लगता है? जल्दी पानी गिरा।"

सविता पुन्हा त्या बुड्ढ्याबरोबर प्रणयक्रीडा करण्यात दंग झाली. त्यामुळे पलीकडच्या खोलीत थोडा वेळ पुन्हा शांतता पसरली. ती शांतता जास्त वेळ टिकू शकली नाही. बुड्ढ्याने तिची खोडी काढल्याने सविताने त्याला अंगावरून दूर ढकलून दिलं. ती त्याची आयमाय काढीत त्याला मोठ्या आवाजात म्हणाली,

"स्साला बुड्ढा, मुझे बेवकूफ समझता है क्या? निरोध काय कू रे निकाला? मैं क्या तेरी बीवी हूँ? बिना निरोध मैं नहीं बैठती। ठहर मैं तुझे छोडनेवाली नहीं। आंटी को बुलाती हूँ।"

अंगावर भरभर कपडे चढवून सविता खोलीतून, "आंटीऽऽ ओ आंटीऽऽ" अशा मोठ्या आवाजात हाका मारू लागली. तिचा रुद्रावतार पाहून बुड्ढ्याची आता

पाचावर धारण बसली होती. तो मनातून खूप घाबरला होता. ती महामाया आंटी आल्यावर आपलं आता काही खरं नाही. आंटी त्या ठिकाणी यायच्या आत त्याने पटकन अंडरपँट अंगावर चढवली नि तो भित्र्या सशासारखा एका कोपऱ्यात तोंडातून ब्र न काढता उभा राहिला. सविताचा आवाज कानांवर पडताच आंटी धावतच तिच्या खोलीत आली नि तिने तिला विचारलं,

"ए सविता, क्या हुआ रे? क्यू चिल्लाई?"

"आंटी, ये बुड्ढा निरोध निकालता है।"

तिचे बोलणे ऐकून आंटी त्या बुड्ढ्याकडे जळजळीत नजरेने पाहू लागली. तिला त्याचा राग आला होता, तरीही त्याला समजावीत म्हणाली,

"ए बुड्ढे, निरोध कायकू रे निकालता है? तुझे मालूम नही आजकल कैसी कैसी बीमारी आती है। लडकी को भी धोका है और तेरेकू भी धोका है। तू - तू फिरसे निरोध निकाला तो सब लडकी आके - चप्पलसे मारकर इधरसे तुझे नंगा भगा देंगे। समझा क्या तू?"

आंटी आली तशी त्याला सज्जड दम भरून पुन्हा तिच्या जागेवर जाऊन बसली. वेळप्रसंगी ती तिची जागा सोडायची, नाहीतर ती दिवस-रात्र एकाच जागेवर कायम पाय फाकवून बसलेली असायची. आंटीला नेहमी वाटायचं, की तिच्या गैरहजेरीत एखादी मुलगी बहादूरची नजर चुकवून पळून जाईल. बहादूर बुद्दू आहे. तो एखादं काम करू लागला, तर आजूबाजूला काय घडतंय, याकडे चुकूनदेखील लक्ष द्यायचा नाही. म्हणून आंटी नेहमी खबरदारी घेत असे. कोठून-कोठून आणलेल्या तरुण मुलींमुळे तिला रोजीरोटी मिळत असे. त्यामुळे आंटी तिचा धंदा गुंड व पोलिसांची मर्जी सांभाळून नेकीने करीत असे.

पलीकडच्या खोलीत सविता पुन्हा एकदा त्या बुड्ढ्याबरोबर प्रणयक्रीडा करण्यात दंग झाली. तिच्या इवल्याशा कुबट खोलीत नि:शब्द, भकास शांतता पसरली होती. तिच्या आणि त्याच्या तोंडातून बाहेर पडलेले उच्छ्वास एकमेकांत बेमालूमपणे मिसळून कुबट, किळसवाण्या हवेत एकरूप होत होते. तंग कपड्यांतील मुली दर्शनी खोलीत शृंगार करीत गिऱ्हाइकांना भुलवीत होत्या. दर्शनी खोलीत एक अनोखा माहोल तयार झाला होता. त्या मुलींनी वाट्याला आलेले नवीन आयुष्य स्वीकारले होते आणि दु:खात मजेत जगण्यासाठी त्या आपापल्या परीने केविलवाणे प्रयत्न करीत होत्या. बाहेरच्या जगाचे दरवाजे त्यांच्यासाठी आता कायमचे बंद झाले होते. रक्ताच्या नात्याचे पाश मोकळे झाले होते. एका टोकदार कड्याजवळ त्यांचे आयुष्य येऊन थांबले होते.

रघुनाथने घसा खाकरून मोकळा श्वास घेतला. त्याने त्याच्या अंगावरचे कपडे अजून काढले नव्हते. त्या दुःखी मुलीबरोबर प्रणयक्रीडा करण्याची त्याच्या मनाची अजून तयारी झाली नव्हती. तिचे दुःख जाणून घेण्यासाठी त्याने हळू आवाजात आधी तिला तिचे नाव विचारले,

"ए लडकी, तेरा नाम क्या है?"

"प्रतिभा!" त्याच्याशी बोलण्यासाठी तिने पहिल्यांदाच तोंड उघडले.

"गांव?"

"देऊळगाव, नगर जिल्हा, महाराष्ट्र," तिने त्याला माहिती पुरविली.

"अरेच्चा! म्हणजे तुला मराठी नक्की येत असणार की!"

"मला मराठी येतं."

त्याने तिचे नाव-गाव विचारल्यामुळे दोघांची गाडी थोडी रुळावर आली होती. विचारलेल्या प्रश्नांना प्रतिभा पटकन् उत्तर देते, हे बोलताना रघुनाथच्या लक्षात आले होते. तो आणखी थोडा सावरून बसला नि आवंढा गिळून त्याने तिला पुन्हा विचारले, "बाहेर बसलेल्या मुलींना मराठी येत नाही?"

"नाही. या ठिकाणी मी एकटीच मराठी बोलणारी आहे. बाकीच्या मुलींना मराठी भाषा कळत नाही. आलेल्या गिऱ्हाइकांशी बोलून-बोलून त्या हिंदी भाषा बोलायला शिकल्यात."

"कुठून-कुठून त्या मुली इथं आल्यात?"

"त्या मुली फार लांबून-लांबून आल्यात. आंध्र प्रदेश, मणिपूर, आसाम, कर्नाटक, तमिळनाडू, मेघालय इथून त्या मुलींना फसवून आणलंय." तिचा धीर थोडा चेपला होता.

या ठिकाणी मराठी कुणाला कळत नसल्यामुळे तिच्या मनातील दुःख कुणाला सांगता येत नव्हते. रघुनाथबरोबर संभाषण करायला ती आपणहून तयार झाली होती. मराठीत बोलायला मिळतेय, म्हणून तिला थोडे बरे वाटत होते. तिचा कोमेजलेला चेहरा पाहून रघुनाथला तिच्याविषयी सहानुभूती वाटत होती. तिला त्या जागी कुणीतरी फसवून आणले असावे, याबद्दल आता त्याची पूर्ण खात्री झाली होती. त्याशिवाय ती मघापासून अशी खिन्न होऊन बसली नसती. तिच्या कोमल चेहऱ्यावर उमटलेल्या नैराश्याच्या छटा त्याला डोळ्यांनी स्पष्टपणे दिसत होत्या. तिच्यासोबत एक तास घालविण्यासाठी रघुनाथने त्या भांडकुदळ आंटीला चारशे रुपये दिले होते. त्याला तिच्या अंतर्मनातील दुःख जाणून घेण्याची अनिवार इच्छा झाली होती. तिला त्याबद्दल कसे बोलते करावे, असा त्याला प्रश्न पडला होता.

मनात थोडा वेळ विचार करून त्याने तिला विचारले,

"प्रतिभा, मी तुला एक प्रश्न विचारू का?"

"विचारा ना."

"मला तू त्याचं खरं उत्तर देशील?"

"होय!"

"तू या ठिकाणी तुझ्या मर्जीनं आली आहेस की कुणी तुला बळजबरी करून आणलंय? तू मघापासून गप्प गप्प आहेस, म्हणून मी तुला विचारलं. माझ्यावर तुझा विश्वास असेल, तर मला सांग. माझ्यावर तुझा विश्वास नसेल, तर मला काहीही सांगू नकोस. ती तुझी मर्जी. मी त्याबद्दल तुला मुळीच दोष देणार नाही."

आई-वडिलांचं घर सोडून प्रतिभाला आज चौदा-पंधरा दिवस झाले होते. या पंधरा दिवसांत इतक्या कोवळ्या वयात तिने काय-काय भोगले होते. कोवळ्या वयात तिला या जगाचा भयंकर वाईट अनुभव आला होता. क्षणाक्षणाला ती खचत असल्यामुळे आता तिला तिच्या जिवाचाच भरवसा उरला नव्हता. तिच्या डोळ्यांसमोर तिला तिचे मरण दिसत असताना का कुणास ठाऊक, तिला तिच्या मनात वाटत होते, की 'मला या नरकातून मुक्त करण्यासाठी तो दयावान ईश्वर नक्की कुणाला ना कुणाला तरी या ठिकाणी पाठवेल.' तिला त्याची आशा वाटत होती. त्या आशेच्या जिवावर ती आता एक-एक क्षण जगत होती.

ढगाला गार वारा झोंबल्यावर जशा त्यातून पावसाच्या सरी पडायला सुरुवात होते, तशी ती रडवेल्या चेहऱ्याने त्याला म्हणाली,

"मला या ठिकाणी फसवून आणलंय. आता मी मोठ्या संकटात सापडले आहे. मी तुमच्या पाया पडते. तुम्ही मला थोडी मदत करा."

"म्हणजे, तू या ठिकाणी तुझ्या मर्जीने आली नाहीस?"

"नाही."

"मग, तू या ठिकाणी कशी आलीस ते आधी तू मला सांग. मी तुला नक्की मदत करीन."

त्याला सगळे काही सांगून टाकायचे, असे तिने मनात ठरवून टाकले. त्याच्यापासून काहीही लपवून ठेवायचे नाही, तो आपल्याला नक्की मदत करील, अशी आशा तिला वाटत होती. मनात पक्का निश्चय झाल्यावर तिने दु:खाचा नि:श्वास सोडून त्याला आपली कर्मकहाणी सांगायला सुरुवात केली-

"मी सीनिअर कॉलेजमध्ये पहिल्या वर्गात शिकत असताना एका मुलाची नि माझी ओळख झाली. तोसुद्धा माझ्याबरोबर कला शाखेत पहिल्या वर्गात शिकत होता.

शिकण्यात त्याला मुळीच रस नव्हता. तो सारख्या कॉलेजला दांड्या मारायचा. माझी ओळख झाल्यावर तो नियमितपणे कॉलेजला येऊ लागला. त्याचं नाव वसंत आहे. ओळखीचं रूपांतर प्रेमात कधी झालं, हे माझं मला कळलंदेखील नाही. तो मला चिठ्ठ्या लिहून पाठवू लागला. त्याच्या तीन-चार चिठ्ठ्या मिळाल्यावर मीसुद्धा त्याला चोरून चिठ्ठ्या लिहू लागले. जादा तासाच्या नावाखाली त्याच्यासोबत कुठे कुठे फिरू लागले. माझ्या मैत्रिणींना त्याचा सुगावा लागायला वेळ लागला नाही. त्या मला वसंताच्या नावाने चिडवू लागल्या. तेव्हा मी त्यांना उगाच खोटंनाटं रागवत असे; परंतु आतून मला खूप बरं वाटायचं. त्यामुळे मी फार सुखावत असे. त्याच्या नि माझ्या प्रेमाला बहर आला, तेव्हा ती गोष्ट माझ्या घरी कळली. आई-बाबा माझ्यावर खूप रागावले. नंतर त्यांनी मला खूप समजावण्याचा प्रयत्न केला; परंतु वसंतच्या प्रेमाची नशा माझ्या रंध्रारंध्रांत भिनल्यामुळे मी त्यांना मुळीच बधले नाही. वसंत माझ्या जगण्याचा श्वास होता. तो मला एकदा डोळे गाळीत म्हणालादेखील, 'प्रतिभा, तू माझ्याशी लग्न केलं नाहीस, तर मी गळ्याला फास लावून जीव देईन!' ही वेळ मी त्याच्यावर कधीच येऊ देणार नव्हते. त्याच्याबरोबर लग्न करायला माझ्या घरातून विरोध होता. त्याची जात हलकी होती. तो तेली या जातीचा होता नि मी मराठा जातीची होते. माझ्या लग्नाच्या आड त्याची जात येत होती.''

प्रतिभाच्या घशाला कोरड पडली होती. तिच्यासमोर एका फळीवर पाण्याची बाटली होती. तिने ती हातात घेतली नि बूच काढून सरळ तोंडालाच लावली. ती पाणी पीत असताना तिच्या घशातून पाणी पोटात जाताना विचित्र आवाज निघत होता. पोटभर पाणी पिऊन तिने ती बाटली बूच लावून पुन्हा जागेवर ठेवली. पोटात पाणी गेल्यामुळे तिला बरे वाटू लागले.

''मी वसंतच्या प्रेमात पागल झाले होते. जळी-स्थळी-काष्ठी मला तोच दिसत होता. दिवस-रात्र मी त्याचाच विचार करीत राहायचे. मला त्याच्याशिवाय काही सुचत नव्हतं. मला त्यानं वेड लावलं होतं. त्याच्या जिवाचं काही बरंवाईट होण्यापेक्षा मी त्याच्यासोबत पळून जायला तयार झाले. मी माझ्या मनात ठरवूनच टाकलं होतं, की काहीही झालं तरी वसंतचा हात सोडायचा नाही! त्याच्याबरोबर जगायचं किंवा त्याच्याबरोबर मरायचं. माझ्या कॉलेज अभ्यासाचा एकदाचा बोजवारा उडाला. माझं मन अभ्यासातून पार उडून गेलं होतं. मनात म्हणत होते, की मला आता कुणी वसंतपासून अलग करू शकणार नाही. दोघं पळून जाण्याच्या आदल्या दिवशी वसंत मला म्हणाला, 'प्रतिभा, मला नोकरी लागेपर्यंत आपल्याला पैशांची फार गरज लागणार आहे. आपण लगेच रजिस्टर लग्न करू नि शहरात भाड्याची खोली घेऊन

आनंदात राहू. पुन्हा कधीही या गावी तोंड दाखवायलासुद्धा यायचं नाही. तुझ्या घरी जेवढा पैसा, दागिने असतील ते सर्व तू सोबत घे. आपल्याला आता त्याची फार आवश्यकता आहे. मी तुला कधीही दु:ख देणार नाही. तुला मी फार मजेत ठेवीन. त्याची तू काळजी करू नकोस. तू माझ्या काळजाचा तुकडा आहेस.' त्याच्या या बोलण्याला मी फशी पडले. घरात कुणी नसताना, कपाटातील दागिने आणि पैसे घेऊन मी या शहरात पळून आले.''

सविताच्या खोलीतून कसलातरी आवाज ऐकू आला म्हणून प्रतिभा बोलायची थांबली. त्या बुड्ढ्याची वेळ आता संपली होती. तो अंगावर भरभर कपडे चढवू लागला. शर्टाची बटणे लावून झाल्यावर त्याने सविताच्या गोऱ्या, भव्य कपाळावर त्याचे ओलसर ओठ टेकवून तिचे दीर्घ चुंबन घेतले. सविताने त्याचा हात हातात घेऊन प्रेमाने दाबला आणि ती त्याला हळू आवाजात म्हणाली, ''जा बुड्ढे, फिर आना। सविता नाम बोलना।''

तो घाईघाईने तेथून निघून गेल्यावर सविता स्वच्छ होण्यासाठी मोरीच्या दिशेने निघून गेली. आता पलीकडची खोली चेतनाहीन, मुकी आणि बहिरी झाली होती. रघुनाथच्या डोळ्यांत पाहत प्रतिभा त्याला तिची कर्मकहाणी पुढे सांगू लागली.

''आम्ही दोघं या शहरात पळून आलो होतो. राहायचं कुठं, हा आम्हाला आधी प्रश्न पडला होता. जवळ कपड्यांच्या बॅगांशिवाय काहीही सामान नव्हतं. जवळच पैसा आणि दागिने चोरीला जाण्याची भीती होती. गुंड आणि मवाली यांचं भय वाटत होतं. मग, आम्ही एका सामान्य दिसणाऱ्या लॉजवर मुक्काम केला. आम्ही फक्त त्या लॉजमधून जेवण करण्याकरिताच बाहेर पडायचो. त्या लॉजमध्ये वसंतच्या सहवासात मी माझ्या आई-वडिलांनादेखील विसरून गेले होते. इतकं वसंत माझ्यावर त्या लॉजमध्ये भरभरून प्रेम करीत होता. तो माझ्या नजरेआड एक क्षणभरसुद्धा होऊ नये, असं मला मनोमन वाटत होतं. त्याच्या सहवासात मी माझ्या भविष्याची गोड स्वप्नं पाहत होते; परंतु तो माझा भ्रम होता. मी माझ्या जोडीदाराला ओळखण्यात फार मोठी चूक केली होती. मी पाहिलेली स्वप्नं टिकली नाहीत. पत्त्यांच्या बंगल्याप्रमाणे माझ्या स्वप्नांची इमारत धाडकन् कोसळून जमीनदोस्त झाली नि मी भानावर आले.''

प्रतिभाचे डोळे दु:खाने भरून आले होते. तिच्या घशात दु:खाचा हुंदका दाटून आल्यामुळे तिच्या तोंडातून शब्द बाहेर पडत नव्हते. ती थोडा वेळ दु:खाचा कढ कमी होण्यासाठी मुसमुसत शांत बसून राहिली. रघुनाथमध्ये असलेली माणुसकी आता जागी झाली होती. तिच्या पाठीवरून प्रेमाने हात फिरवत तिला तो धीर देत

म्हणाला,

"प्रतिभा, तू रडू नकोस. यातून तू नक्की बाहेर पडणार आहेस. मी तुला मदत करीन. पुढे काय घडलं ते तू मला सांग बघू.''

आता या क्षणी तिला कुणाचातरी आधार हवा होता. म्हणून तिने रघुनाथचा हात तिच्या हातात घट्ट पकडून ठेवला नि पुढे बोलू लागली,

"वसंत मला म्हणाला, 'प्रतिभा, आपण हे पैसे जवळ ठेवले, तर आपल्याला भलत्या संकटाला तोंड द्यावं लागेल. त्यापेक्षा मी हे पैसे माझ्या नावे बँकेत ठेवतो. जेव्हा आपल्याला पैशांची गरज लागेल, त्या वेळी मी ते बँकेतून काढून आणीन. तुझं मत काय आहे ते तू मला सांग.' मला त्याच्या बोलण्यात काहीएक खोट दिसली नाही. मी त्याला लगेच माझी संमती दिली नि इथंच मी पुरती फसले. बँकेत पैसे आणि दागिने ठेवतो, म्हणून वसंत जो निघून गेला, तो पुन्हा परत आलाच नाही. मी एखाद्या वेडीगत त्याची वाट पाहत लॉजमध्ये बसले होते. बँकेतील काम झाल्यावर आम्ही दोघं लगेच रजिस्टर लग्न करणार होतो. मी माझ्या वयाचा दाखलासुद्धा सोबत आणला होता. मला १८ वर्षे पूर्ण झाल्यामुळे लग्न करण्यासाठी अडचण येणार नव्हती.

"वाट पाहून वसंत आला नाही म्हणून मी मनातून प्रचंड घाबरून गेले होते. ती अख्खी रात्र मी लॉजमध्ये रडून काढली. रात्रभर माझ्या डोळ्याला डोळा लागला नव्हता. त्याचं काहीतरी बरंवाईट झालं असावं, अशी मला आधी शंका आली; परंतु ती अनाठायी होती. त्याचं काहीही झालं नव्हतं. फक्त त्यानं मला गोड बोलून नि प्रेमाचं नाटक करून साफ फसवलं होतं. माझ्या चांगुलपणाचा, माझं सर्वस्व लुटून गैरफायदा घेतला होता. इतकं करून तो थांबला नव्हता. त्यानं मला पैशांसाठी पंधरा हजार रुपयांना विकून टाकलं होतं. दुसऱ्या दिवशी दोन गुंड माझ्या खोलीत आले नि त्यांनी मला ते सर्व सांगितलं.

"त्या गुंडांचं बोलणं ऐकून मला तर घेरीच आली. मी उशीत तोंड लपवून ओक्साबोक्शी रडू लागले. माझ्या आयुष्याचं वसंतानं पार मातेरं केलं होतं. माझ्या इच्छेविरुद्ध त्या गुंडांनी दोन-तीन दिवस माझा त्या लॉजमध्ये उपभोग घेतला. त्यामुळे कुणालाही आपलं तोंड दाखवू नये, असं माझ्या मनात वाटू लागलं. मला संधी मिळाली असती, तर मी त्या लॉजच्या इमारतीवरून उडी घेऊन स्वतःचं जीवन संपवून टाकलं असतं; परंतु दोघे बाहेर पडताना दरवाजाला मोठं कुलूप लावून जात असत. त्यामुळे मला आत्महत्यासुद्धा करता आली नाही. माझं दुर्दैव इथंच संपलं नाही.

"एके दिवशी त्या दोघांनी माझे हात घट्ट बांधले. डोळ्यांवर पट्टी बांधून

त्यांनी मी ओरडू नये म्हणून माझ्या तोंडात कापडाचा बोळा घातला. मला खोलीच्या बाहेर नेऊन त्यांनी एका रिक्षात कोंबलं. माझ्या दोन्ही बाजूंना ते दोघे येऊन बसले. मी पळून जाऊ नये म्हणून त्यांनी मला धरून ठेवलं होतं. ते तोंडानं मला घाणेरड्या शिव्या देत होते. ते गुंड आपसात हिंदी भाषेतूनच बोलत होते. मला किती रकमेला विकावं, याबद्दल ते आपसात चर्चा करीत होते. त्यांच्या तोंडात सारखा 'आंटी' हा शब्द येत होता. तेव्हा मला काहीच कळलं नाही.

"डांबरी सडकेवरून रिक्षा धावत होती नि ते दोघे गुंड खिदळत होते. मला त्यांचा त्या वेळी भयंकर राग आला होता; परंतु मी त्यांना काहीही करू शकत नव्हते. मी असहाय, हतबल होते. मध्यरात्री ती रिक्षा एका इमारतीच्या बाहेर येऊन थांबली. तिथून त्यांनी मला धक्काबुक्की करीत या खोलीत आणलं. आंटीला पंचवीस हजारांना विकून ते दोघे त्याच रिक्षातून निघून गेले."

प्रतिभा एकाएकी बोलायची थांबली नि एखाद्या भ्रमिष्टागत मनात विचार करू लागली. तिला आता सगळे काही स्पष्टपणे आठवू लागले. प्रेमात पडायच्या आधी ती फार सुखी जीवन जगत होती.

जीवश्चकंठश्च मैत्रिणींसोबत ती तासन् तास गप्पा मारीत बसायची. दूरदर्शनवर रोज ती तिच्या आवडीची मालिका पाहायची. सकाळी लवकर उठून दारासमोर छान रांगोळी काढायची. तेव्हा तिची आई तिचे कौतुक करायची. शाळेत एखादा सांस्कृतिक कार्यक्रम असला, की ती हमखास भाग घेत असे. एकदा तिला वक्तृत्वस्पर्धेत अख्ख्या तालुक्यात पहिले बक्षीस मिळाले, तेव्हा शाळेतील देसाईसर तिचे अभिनंदन करीत तिला म्हणाले होते, "प्रतिभा, एके दिवशी तू या शाळेचं नाव नक्की उज्ज्वल करशील. माझी पूर्ण खात्री आहे. तुझ्या अंगी जिद्द नि आत्मविश्वास आहे." तिच्या आईचे नाव यशोदा होते. ती तिला तळहातावरील फोडाप्रमाणे जपायची. तिला संध्याकाळी घरी यायला थोडा जरी उशीर झाला, तरी तिची काळजी करीत बसायची.

प्रतिभाचा वाढदिवस असेल, त्या दिवशी तिचे बाबा रजा टाकून घरी थांबत. तिचा १८ वा वाढदिवस त्यांनी मोठ्या जल्लोषात साजरा केला होता. घरात तिला सगळे 'गुड्डी' म्हणून साद घालीत. तिच्या खऱ्या नावाने तिला क्वचित कुणी साद घाली. गुड्डी सगळ्यांची लाडकी होती; परंतु जेव्हा तिने हलक्या जातीच्या तरुणाबरोबर लग्न करण्याचा निर्णय घेतला, तेव्हा तिचा सगळ्यांना राग आला. ते तिच्यावर नाराज झाले होते. त्यांनी तिला विरोध केला. त्यांच्या हातावर तुरी देऊन प्रतिभा वसंतच्या सोबत निसटली होती. त्याचा आता तिला खूप पश्चात्ताप होत होता. कमानीतून तीर सुटून गेला होता. आता आलेल्या प्रसंगाला तोंड देण्याशिवाय ती

काहीही करू शकत नव्हती.

ज्याने तिला या नरकात आणून सोडले होते, तिला मरणयातना भोगायला भाग पाडलं होते, त्या दगाबाज प्रियकराचा– वसंतचा– तिला खूप राग आला होता. एखादी स्त्री अन्यायाने पेटून उठल्यावर काय करू शकते, हे तिला या वसंताला दाखवायचे होते. तो तिला भेटल्यावर ती त्याला चवताळलेल्या एखाद्या नागिणीगत कडकडून डसणार होती. त्याच्या काळ्यानिळ्या पडलेल्या शरीरावर ती थयाथया नाचणार होती. तिचा विश्वासघात करून, तिला नरकात लोटून वसंत आता तिच्या पैशांवर मजा मारीत होता. आता यापुढे कोणा स्त्रीने असल्या दगाबाज प्रियकरावर कधी आंधळेपणाने प्रेम करूच नये, असे आता तिला वाटत होते. गेलेली वेळ नि झालेली बदनामी कधीही भरून निघणार नाही, हे आता तिला अनुभवाने कळले होते.

मधाच्या पोळ्यावर असंख्य मधमाश्या घोंघाव्यात तसे तिच्या डोक्यात विचारचक्र सुरू होते. विचार करून डोके फुटायची वेळ आली होती; परंतु यातून कसा मार्ग काढावा, हे तिला कळत नव्हते. त्यामुळे ती आणखी अवस्थ झाली होती.

प्रतिभा भूतकाळात हरवली होती. तिला पुन्हा बोलते करण्यासाठी रघुनाथने नि:श्वास सोडून तिला विचारले,

"मग पुढे काय झालं?"

"या ठिकाणी आल्यावर मला जिवंतपणीच मरणाचा अनुभव आला."

दु:खाचा नि:श्वास टाकून प्रतिभा पुढे बोलू लागली, "आणि ही आंटी तीन-चार दिवस माझ्याशी फार प्रेमाने वागत होती. मला ती पुढ्यात घेऊनच जेवायची. ती दिवसरात्र बिअर पीत असायची. मी तिच्या पुढ्यात बसलेली. मला तिच्या तोंडाचा घाणेरडा वास यायचा. मी तिच्यासमोर थोडं अंतर ठेवून जेवायला बसायची. एकदा मी तिला रडत-रडत म्हणाले, 'मला इथं राहायचं नाही. मला जाऊ द्या. मी तुमच्या पाया पडते.' माझं बोलणं कदाचित तिला समजलं असावं. हातातल्या सिगारेटीचा धूर माझ्या तोंडावर सोडत ती मला मोठ्या आवाजात म्हणाली, 'वो दोंनो लडकोंने तुझे मेरे हवाले करके पच्चीस हजार रुपया लिया हाय। मेरा पैसा फुकट का नहीं। तू इधर धंदा कर और मेरा पैसा दे, तबी मैं तुझे यहाँसे जाने दूंगी। तू कलसेही धंदे पे बैठना। तेरी सुरत भी अच्छी हाय। रोने का नाटक मेरे सामने करना न्हाय।'

"तिचं बोलणं ऐकून मी मनात अस्वस्थ झाले नि तिला मी हा घाणेरडा धंदा कधीही करणार नाही, म्हणून निक्षून सांगितलं. माझं बोलणं ऐकून ती जाम भडकली. माझ्या अंगावरचे सगळे कपडे तिने मला मारहाण करून काढायला लावले. मी

नागडी झाल्यावर त्या बहादूरनं रात्रभर माझी इज्जत लुटली. मी रडत होते. त्याच्या पाया पडत होते. तरी त्या निष्ठूर माणसाला माझी बिलकूल दया आली नाही. त्या गिधाडानं रात्रभर मला टोचून टोचून खाल्लं. त्यानंतर मला माझीच शिसारी वाटू लागली. माझ्या गुप्तांगावर, पाठीवर, मानेवर, पायावर त्यानं जळक्या सिगारेटीचे चटके दिले. मी कळवळले तरी त्याला माझी बिलकूल दया आली नाही. तीन-चार दिवस त्यानं माझ्यावर असा अत्याचार केला. मला खायलादेखील त्यांनी दिलं नाही. आज तीन-चार दिवस मी उपाशी आहे. आंटी मला दम देत म्हणाली, 'तू ज्या दिवशी धंदा करायला होकार देशील, त्याच दिवशी तुला जेवायला देईन.' आजच सकाळी मी माझ्या मनावर दगड ठेवून तिला माझा होकार कळवला आहे. आज रात्री पुन्हा ती मला पुढ्यात घेऊन जेवणार आहे. तुम्ही माझं पहिलं गिऱ्हाईक म्हणून आलात.''

तिची शोकांतिका ऐकून रघुनाथ मुळासकट हादरून गेला. एवढ्या कमी वयात या मुलीने एवढे भयानक अत्याचार कसे सहन केले असावेत, असा त्याला प्रश्न पडला. त्याला बेवड्या, शिवराळ आंटीचा आणि मिचमिच्या डोळ्यांच्या बहादूरचा मनस्वी राग आला. तिचे दु:ख ऐकल्यावर त्याला तिची दया आली. तिचा अपराध एवढाच होता, की तिने एका तरुणावर मनापासून प्रेम केले होते. त्याला सर्वस्व बहाल केले होते. त्याचे प्रायश्चित्त ती आता या ठिकाणी भोगत होती.

तिच्या तोंडाकडे पाहत रघुनाथ म्हणाला, ''काय भयंकर माणसं आहेत ही. यांना फासावरच चढवायला पाहिजे.''

''मी जर आंटीला माझा होकार दिला नसता, तर ती माझा गळा दाबून मला मारून टाकणार होती. ती आणखी दोन दिवस माझ्या होकाराची वाट पाहणार होती. बहादूरचं नि तिचं तसं ठरलं होतं. या भागात भोसले नावाचा इन्स्पेक्टर आहे म्हणतात. तो आंटीच्या परिचयाचा आहे. त्याला ती महिन्याला पाच हजार हप्ता देते. त्याला आधी सांगूनच ती माझा काटा काढणार होती. एवीतेवी मी आता बदनाम झालेच आहे. या लोकांनी माझ्यावर अत्याचार करून मला अगतिक केलंच आहे. म्हणून मी माझं काळीज दगडाचं करून आंटीला माझा होकार कळविला.''

''प्रतिभा, तू इथून पळून जाण्याचा प्रयत्न का करत नाहीस?''

''कशी करू? दरवाजात ती आंटी आणि भडवा बहादूर कायम बसलेले असतात. त्यांचा मार खाण्यासाठी आता माझ्या अंगात ताकद नाही. तुमच्याकडे मोबाइल आहे का?''

''हो आहे. का?''

"याच शहरात माझा एक मावसभाऊ राहतो. त्याचा मोबाइल नंबर मला ठाऊक आहे. तो माझ्यासाठी नक्की काहीतरी हालचाल करेल. मला या घाणीत राहायचं नाही. माझा जीव इथं गुदमरतोय. या ठिकाणी राहून मी नक्की वेडी होईन."

त्याने त्याच्या पँटच्या खिशात हात घातला नि त्याचा नोकिया कंपनीचा मोबाइल काढून तिच्या हातावर ठेवला. मोबाइल हातात मिळाल्यावर प्रतिभाने पटकन् निमुळत्या बोटाने १० इंग्रजी आकडे दाबले. तिने कानाला मोबाइल लावल्यावर पलीकडील मोबाइल क्रमांक एंगेज आहे, म्हणून मेसेज आला. ती मनातून थोडी खट्टू झाली. तिच्याकडे वेळ कमी होता. तिने पुन्हा प्रयत्न केला. तिच्या सुदैवाने पलीकडच्या मोबाइलची रिंग वाजू लागली. तिच्या मावसभावाने तो फोन उचलला.

"हॅलो! हॅलो!"

"भाई, मी प्रतिभा बोलतेय."

"कुठं आहेस तू?"

"भाई, मी मोठ्या संकटात सापडले आहे. मला तू इथून वाचव." प्रतिभा डोळ्यांतून टिपे गाळीत म्हणाली.

"त्या लफंग्याबरोबर पळून जाताना शरम कशी तुला वाटली नाही? तुझ्या बाबांनी त्याच्यावर पोलिस स्टेशनमध्ये जाऊन तक्रार दाखल केली आहे. पोलिसांनी त्याच्यावर कलम ३६० आणि ३६६ नुसार गुन्हा दाखल केला आहे. आम्ही किती शोधतोय तुला."

"भाई, मी खरंच चुकले. मला त्या गोष्टीचा आता खूप पश्चात्ताप होतोय. तुम्ही मला या नरकातून बाहेर काढा."

"तुझा आत्ताचा पत्ता सांग." - भाई

"भाई, मला या ठिकाणचा पत्ता ठाऊक नाही. थोड्या वेळानं तुला मी पत्ता देण्याची व्यवस्था करते." प्रतिभाला आता थोडा आधार वाटू लागला होता.

"लवकर पत्ता कळव."

"होय!"

प्रतिभाने रघुनाथचा मोबाइल त्याला परत केला नि ती त्याला विनंती करीत म्हणाली,

"माझं एक छोटं काम कराल का?"

"काय करू ते तू मला सांग."

"सांगत्ये, तुम्ही इथनं बाहेर पडल्यावर आत्ताच्या माझ्या मावसभावाच्या

मोबाइलवर कॉल करून त्याला या ठिकाणचा सविस्तर पत्ता सांगा.''

"ठिकाय. तू त्याची काळजी करू नकोस.''

"तुमचे माझ्यावर फार उपकार होतील.'' ती त्याला रडवेल्या चेहऱ्याने म्हणाली.

"यात उपकार कसले? तुझी इथनं सुटका झाली, तर मलासुद्धा आनंद वाटेल.''

"तुम्ही मला अगदी देवासारखे भेटलात.''

"प्रतिभा, तुझी नि माझी भेट अगदी योगायोगानं झाली आहे. पुन्हा आपली भेट होईल की नाही, हे मला आतातरी सांगता येणार नाही.''

"तुम्ही माझ्यासाठी चारशे रुपये खर्च केलेत. त्याचा तुम्ही उपयोग करून घेतला नाहीत. तुमचं मन फार मोठं आहे.''

"तू माझ्या पैशांची बिलकूल काळजी करू नकोस. मी तुला आणखी थोडे पैसे देऊन ठेवतो. त्याचा तुला उपयोग होईल.''

त्याने त्याच्या पँटच्या खिशात हात घातला. त्याच्या हातात आलेल्या शंभराच्या नोटा त्याने तिच्या मुठीत कोंबल्या. त्याची वेळ आता संपली होती. तिच्या कपाळाचे चुंबन घेऊन तो तिला धीर देत म्हणाला, "तू स्वतःला जप. काळजी करू नकोस. तू नक्की यातून बाहेर पडशील.'' असे म्हणून रघुनाथने तिचा निरोप घेऊन दरवाजाबाहेर पाऊल टाकले. प्रतिभा त्याच्या पाठमोऱ्या आकृतीकडे डोळे विस्फारून पाहत होती. जगात सगळीच माणसे वाईट नसतात, याची तिला पुन्हा एकदा खात्री पटली.

दर्शनी खोलीत रंभा एका गिऱ्हाइकाच्या गळ्यात दोन्ही हात घालून बसली होती. आंटी पनामा सिगारेटचा धूर हवेत सोडीत दरवाजाजवळ बसली होती. तिच्या तोंडातून सिगारेटचा, तंबाखूचा नि दारूचा उग्र वास येत होता. मिचमिच्या डोळ्यांचा बहादूर मळलेल्या पिठाच्या चपात्या लाटत होता. त्याच्यासमोर रॉकेलचा स्टोव्ह पेटलेला होता. टीव्ही मोठ्या आवाजात सुरूच होता. रघुनाथ दर्शनी खोलीत आल्यावर प्रतिभाचे पहिले गिऱ्हाईक म्हणून सगळ्यांच्या नजरा त्याच्यावर खिळल्या होत्या. रंभा बसलेल्या ठिकाणावरून झटकन् उठली. त्याच्यासमोर नाचत ती हिंदी सिनेमातील गाणे म्हणू लागली, 'रूप सुहाना लगता है। चाँद पुराना लगता है, तेरे आगे ओ जानम' रघुनाथ एक क्षणसुद्धा तिच्यासमोर थांबला नाही. फुलाफुलांचा रंगीत पडदा बाजूला करून तो झटकन् त्या खोलीच्या बाहेर पडला.

रघुनाथ पुन्हा त्याच ठेल्याजवळ येऊन उभा राहिला. त्याने त्या इमारतीकडे पाहत छातीत ताजी हवा भरून घेतली. त्या रंग उडालेल्या इमारतीवर मोठ्या

अक्षरात 'खुशबू' असे लिहिले होते. सविस्तर पत्ता घेऊन रघुनाथने प्रतिभाच्या मावसभावाला त्याच्या मोबाइलवरून पुन्हा कॉल केला. पलीकडून लगेच फोन उचलला गेला.

"तुम्हाला प्रतिभाचा पत्ता हवा होता ना?" – रघुनाथ.

"होय."

"घ्या लिहून."

"हं सांगा. लिहून घेतोय."

"स्वातंत्र्यसैनिक दादासाहेब महाडिक रस्ता, अकरावी गल्ली, इमारतीचं नाव खुशबू आहे. तळमजला. साईनाथ देशी बारसमोर."

"थँक्स, आपलं नाव?" – भाई.

".........."

रघुनाथने आपले नाव त्याला मोबाइलवरून सांगितले नाही. आपण त्या भानगडीत पडलो, की समाजात आपली बदनामी होईल, अशी त्याला भीती वाटत होती. आपण इकडे आल्याचे बायकोला कळले, तर ती मुलांना घेऊन तिच्या माहेरी निघून जाईल, असे त्याच्या मनात आल्यावर तो थोडा दचकला. आपण तिच्या मावसभावाला आपल्या मोबाइलवरून कॉल करून आणि प्रतिभाला मोबाइल वापरायला देऊन चूक केली. आता या प्रकरणाच्या चौकशीसाठी पोलिस आपल्याला ताब्यात घेणार. आपल्या मोबाइल क्रमांकावरून पोलिस आपल्यापर्यंत नक्की येतील.

'आता काय करायचं?' म्हणून रघुनाथला मोठा प्रश्न पडला. यातून कसे बाहेर पडावे, याचा तो त्याच्या मनात विचार करू लागला. खोल समुद्रात बुडणाऱ्याला वाचविताना आपण बुडून जातो की काय, अशी त्याला त्याच्या मनात शंका आली. तो मनात खूप अस्वस्थ झाला. समोर चहाचे हॉटेल होते. हॉटेलात जाऊन तो भराभर दोन-तीन ग्लास पाणी प्यायला. गरम चहा प्यायला. चहाचे पैसे देऊन तो पुन्हा बाहेर मोकळ्या हवेत आला. सिगारेटचा धूर हवेत सोडताना त्याला एक छान कल्पना सुचली. त्याच्या गालावर लगेच हसू फुटले. त्याने पँटच्या खिशात ठेवलेला मोबाइल बाहेर काढला. डांबरी रस्त्यावर दोन-तीन वेळा मोबाइल जोरात आपटून त्याने त्याचे तुकडे काळ्यामिट्ट गटारात टाकून दिले. नंतर तो त्याचा मोबाइल हरविल्याची वर्दी देण्यासाठी पोलिस स्टेशनच्या दिशेने झपझप पावले टाकीत चालू लागला.

■

३

पंचनामा

आभाळाला मोठं भोक पडल्याप्रमाणे बदाबदा पाणी गळत होतं. सोसाट्याच्या वाऱ्याला सोबत घेऊन मुसळधार पाऊस धरणीला दात-ओठ चावून अक्षरश: झोडपून काढत होता. धो धो पडणाऱ्या पावसात उंच वाढलेली नारळ-पोफळीची झाडं उन्मळून पडत होती. थयथय करीत आभाळात विजा नाचत होत्या. काळेमिट्ट ढग भेसूर तालात ताशा बडवत होते. त्या कर्णकर्कश आवाजाने कानांचे पडदे फाटत होते. जणू अक्राळविक्राळ कळीकाळ पावसाचं रूप घेऊन धरणीवर कोसळत होता. आता जगबुडी होणार म्हणून जीवजंतू मुठीत जीव घेऊन बसले होते. निसर्गाचा तो भयानक रुद्रावतार पाहून कुणालाच त्यांच्या जिवाचा आता भरवसा उरला नव्हता.

पाऊस थांबण्यासाठी माणसं देवळात प्रार्थना करीत होती. शेतकऱ्यांना शेतीच्या कामालासुद्धा बाहेर पडता येत नव्हतं. पाण्याने शेतं भरून गेल्यामुळे त्यात त्यांना नांगर धरता येत नव्हता. दगडू भुवड पावसाचं रौद्र रूप उघड्या डोळ्यांनी पाहत घरात बसला होता. त्याच्या डोळ्यांत काळजी दिसत होती. क्षणाक्षणाला त्याचा राकट चेहरा पोटातील काळजीने काळवंडून जात होता. पापण्या कमालीच्या ताणल्या जात होत्या. त्याच्या घरापासून हाकेच्या अंतरावर नदीच्या वाटेवर त्याचा गुरांचा वाडा (गोठा) होता. त्या गोठ्यात त्याचे नांगरणीचे दोन बैल दावणीला बांधलेले होते. त्याच्या वडिलांनी बांधलेला तो गोठा जुना झाला होता. वाशांना वाळवी लागली होती.

मापाच्या भिंती खचल्या होत्या. धो धो पडणाऱ्या पावसात तो गोठा कधी कोसळेल, याचा मुळीच नेम नव्हता. दगडूला त्याच्या नांगरणीच्या दोन बैलांची काळजी वाटत होती. पावसाने थोडी उघडीप दिल्यावर तो त्याच्या गुरांच्या गोठ्याकडे चक्कर टाकून येणार होता. तो पाऊस थांबण्याचीच वाट पाहत होता.

चरे पडलेल्या ओठात दगडू तीस छाप जळकी विडी धरून घराच्या पडवीत मातीच्या भिंतीला टेकून बसला होता. जळणाऱ्या तंबाखूच्या उग्र वासाने नि धुराने आख्खी पडवी भरून गेली होती. दगडूला तंबाखू खाण्याची सवय असल्याने त्याचे तोंडातील दात पिवळे पडलेले होते. दातांच्या फटीत तंबाखूचे बारीक कण अडकलेले होते. त्याचा एक दात पुढे आला होता. त्या पिवळ्या पडलेल्या दाताच्या फटीत अडकलेले तंबाखूचे कण डोळ्यांनी स्पष्ट दिसत होते. त्याच्या दाढीचे खुंट वाढले होते. डोळ्यांत मुक्या प्राण्यांची काळजी असल्याने त्याच्या राकट चेहऱ्यावरील भाव सरड्याने रंग बदलावा तसे बदलत होते. त्याच्या अंगावर फक्त सफेद चुरगाळलेलं बनियन आणि चट्टेरी पट्टेरी अर्धी चड्डी होती.

जवळच्या विडीचे थोटूक अंगणात पावसाच्या पाण्यात फेकून देऊन दगडूने दोन्ही पाय पोटाजवळ ओढून घेतले. घसा खाकरून तो भाकऱ्या भाजणाऱ्या त्याच्या बायकोला मोठ्या आवाजात म्हणाला,

"ए सुगंधा, अभाळात इजा चमकतात तवा अंगणात येकुदा लोखंडाचा तुकडा आणून टाक. मंग कसली भीती न्हाय. लोखंडाचा तुकडा बगून इज त्याच्या जवळ येत न्हाय."

"व्हय, टाकत्ये." तोंडावरील घाम अंगावरील लुगड्याच्या पदराने पुसत सुगंधा म्हणाली.

थोड्या वेळाने सुगंधा मंद पावलं टाकत दरवाजाजवळ आली. तिच्या उजव्या हातात लोखंडाचा कोयता होता. हातातील कोयता अंगणात टाकून ती स्वतःशीच बोलल्याप्रमाणे किनऱ्या आवाजात म्हणाली,

"जळ्ळला या पावसाचा मुस्का त्यो. नुस्ता बदाबदा कोसळाय लागलाय. असा काय ह्यो पाऊस याड लागल्यागत कराया लागलाय. जा म्हनावं बाबा आता. लई झालं. मान्साला तांब्या घेऊन बाहीर बी पडता येत न्हाय."

"सुगंधा, अगं येडे, आता जगबुडी व्हणार हाय. माणूस मान्साला वळखना झालाय. दुनियामंधी लई पापं वाढलीत. तवा ह्यो पाऊस असा कोसळत्योय बग."

"धनी, पाऊस आन् आग यांच्या म्होरं कुनाला जाता येत न्हाय. वस्साड पडली त्याच्यावं येकदाची. लईच मेला ह्या पाऊस पिसाटल्यागत कराया लागलाय."

"वाड्यात माजे दोन नांगरीचे बैल हाईत. तू मला च्याचा घोट करून दे. मी वाड्याकं जाऊन बैलांना बगून येतू."

"व्हय. करत्ये च्या."

"माझ्या प्वॉटात लई गारठा पडलाय" – दगडू.

पेटलेल्या चुलीवर नवऱ्याला गरम चहा करून देण्यासाठी सुगंधा पुन्हा चुलीजवळ जाऊन बसली. कोसळणाऱ्या पावसाकडे अनिमिष डोळ्यांनी पाहत दगडू पडवीत बसला होता. मघापेक्षा आता पावसाचा जोर कमी झाल्यामुळे दगडूच्या राकट चेहऱ्यावर सूक्ष्म आनंदाची रेघ उमटून क्षणात नाहीशीसुद्धा झाली. थोड्या वेळाने पावसाचा जोर आणखी कमी होईल. त्याने त्याच्या मनात तर्क केला. त्याच्या कानांवर मंद पावलांचा आवाज पडला, तसं त्याने चमकून त्या आवाजाच्या दिशेनं पाहिलं. सुगंधा हातात गरम चहाची कपबशी घेऊन त्याच्या दिशेने सावकाश पावलं टाकत येत होती. तिच्या हातातील काचेच्या रंगीबिरंगी बांगड्यांचा लयबद्ध आवाज कानांवर पडत होता. दगडूच्या हातात बिनदुधाच्या चहाची कपबशी देत ती त्याला म्हणाली,

"आयकलंव काय?"

"काय त्ये सांग."

"आपल्याला येकुदी गाय ईकत घ्या. आपल्या पोरास्नी प्यायला दूध बी घावलं नि च्याला दिकून दूध व्हईल बगा."

दगडूच्या नजरेसमोर त्याचा जुना गोठा दिसत होता. त्याचे नांगराचे दोन बैल दिसत होते. गोठा जुना असल्याने तो कधी कोसळेल याचा नेम नव्हता. म्हणून तो मनामध्ये गेले काही दिवस नवीन गोठा बांधण्याचा विचार करीत होता. चहाचा गरम घोट घशाखाली उतरवून तो त्याच्या बायकोला समजावून सांगत म्हणाला,

"सुगंधा, मला तुझं म्हणणं पटतंय. पण औंदा मला बैलांना नवीन वाडा बांधायचंय. दिवाळी झाली की, मी वाड्याच्या कामाला सुरुवात करनार हाय. वाडा बांधून झाल्यावर मंग दूधासाठनं गाय बघतो."

दगडूने केलेला विचार चुकीचा मुळीच नव्हता. त्याच्या बायकोलासुद्धा त्याचं म्हणणं पटलं. तिने त्याला आढेवेढे घेतले नाहीत. दोघांत कधी सहसा वाद होत नसे. सुगंधा नवऱ्याचं बोलणं ऐकून कधीही टोकाची भूमिका घेत नसे. कधी-कधी तिला तिच्या नवऱ्याचं बोलणं पटायचं नाही. मग ती त्याला बाप म्हणून सोडायची नाही. बायकोचा राग दगडूला ठाऊक असल्याने तो त्यावेळी तोंडातून 'ब्र'सुद्धा काढायची हिंमत करीत नसे. तंगडीत शेपूट घालून गप्प बसायचा.

"ब्बेस." सुगंधा चहाची रिकामी कपबशी घेऊन पुन्हा चुलीकडे निघून गेली.

गरम-गरम चहा पोटात गेल्यामुळे दगडूच्या अंगात थोडी तरतरी आली होती. त्याच्या अंगात नवीन जोम संचारला होता. अंगणात पावसाने थोडी उघडीप दिली होती. त्यामुळे त्याचा जीव आणखी सुखावला होता. समोर दोन्ही पाय पसरून त्याने त्याच्या घट्टे पडलेल्या हातावर गायछाप कडक तंबाखू मळायला सुरुवात केली. तो हातावर तंबाखू मळत असताना त्याची नजर अंगणात भिरभिरत होती. डोक्यात विचारांची मालिका सुरू होती. विचारांच्या तंद्रीतच तो त्याच्या हातावरील तंबाखू मळत होता. तंबाखू मळून झाल्यावर त्याने त्याचा डावा हात वर उचलला नि त्याच्या जवळ तोंड नेऊन त्याने त्यावर जोराने 'फूऽऽ फूऽऽ' असं केलं. भुकटी उडून गेल्यावर त्याने उजव्या हाताच्या दोन बोटांनी डाव्या हातावरील मळलेली तंबाखू धरून ती त्याने अलगद त्याच्या दाढेखाली सरकवली. तंबाखूची मस्त चव त्याच्या तोंडात पसरल्यावर संजीवनी मिळाल्याप्रमाणे दगडूचा राकट चेहरा उजळला. उजव्या हाताची दोन बोटं तोंडावर धरून दगडूने बाण मारल्याप्रमाणे अंगणात तंबाखूची पिचकारी मारली. अंगात कपडे अन् पायात चपला घालून तो चुलीच्या दिशेने पाहत मोठ्या आवाजात म्हणाला, "एऽऽ सुगंधाऽऽ मी वाड्याकं जाऊन येतू. नंतर मला खलाटीत नांगूर धरायला जायाचंय."

"धनी, तुमी वाड्याकं जाऊन या." – सुगंधा.

गोवंडाच्या खाचखळग्यांच्या रस्त्यावरून दगडू झपझप पावलं टाकत चालत होता. रस्त्यात तांबड्या चिखलाचा पूर वाहत होता. जमीन पाहून पाऊल टाकावं लागत होतं. गुरांच्या पायाच्या खुरांनी रस्त्यात खड्डे पडले होते. चालताना कपड्यावर लालभडक चिखलाचे गोळे सपासप उडत होते. झाडांच्या हिरव्यागार ओल्या पानांवरून पावसाचे थेंब ओघळत होते. पावसाच्या पाण्याने चिंब भिजलेले पक्षी फांद्यांवर बसून अंग झाडत होते. थंडीने त्यांचं संपूर्ण अंग गारठलं होतं. वाऱ्यानं गवताची काडी हलावी तसं त्यांचं अंग हलत होतं. त्यांच्या इवल्याशा डोळ्यांत भीती ठासून भरली होती. जणू ते पक्षी निसर्गाचे रौद्र रूप पहिल्यांदाच डोळ्यांनी पाहत होते. पोटात भीती घेऊनच ते झाडांच्या फांद्यांवर बसले होते.

देवरहाटीला वळसा मारून दगडू त्याच्या गोठ्याजवळ आला. समोरचं भयानक दृश्य पाहून त्याच्या पोटात एकदम 'धस्स' झालं. क्षणभर त्याची जीभ त्याच्या टाळूला चिकटली होती. त्याचा त्याच्या डोळ्यांवर विश्वासच बसेना. मुसळधार पावसात त्याचा जुना वाडा कोसळला होता. वासे मोडले होते नि कौलं फुटून ती इतस्ततः विखुरली होती. ते भयानक दृश्य पाहून दगडूच्या डोळ्यांत टचकन पाणी आलं. त्याचे दोन तरुण बैल मातीच्या ढिगाऱ्याखाली सापडले होते. त्यावर आणखी

गोठ्याचं मोडलेलं छप्पर पडलं होतं.

दगडू 'धावाऽऽ धावा! माझा वाडा मोडला' म्हणून जोराने ओरडला. त्याचा तो भयाकारी आवाज ऐकून आजूबाजूचे शेतकरी लगेच धावत आले. धावत आलेली माणसं वेळ वाया न दवडता लाकडं बाजूला करून पडलेल्या भिंतींचा मातीचा ढिगारा बाजूला करू लागले. त्या सगळ्यांची शरीरं विजेच्या चपळाईनं हलत होती. श्वास घ्यायलासुद्धा त्यांना फुरसत नव्हती.

थोड्याच वेळात सगळ्यांनी मिळून बैलांच्या अंगावर पडलेला मातीचा ढिगारा आणि दगड-गोटे बाजूला केले. एका बैलाचा दावणीचा दोर गळ्याला करकचून आवळून त्याचा अंत झाला होता. दुसरा बैल मातीच्या ढिगाऱ्याखाली सापडून जखमी झाला होता. जखमी बैलाच्या डोक्याला चांगलाच मार बसला होता. कानाजवळ रक्त गळत होतं. पाठीला आणि पोटाला खरचटलं होतं. जखमी बैलाच्या डोळ्यांत मूर्तिमंत भीती होती नि त्याचं संपूर्ण अंग थरथर कापत होतं. त्यातल्या त्यात समाधानाची गोष्ट म्हणजे त्याचा श्वास सुरू होता. तो जखमी बैल दगडूकडे पाणावल्या डोळ्यांनी जेव्हा पाहत होता, तेव्हा दगडूला भडभडून आलं.

मेलेल्या बैलाच्या गळ्याला हाताचा तिढा मारून दगडू दुःखाने अश्रू ढाळू लागला. त्याच्या गालावर ओघळलेले दुःखाचे अश्रू पाहून सगळेजण हळहळले. काळ्यामिट्ट ढगांनी भरलेलं आभाळसुद्धा सुन्न झालं होतं.

डोळ्यांतील अश्रू पुसणाऱ्या दगडूला धीर देत शिवराम पांचाळ त्याला म्हणाला,

"दगडू, हुणारी गोष्ट व्हवून गेली. आता दुःख करून त्याचा काय उपयोग हुणार नाही."

"शिवराम, आता मी माझ्या शेतात नांगूर कसा धरू? माझा एक नांगरी बैल मेलाय. दुसरा जखमी झालाय," दगडू रडवेला होऊन त्याला म्हणाला.

"तू आता लगीच एक काम कर."

"काय करू ते सांग." दगडूने अधीर होऊन विचारलं.

"तू आताच्या आता गावच्या तलाठ्याकं जा. झालेली दुर्घटना त्याच्या कानावं घाल. त्यो याचा पंचनामा करील नि सरकारकडनं तुला मदत मिळवून दील."

"तलाठ्याचा पंचनामा होईपावोत यातली एक काडी दिकून उचलून तिकडं ठिवता येणार न्हाय. त्या तलाठ्याला समदं डोळ्यांनी बघू दे," काशीनाथ गावकर म्हणाला.

"मी आता लगीच जातू." – दगडू.

"व्हय. जा तू." – शिवराम.

अतिवृष्टीने दगडूचा गोठा कोसळून आर्थिक नुकसान झालं होतं. त्याचा एक बैल ठार झाला होता नि दुसरा जखमी झाला होता. रात्रभर पाऊस वेडा होऊन कोसळत होता. चोवीस तासांत १०० मि. मी. पेक्षा अधिक पाऊस कोसळला होता. दगडू वारा होऊन तलाठी कार्यालयाच्या दिशेने धावत सुटला होता. रस्त्यात भेटणाऱ्या लोकांकडे बघायलासुद्धा त्याच्याकडे वेळ नव्हता. त्याला आता गावच्या तलाठ्याचाच काय तो आधार वाटत होता. तो असा पिसाटल्याप्रमाणे धावत असल्याचं पाहून रस्त्यात भेटणारी माणसं त्याच्याकडे आश्चर्यानं पाहत होती. तलाठी कार्यालयात पोहोचल्यावरच त्याने छाती भरून मोकळा श्वास घेतला.

डोळ्याला सोनेरी बारीक काड्यांचा चष्मा लावून जाधव तलाठी पुढ्यात ७/१२चे तुकडे घेऊन त्याच्या नकला काढण्याचं काम करीत होता. त्याच्या उजव्या हाताला कागदपत्रांनी भरलेलं गोदरेजचं कपाट होतं. डाव्या हाताला लाकडी रॅक होता. त्यावर लाल रुमालात जुन्या कागदपत्रांची बांधून ठेवलेली बोचकी होती. त्याच्या मागे ऑइल पेंटने रंगविलेल्या भिंतीवर इंदिरा गांधी, महात्मा गांधी, डॉ. बाबासाहेब आंबेडकर आणि महात्मा ज्योतिबा फुले यांच्या तसबिरी लावल्या होत्या. एका कोपऱ्यात 'लाच घेणे आणि देणे हा कायदेशीर गुन्हा आहे', असं लिहिलेलं होतं. प्रत्येक भिंतीवर सुंदर अक्षरांत सुविचार लिहिला होता. तो सुविचार वाचून कुणीही अंतर्मुख होऊन विचार करी. मानवी जीवनाचं सार त्या सुविचारांमध्ये अगदी ठासून भरलेलं होतं.

दगडू अगतिक होऊन जाधव तलाठ्याच्या समोर उभा होता. जाधव तलाठ्यानं त्याच्याकडे आधी मुद्दाम लक्ष दिलं नाही. आपण फार कामात आहोत, असे त्याच्या चेहऱ्यावर भाव होते. गरजवंताला अक्कल नसते म्हणून दगडू त्याच्या कामात व्यत्यय आणण्यासाठी कचरत होता. त्याच्या मनातील घालमेल तलाठ्याच्या लक्षात आली होती.

थोड्या वेळाने त्याच्याकडे रोखून पाहत तलाठ्याने त्याला करड्या आवाजात विचारलं,

"तुमचं माझ्याकडे काय काम आहे?"

"भाऊ, माझा गुरांचा वाडा राती पावसात कोसळलाय. त्यात माझा एक नांगराचा बैल ठार झाला आहे. तुमी त्याचा पंचनामा करायला चला."

अतिवृष्टीने नुकसान झाल्यावर त्याचा अहवाल ताबडतोब तयार करून तो वरिष्ठांकडे पाठवावा लागतो म्हणून तलाठी गंभीर होऊन त्याच्याकडे आणखी

चौकशी करू लागला.

"तुमचं आणखी काय नुकसान झालं आहे का?"

"माझा एक बैल त्यामुळं जखमी झाला आहे."

"आणखी?"

"आणखी काय बी माझं नुकसान झालेलं नाय."

"तुमच्याकडे त्या गोठ्याची ग्रामपंचायतीकडे करभरणा केल्याची पावती आहे का? त्या पावतीशिवाय पंचनामा करूनसुद्धा काहीही उपयोग होत नाही. तो गोठा त्या ठिकाणावर होता याचा तो सरकारी पुरावा आहे." – तलाठी.

"भाऊ, माझ्याकडे गेल्या वर्साची ग्रामपंचायतीची पावती हाय."

"चालेल. मला आणखी पुराव्याची गरज नाही."

"मंग आता तुमी माझ्यासंगट वाड्याचा पंचनामा करायला येणार हाव?"

"हो. लगेच निघू या." तलाठी कागदपत्रांची आवराआवर करत म्हणाला.

जाधव तलाठ्याला सोबत घेऊन दगडू पुन्हा गोठ्याकडे जाणारी तांबडी पाऊलवाट तुडवू लागला. आता त्याच्या पावलांना चांगलाच वेग आला होता. त्याच्या मागे चालताना जाधव तलाठ्याला मोठी कसरत करावी लागत होती. पुढे धावणाऱ्या दगडूला तलाठी एकदोनदा म्हणालासुद्धा "भुवड, थोडं सावकाश चला." त्याचं बोलणं ऐकून दगडूच्या पायाचा वेग तेवढ्यापुरता थोडा कमी व्हायचा. पावसाची रिपरिप सुरूच होती. तलाठ्याच्या हातात नवीन छत्री होती. दगडू पावसाच्या धारा अंगावर झेलत चालत होता.

थोड्या वेळाने त्या दोघांची वरात कोसळलेल्या गोठ्याजवळ येऊन पोहोचली. गोठ्याच्या दगडमातीच्या चारी भिंती पावसाच्या पाण्याने कोसळल्या होत्या. छपरावरचे वासे मोडले होते. एक बैल पावसात मरून पडला होता अन् दुसरा बैल जखमी झाला होता. ती भयानक घटना पाहून तलाठीसुद्धा मनात हळहळला. नोकरीला लागल्यापासून अतिवृष्टीने झालेल्या नुकसानीचे त्याने भरपूर पंचनामे केले होते; परंतु अशी भयानक घटना तो पहिल्यांदाच स्वत:च्या डोळ्यांनी पाहत होता.

घडलेली घटना पाहून जाधव तलाठी दगडूला म्हणाला, "भुवड, तुम्ही आता असं करा."

"भाऊ, आता मी काय करू त्ये तुमी मला सांगा."

"सांगतो. तुम्ही गावच्या सरपंचांना आणि पोलीस पाटलांना माझ्या कार्यालयात ताबडतोब घेऊन या. तुमच्या नुकसानीचा पंचनामा आपण तलाठी कार्यालयात करू."

"भाऊ, मी त्या दोघांना ताबडतोब तुमच्या हाफीसात घेऊन येतू."

"उशीर करू नका. मला तहसीलदारांच्याकडे ताबडतोब याचा अहवाल पाठवायचा आहे."

"मी त्यांच्याकडं चाल्ली जाऊन येतू."

दगडू पुन्हा गावाच्या दिशेने पिसाटागत धावत सुटला. जाधव तलाठी एकटाच परतीची वाट तुडवू लागला.

दुपार टळून गेली होती. दगडूच्या पोटात अन्नाचा कण नव्हता. इकडे-तिकडे धावून त्याच्या अंगातील त्राण निघून गेला होता. मेलेल्या बैलाचं दुःख काळजात लपवून तो सकाळपासून धावाधाव करीत होता. डोळ्यांतून अश्रू काढण्यासाठीसुद्धा त्याच्याकडे वेळ नव्हता. धावधाव करून त्याच्या पायाचे तुकडे पडले होते. शरीरातील एकूण एक हाड ठणकत होतं.

निराश मनाने दगडू कार्यालयात बाकड्यावर बसला होता. त्याला आता जाधव तलाठ्याचा फार आधार वाटत होता. त्याने त्याच्या चुरगाळलेल्या शर्टाच्या खिशात ग्रामपंचायतीची कराची पावती एका प्लॅस्टिकच्या कागदात घडी करून ठेवली होती. तलाठी टेबलाच्या ड्राव्हरमध्ये ठेवलेले कोरे कागद पंचनामा करण्यासाठी शोधत होता. त्याच्या समोर रिकाम्या प्लॅस्टिकच्या खुर्च्यांमध्ये त्याच्या शरीराच्या हालचाली पाहत गावचे सरपंच आणि पोलीस पाटील बसले होते. दगडू आळीपाळीने सर्वांच्या चेहऱ्याकडे आश्वासक नजरेने पाहत होता. त्याच्या नजरेत दुःख, अगतिकता आणि लाचारी अगदी ठासून भरली होती. अचानक कोसळलेल्या संकटाने तो भांबावून गेला होता.

लिहिण्यासाठी पाठकोरे कागद आणि पारकरचा पेन हातात घेऊन जाधव तलाठी सरपंचाकडे पाहत म्हणाला, "सरपंच, मी अतिवृष्टीने कोसळलेला दगडू भुवडांचा गोठा पाहून आलोय."

"भाऊ, मी आणि पोलीस पाटलांनीसुद्धा तो मोडलेला वाडा येताना पाहिलाय. बिचाऱ्याचं लई नुकसान झालंय." सरपंच हळहळत म्हणाले.

"मग आता आपण त्याचा पंचनामा करायला सुरुवात करायची ना? खरं म्हणजे पंचनामा हा कायद्याने त्या जाग्यावरच करायचा असतो; परंतु या पावसात त्या ठिकाणी पंचनामा."

गावचे पोलीस पाटील खुर्चीत थोडं पुढे झुकून म्हणाले, "पंचनामा करायच्या आधी तुम्हाला एक गोष्ट मला विचारायची हाय. ते मी तुम्हाला विचारू का?" सरपंच म्हणाले.

“हं विचारा.” हातातील पेन कागदावर ठेवीत जाधव तलाठी म्हणाला.

“भाऊ, एक बैल मेल्यावर सरकारकडनं किती नुकसानभरपाई मिळत्ये?” सरपंचांनी विचारले.

“आपण त्या बैलाची पंचनाम्यात किंमत लिहू. त्याप्रमाणे शासनाकडून अनुदान मिळतं.”

तलाठ्याचं कानांवर पडलेलं बोलणं उचलून धरत गावचे सरपंच त्याला विनंती करीत खालच्या आवाजात म्हणाले,

“भाऊ, तुमाला माझी विनंती अशी हाय की, तुमी या गरिबाचं जास्तीत जास्त नुकसान झालेलं दाखवा. तुमच्या ते हातात आहे. मिळू दे गरिबाला दोन पैसं जादा. आमी पेपरात रोज बातम्या वाचतो. टी. व्ही.वर बातम्या पाहतो. या पुढाऱ्याने एवढ्या कोटीचा घोटाळा केला. त्या पुढाऱ्याने तेवढ्या कोटीचा घोटाळा केला. मग असं असताना या गरिबाला शासनाकडून दोन पैसे अधिक मिळालं तर कुणाचं काय बिघडणार आहे?” – सरपंच.

सरपंचाचं बोलणं ऐकून जाधव तलाठ्याला थोडं आश्चर्य वाटलं. दूरदर्शन आणि दैनिक वर्तमानपत्रं आता खेडोपाडी पोहचल्यामुळे जगभरातल्या बातम्या आता खेड्यांतील शेतकऱ्यांपर्यंत पोहोचत होत्या, हे त्या तलाठ्याच्या झटकन लक्षात आलं. आपल्याला सरपंचांचं बोलणं कळलं नाही, अशा आविर्भावात तलाठी त्यांना म्हणाला,

“सरपंच, मला तुमचं बोलणं समजलं नाही. तुम्हाला नेमकं काय म्हणायचं आहे, हे तुम्ही मला सांगा.”

तलाठी वेड घेऊन पेडगावला जात आहे, हे त्या सरपंचाच्या लक्षात आलं होतं. तो सगळं आपल्या मनातील काढून घेतल्याशिवाय राहणार नाही. तेव्हा सरपंच त्याचा खुलासा करीत म्हणाले,

“भाऊ, त्याचं असं हाय की, दगडू भुवडाचा एक बैल ठार झाला हाय. त्या ठिकाणी तुमी पंचनाम्यात दोन बैल ठार झालेत म्हणून लिवा. त्यामुळं त्या गरिबाला दोन पैसं अधिक मिळतील. आमी त्या पंचनाम्यावर सईन करायला तयार हाव” – सरपंच.

“व्हय. आमी त्यावर सइन करतो.” पोलीस पाटील सरपंचांची री ओढत म्हणाले.

गळाला मासा लागल्याप्रमाणे जाधव तलाठी मनात खूश झाला होता. तो त्याची वाटच पाहत होता. आता सरपंच आणि पोलीस पाटील खोटा पंचनामा

लिहिण्यासाठी त्याला भरीस घालीत होते. त्या दोघांचा कावा त्याच्या ध्यानात आला होता. आज अचानक त्या दोघांना दगडू भुवडाचा पुळका आला होता. त्यात त्या दोघांचा स्वार्थ दडलेला आहे, याचा वास त्या बेरक्या तलाठ्याला कळायला वेळ लागला नाही. दगडू अगतिक होऊन सर्वांचे चेहरे न्याहाळत लाकडी बाकावर बसला होता. गावचे सरपंच आणि पोलीस पाटील या दोघांवर सर्वकाही सोपविलं होतं. आता तलाठीभाऊ काय निर्णय घेतात म्हणून ते तिघे जाधव तलाठ्याच्या चेहऱ्याकडे आशेने पाहत होते.

एक दीर्घ नि:श्वास सोडून हातातील पारकरच्या पेनशी चाळा करीत जाधव तलाठी म्हणाला,

"तुमच्या शब्दासाठी मी तुम्ही सांगत असल्याप्रमाणे पंचनामा लिहायला तयार आहे. पण..."

"काय त्ये सपष्ट बोला." – सरपंच.

"सरपंच, त्याचं असं आहे की, माझीसुद्धा मोठी जबाबदारी आहे. माझ्या नोकरीचा प्रश्न आहे. उद्या ही बातमी कुणाला कळली तर मी अडचणीत येईन."

"भाऊ, तुमच्या गळ्याला आमी फास लागून देणार न्हाय. ही गोष्ट फकस्त आपल्या चौघांनाच म्हाईत हाय. पाचव्याला ती कळणार न्हाय, याची मी तुम्हाला खात्री देतो." तलाठ्याच्या मनातील भीती घालविण्यासाठी पोलीस पाटील म्हणाले.

"भाऊ, दगडू भुवडची घरची परिस्थिती हलाख्याची आहे. न्हायतर आमी तुमाला इनंती केली नसती. त्याच्या बायको-मुलांचा तुम्हाला आशीर्वाद मिळंल." सरपंच म्हणाले.

तवा गरम आहे तोपर्यंत आपली पोळी भाजून घ्यावी. उद्या दगडूला आपल्यापासून फायदा झाला तर तो त्याची जाणीव ठेवणार नाही. काम झाल्यावर आपली किंमत शून्य. म्हणून कामाच्या आधीच आपली किंमत वसूल करून घ्यावी, असा विचार मनात करून जाधव तलाठी त्यांना हसत हसत म्हणाला,

"यात माझा काय फायदा?"

"भाऊ, तुमी सांगा तुमाला या कामाचे किती पैसे पाह्यजे ते?" सरपंच आता व्यवहाराचं बोलत होते.

"मला तुम्ही रुपये दोन हजार द्या. मी तुम्हाला शासनाकडून जास्तीत जास्त अनुदान मिळवून देतो."

जाधव तलाठ्याचं बोलणं ऐकून दगडूचा चेहरा पडला. त्याला एवढी रक्कम द्यायला झेपणार नव्हती. ते तिघे एकमेकांचा चेहरा पाहू लागले. 'आता काय

करायचं?' असा त्यांना प्रश्न पडला. ते तिघे बुचकळ्यात पडलेले पाहून जाधव तलाठी पुढे त्यांना म्हणाला,

"हे पाहा, पंचनामा कसा लिहायचा नि झालेलं नुकसान किती दाखवायचं हे फक्त माझ्याच हातात आहे. तहसीलदारसाहेब माझा रिपोर्ट वाचून 'मंजूर' म्हणून सही करतात. दगडू भुवडची आर्थिक परिस्थिती गरिबीची आहे आहे म्हणून मी फक्त रुपये दोन हजार घेऊन त्याचं काम करायला तयार झालो आहे. नाहीतर मी या कामाचे रुपये तीन हजार तरी घेतले असते. दोन हजार रुपये तसे जास्त नाहीत. तुम्हीच त्याचा विचार करा."

दगडूचं याबद्दल काय मत आहे, ते जाणून घेण्यासाठी सरपंचांनी त्याला विचारलं,

"दगडू, तलाठीभाऊंचं बोलणं तू ऐकलंस ना?"

"व्हय."

"मग तुला त्यांना त्यांच्या कामाचे दोन हजार रुपये द्यावे लागतील. सरकारकडनं तुला दोन बैलांची नुकसानभरपाई मिळंल. तू 'हो' म्हणालास तर त्ये दोन बैलांचा पंचनामा करतील."

"सरपंच, माझ्या घरामंदी एवढा पैसा न्हाय. कणगीत गेल्या वर्साचा फकस्त १०-१२ मण भात तेवडा शिल्लक हाय. तुमी या गावचं पुढारी हाव. तुमीच यातनं काय तो मार्ग काडा," दगडू भुवड केविलवाणा चेहरा करून म्हणाला.

सगळी सोंगं आणता येतात; परंतु पैशाचं सोंग आणता येत नाही. दगडूची आर्थिक परिस्थिती गावच्या सरपंचांना आणि पोलीस पाटलाला ठाऊक होती. पैसे दिल्याशिवाय तलाठी खोटा पंचनामा करायला तयार होणार नाही आणि आपल्यासुद्धा पदरात काही पडणार नाही, हे सरपंचांच्या ध्यानात आलं होतं. तलाठी समोर असल्यामुळे सरपंचांना दगडूला स्पष्ट काही विचारतासुद्धा येत नव्हतं. बसलेल्या खुर्चीतून उठत सरपंच जाधव तलाठ्याला म्हणाले,

"भाऊ, आमी जरा बाहीर जावून बोलणी करताव. मग आमी तुमच्याकं येताव."

"काहीही हरकत नाही." तलाठी होकारार्थी मान डोलावत म्हणाला.

तलाठी कार्यालयाच्या समोर दत्ताचं देऊळ होतं. तिघांनी आधी देवाला नमस्कार केला. मग ते आपसात चर्चा करण्यासाठी एकमेकांकडे तोंड करीत खाली फरशीवर बसले. हवेत गारवा होता. वाऱ्याने सागाची सुपाएवढी दिसणारी पानं हलत होती. देवापुढे गुरवाने ठेवलेल्या जास्वंदीच्या फुलांचा घमघमाट सुटला होता. त्यामुळे

जिवाला अगदी प्रसन्न वाटत होतं.

घसा खाकरून सरपंचाने दगडूला विचारलं,

“दगडू, तुझ्याकं तलाठ्याला द्यायला पैसा न्हाय.”

“माझ्या दोन मुलांची मी आण घेऊन सांगतू की, माज्याकं येवडा पैसा न्हाय म्हणून. मी गरीब माणूस हाय हे तुम्हालासुधीक ठाव हाय.”

“पैसे दिल्याबिगार तलाठी खोटा पंचनामा लिवणार न्हाय.” पोलीस पाटील त्याला समजावीत म्हणाला.

“माझ्याकडं १०-१२ मण भात हाय तो मी ईकतो नि तलाठ्याला पैसा आणून देतो.” – दगडू.

“उद्या तुझी पोरं उपाशी मेल्यावं मंग रं तू काय करशील?” – सरपंच.

“तुमी मला उपाशी मरू देणार न्हाय. माझा तुमच्याव ईसवास हाय.” दगडू सरपंचाच्या तोंडाकडे पाहत विश्वासाने म्हणाला.

“तू भात कवा ईकणार नि पैसा कवा आणून देणार? वरातीमागून घोडं नाचवून गड्या त्याचा काय बी उपेग न्हाय.” – पोलीस पाटील.

“सरपंच, मी तुमा दोगांस्नी हात जोडून इनंती करतू. तुमी तलाठीभाऊंना सांगा की, सरकारकडनं जी मला मदत म्हणून पैसं मिळणार हाईत, त्यातनं तुमचं काय त्ये पैसं घेऊन मला उरलेली रक्कम द्या.”

“दुसरा काय इलाज न्हाय म्हंत्यूस?” – सरपंच.

“सरपंच, मी खोटं बोलणारा माणूस नाय.” – दगडू.

“चला, तलाठी काय म्हंत्यूय ते बगू.” पोलीस पाटील बसलेल्या जागेवरून उठत म्हणाले.

तिघं पुन्हा आत आली नि आपापल्या जागेवर बसली. तलाठी त्या तिघांचे चेहरे वाचत होता. त्या तिघांचे चेहरे पाहून त्याला काहीच अंदाज करता आला नाही. खडा टाकून पाहण्यासाठी तलाठ्याने त्यांना खालच्या आवाजात विचारलं,

“मग काय ठरलं तुमचं? करायची का पंचनाम्याच्या कामाला सुरुवात?”

तलाठ्याचं बोलणं ऐकून सरपंचांनी आधी बोलायला पुढाकार घेतला. देवळात केलेली चर्चा त्याच्या कानांवर घालीत सरपंच घसा खाकरून म्हणाले,

“भाऊ, तुमास्नी मी आता स्पष्ट सांगतू. त्याचं असं हाय की, तुमाला द्यायला आता भुवडाकं पैसं नाईत. तसा तो खोटं बोलणारा माणूस नाय. आमाला त्याची पूर्ण खात्री हाय. तुमी पंचनाम्याचं काम पूर्ण करा नि तहसीलदार साहेबांच्याकडे पाठवा. जी रक्कम मंजूर व्हईल त्यातनं तुमचे पैसे आधी कापून घ्या. उरलेले पैसे भुवडला

द्या.''

''असं म्हणताय?'' तलाठी वरकरणी म्हणाला.

''दुसरा विलाज न्हाय.''

''भुवडांची याला कबुली आहे का? नंतर तक्रार नको.''

''भाऊ, माझी त्याला कबुली हाय.'' एका क्षणाचादेखील विलंब न लावता दगडू म्हणाला.

दगडू भुवडाचा होकार मिळाल्यावर जाधव तलाठ्याच्या डाव्या हाताच्या तळहाताला खाज सुटली. हा त्याच्यासाठी शुभसंकेत होता. त्याच्या मनाला आनंदाचं उधाण आलं होतं. त्याने लगेच पंचनामा लिहायला सुरुवात केली.

पंचनामा

आम्ही खाली सह्या करणारे असामी सर्व राहणार वडगाव. तलाठी सजा वडगाव यांच्या समक्ष हजर राहून लिहून देतो की, दिनांक १४.०६.२०११ रोजी झालेल्या अतिवृष्टीने या गावातील दगडू तुकाराम भुवड याचा मालकीचा गट क्रमांक १२६ मधील गुरांचा गोठा कोसळून त्यामध्ये सापडून त्याचे शेतीच्या नांगराचे दोन बैल ठार झाले आहेत. आजच्या बाजारभावाने प्रत्येक बैलाची किंमत रुपये ६०००/- (अक्षरी रुपये सहा हजार) एवढी आहे. दोन बैलांचे मिळून त्याचे एकूण १२०००/- (अक्षरी रुपये बारा हजार) चे आर्थिक नुकसान झाले आहे. एकंदर त्याचे रुपये २२०००/- (अक्षरी रुपये बावीस हजार) चे आर्थिक नुकसान झाले आहे. नवीन गुरांचा गोठा बांधण्यासाठी त्यांना एकूण रुपये २५०००/- (अक्षरी रुपये पंचवीस हजार मात्र) खर्च येणार आहे. त्यांची आर्थिक परिस्थितीही फार हलाखीची आहे. त्यांच्या कुटुंबात एकूण चार माणसे आहेत. त्यांच्या कुटुंबात मिळवती व्यक्ती त्यांच्याशिवाय अन्य कोणीही नाही. तरी त्यांना शासनाकडून नुकसानभरपाई मिळण्याची फार आवश्यकता आहे. म्हणून हा पंचनामा लिहून दिला.

तारीख १५/०६/२०११.

समक्ष   पंच

-सही

तलाठी सजा वडगाव   १) शंकर वासुदेव कदम (सरपंच)

२) श्री. बाळकृष्ण सोमा पिंपळकर

(पोलीस पाटील)

पंचनामा लिहून झाल्यानंतर जाधव तलाठ्याने त्यांना तो मोठ्याने वाचून दाखविला. नंतर त्याने सरपंच आणि पोलीस पाटील यांच्या सह्या त्या पंचनाम्यावर

घेतल्या. दगडूचा जबाब घेतल्यानंतर तलाठी त्यांना म्हणाला,

"पंचनाम्यावर अजून मला गावातील दोन-तीन जणांच्या सह्या हव्या आहेत. त्या सह्या मी घेतो. माझा रिपोर्ट लिहून झाल्यावर या प्रकरणाला ग्रामपंचायतीची कराची पावती जोडून मी हे प्रकरण मंजुरीसाठी लगेच तहसील कार्यालयात स्वत: नेऊन देणार आहे."

तलाठ्याचं बोलणं ऐकून दगडूने त्याच्या खिशातील ग्रामपंचायतीची कराची पावती काढून ती टेबलावर ठेवली. तलाठ्याने ती पावती लगेच ताब्यात घेतली. पंचनाम्याचं काम आटोपल्यानंतर सरपंच बसलेल्या खुर्चीतून उठत म्हणाले,

"भाऊ, हे प्रकरण मंजूर झाल्याचं दगडूला निरोप तेवढा पाठवा."

"हे प्रकरण दोन दिवसांत मंजूर होईल. मी लगेच त्यांना निरोप पाठवतो. त्याबद्दल तुम्हाला काळजी नको."

"मग आमी आता येताव." पोलीस पाटील दरवाजाच्या दिशेने मोर्चा वळवत म्हणाले.

"हो. या तुम्ही." – तलाठी.

ते तिघे कार्यालयातून निघून गेल्यानंतर तलाठी स्वत:शीच म्हणाला, 'पैशासाठी स्साले हे लोक जीव टाकतात. आपण यांच्याशी व्यवहाराचं बोललो, तेच बरोबर आहे. हातात पैसा पडला, की मग लोक तलाठ्याला धत्तुरा दाखवितात. मी माझं कमिशन घेतल्याशिवाय या दगडू भुवडला एक नवा पैसा देणार नाही. माझा मोबदला मला मिळायलाच हवा. तहसीलदार, प्रांत काय कमी चरतात? वाहत्या गंगेत सगळेजण हात धुऊन घेत आहेत. मग मी का म्हणून मागे?'

दगडूच्या घरात जेवणाची पंगत बसली होती. वडे-मटणाचा बेत होता. ढणढण पेटलेल्या चुलीवर लाल तुऱ्याच्या कोंबड्याचं मटण रटरट शिजत होतं. शिजणाऱ्या कोंबड्याच्या मटणाचा खमंग वास सुटला होता. त्या नुसत्या वासानेच पोटातील भूक चाळवत होती. टोपातील गरम रश्श्यावर मसाल्याचा तवंग साचला होता. त्याला जोराची उकळी फुटली होती.

गावचे सरपंच आणि पोलीस पाटील श्रमपरिहार करण्यासाठी दारू पिऊन तर्रर्र झाले होते. बोलतानासुद्धा त्यांची जीभ अडखळत होती नि मान म्हाताऱ्या माणसाप्रमाणे हलत होती. दगडूने अंथरलेल्या घोंगडीवर ते दोघे मापाच्या भिंतीला पाठ टेकून जेवायला बसले होते. रोज हातभट्टीची दारू पिणारे ते दोघे आज देशी दारू पिऊन तर्रर्र झाले होते.

स्टीलच्या वाटीतील गरम रस्सा पिऊन दगडू बायकोला मोठ्या आवाजात

सूचना देत म्हणाला,

"सुगंधा, त्यास्नी आनकी मटाण वाढ. आपल्यासाठनं त्यांनी म्वॉप तरास घेतलाय."

"व्हय. वाढत्ये हं." मटणाचा टोप हातात घेऊन सुगंधा त्यांना मटण वाढू लागली.

सरपंचांना वाचा फुटल्याप्रमाणे ते दगडूकडे लालभडक झालेल्या डोळ्यांनी पाहत म्हणाले,

"दगडू, आमी दोघं तुझ्याबरुबर नसतु तर त्या तलाठ्यानं तुला आणखी चुना लावला असता बघ."

"खरंय तुमचं म्हणणं." – दगडू.

"दगड्या, तलाठ्यानं तुला किती रं पैसं दिलंन?"

"मी खोटं बोलणार नाय. त्यांनी मला रोख रुपये पाच हजार दिलंत. त्या पैशांत वाडा बांधायचा का बैल विकत घ्यायचा याचा मी आता इचार करत्योय. एका बैलाची किंमत आता रुपये धा हजाराच्या खाली नाय."

"पंचनामा केल्याप्रमाणे तुला आणखी पैसे मिळायला पाह्यजे होते." सरपंच तोंडात गेलेल्या मिशा बोटाने बाहेर काढत म्हणाले.

"तलाठीभाऊ म्हणाले की, एवढंच पैसे मंजूर झालेत म्हणून."

"तलाठ्यानं दगडूला फशिवलं वाटतं." – सरपंच.

"मला बी तीच शंका येत्येय." – पोलीस पाटील

गावचा तलाठी बदमाष निघाला. गोड बोलून त्याने त्याचा स्वार्थ बरोबर साधला. जेवणाच्या ताटावर त्याबद्दल सर्वांचं एकमत झालं. चोरीचा मामला नि हळूहळू बोंबला. त्यामुळे त्या तलाठ्याला त्याचा जाब विचारता येत नव्हता. खोट्या पंचनाम्यावर त्यांच्यासुद्धा सह्या होत्या.

थोडा वेळ तोंडातून चकार शब्द न काढता ते सर्वजण कोंबड्याच्या मटणावर आडवा हात मारीत होते. दगडू विचार करीत बळेबळे तोंडात घास कोंबत होता. तलाठ्याने त्याच्या हातावर रुपये पाच हजार टेकवून त्याची एका कागदावर सही घेऊन बोळवण केली होती. पोलीस पाटील आणि सरपंचांना दारू-मटणाचं जेवण घालण्यासाठी त्यातले त्याचे चार-पाचशे रुपये उडाले होते. नवीन गोठा बांधण्यासाठी आणि बैल घेण्यासाठी आणखी पैसा कसा उभा करायचा, याचा दगडू मनात विचार करीत होता.

पोलीस पाटलाने स्टीलच्या वाटीतील कोंबड्याचा गरम रस्सा पिऊन रिकामी

वाटी खाली ठेवली. सुगंधाने पुन्हा ती वाटी रश्श्याने भरली. पोलीस पाटलाने ती गरम रश्श्याची वाटीसुद्धा त्याच्या तोंडात रिकामी केली. सुगंधा तोंडाचा 'आ' वासून त्याच्याकडे पाहू लागली. 'हा माणूस आहे की राक्षस', असा तिच्या मनात प्रश्न पडला होता. पोलीस पाटलाचा गहूवर्णीय चेहरा घामानं डबडबला होता. डोळे विस्तवाप्रमाणे लालभडक दिसत होते. त्याच्या नाकाचा शेंडासुद्धा लालभडक झाला होता. त्याच्या छपरी मिशांमध्ये अन्नाचे बारीक बारीक कण अडकले होते.

खाली मान घालून तोंडात घास कोंबणाऱ्या दगडूला पोलीस पाटलाने विचारलं,

"दगडू, तू आमची मूठ कधी गरम करणार हैस? पस्ट विचारलं म्हणून राग मानू नकूस."

त्यांचं बोलणं ऐकून दगडूच्या घशात घास अडकला. जेवणाच्या ताटावर पोलीस पाटील पैशाचा विषय काढतील, असं त्याला वाटलं नव्हतं. तो मनात थोडा निराश झाला होता; परंतु त्याने त्याच्या चेहऱ्यावर तसं काही दाखविलं नाही. आता त्यांना दुखवलं तर ते पुन्हा कधीच आपल्या उपयोगी पडणार नाहीत. पुढे एखादं संकट आलं की, आपल्याला पुन्हा त्यांचेच पाय धरावं लागणार आहेत.

पाण्याचा घोट घेऊन दगडू त्यांना म्हणाला,

"मी तुमाला दोगांना बी इसरणार नाय. फूल ना फुलाची पाकळी मी तुमाला देईन. याच्या म्होरं सुदीक मला तुमचाच आधार हाय."

"दगडू, तुला पैसं मिळावं म्हणून आमी किती तरास घेतलाय हे तुला ठाव हाय. आमी तुझ्याबरुबर नस्तो तर त्या तलाठ्यानं तुला एक नवा पैसासुदीक दिला नसता." – सरपंच.

"खर हाय तुमचं म्हणणं." – दगडू.

बाहेर अंधार पडला होता. जेवण झाल्यावर त्या दोघांनी दगडूकडून प्रत्येकी पाचशे-पाचशे घेतले आणि ते दोघे अंधारातच सरावाने वाट तुडवीत आपापल्या घरी निघून गेले. सुगंधा पोलीस पाटील आणि सरपंच यांच्या नावानं बोटं मोडू लागली. 'जळ्ळा मेल्यांचा मुस्का! त्या दोगांच्या अंगावं पैसं फुटतील. रगत-पिती भरलं त्यास्नी.' दगडूनं तिची समजूत घातल्यावर तिच्या तोंडचा पट्टा बंद झाला.

दुसऱ्या दिवशी दगडू सकाळी लवकर उठला. त्याचा एक बैल जखमी होता. त्यामुळे त्याला रात्री झोपसुद्धा चांगली लागली नव्हती. तो रात्रभर या कुशीवरून त्या कुशीवर पाण्यातून काढलेल्या मासोळीप्रमाणे तळमळत होता. सकाळी लांब लांब ढांगा टाकीत तो जखमी बैलाजवळ आला. जखमी बैलाने मान टाकली होती. त्याच्या

तोंडावर आणि पाठीवर असंख्य माश्या घोंगावत होत्या. बैलाचे दोन डोळे टक्क उघडे होते. जीभ बाहेर येऊन तोंड वासलं होतं. मेलेला बैल पाहून दगडूच्या काळजात 'धस्स' झालं. धारदार सुरीने कुणीतरी निर्दयीपणे काळजावर सपासप वार करीत आहेत, असं त्याला वाटू लागलं. त्याच्या पोटात कालवाकालव सुरू झाली होती. त्यो लगेच त्या मेलेल्या बैलाच्या अंगावर कोसळला नि त्याच्या गळ्याला दोन्ही हाताने घट्ट मिठी मारून तो दुःखातिरेकाने ढसाढसा रडू लागला. आभाळाचा ऊरसुद्धा दुःखाने भरून आल्यागत पुन्हा मुसळधार पाऊस धरणीवर कोसळू लागला. त्या मुसळधार पावसातसुद्धा दगडूने बैलाच्या गळ्याला मारलेली मिठी सैल झाली नव्हती.

■

४

जमीन

गावात लानीचा (भातकापणी) घायटा उठला होता. आर्द्रा नक्षत्रात पडणाऱ्या पावसाने हातातोंडाशी आलेले भातपीक भिजल्यामुळे शेतकऱ्यांचे नुकसान झाले होते. त्यामुळे भातकापणीला जोर आला होता. शेतकरी भात कापून त्याचे पेंढे बांधून घराच्या पडवीत एकावर एक रचून ठेवीत. दिवाळीचा सण तोंडावर आला होता. हातात परजलेला धारदार 'वैभव' विळा घेऊन शेतकरी दिवस उगवायच्या आत घरातून बाहेर पडत. बेसावधपणे चालताना अंगावर कुलंगी कुत्रा धावून यावा, तशी शेतकऱ्यांची गत झाली होती. धारदार विळ्याने हिरवीकंच दाण्याने भरलेली लोंबी कापताना शेतकरी धास्तावून आभाळाकडे पाहत.

राजाराम हातात परजलेला विळा घेऊन शेतात भरभर भात कापत होता. त्याच्या हातातील विळा सूर्याच्या किरणांत चमकत होता. त्यांच्या शेतातील दाण्यानं भरलेल्या लोंब्यांचा हवाहवासा वाटणारा गोड सुवास चारी दिशांनी सुटला होता. वाऱ्याने भाताच्या पिवळ्या धम्मक लोंब्या मस्तीत डोलत होत्या. एखादं इवलंसं पाखरू भाताचा दाणा त्याच्या चोचीत पकडण्यासाठी लोंबीवर बसलं की, ती त्या पाखराच्या भारानं वाकायची. मग ते रंगीत शेपटीतले पाखरू भुर्रकन उडून नजरेआड व्हायचं.

राजारामचा हात एखाद्या यंत्रासारखा चालत होता. त्याचं अंग घामानं निथळत होतं. शेतात वाढलेलं भाताचं पीक

पाहून त्याचा राकट चेहरा आनंदाने उजळून गेला होता. गावात चांभारांची चार घरं होती. तो भूमिहीन असल्याने शासनाकडून त्याला 'अतिरिक्त जमीन कायदा कलम २९' प्रमाणे जमीन मिळाली होती. या जमिनीचा पूर्वीचा जमीन मालक काश्या खोत होता. ते गावातील बडं प्रस्थ होतं. त्याच्याकडे पंचावन्न एकरांपेक्षा अधिक जमीन होती म्हणून शासनाने त्याच्याकडील अतिरिक्त जमीन काढून राजारामला दिली होती. जमीन खडकाळ नि वरकस असल्यामुळे राजारामने या जमिनीत ८/९ वर्षे पाऊल ठेवलं नव्हतं. नंतर त्याने जमीन लागवडीखाली आणण्याचा निश्चय केला. त्याच्या बायकोचं नाव भागीरथी. तिला मदतीला घेऊन त्याने दोन-तीन वर्षे जमीन खणून त्यातील दगड-धोंडा काढून शेताच्या सभोवार बांध घातला. जमिनीतील झाडं-झुडपं तोडली. माजलेलं गवत कापून त्याने जमीन लागवडीखाली आणली. तेव्हा लोकांनी आश्चर्याने तोंडात बोटं घातली.

काम करून राजारामच्या पोटात आता कावळे ओरडायला सुरुवात झाली होती. सकाळी तो फक्त एक कप बिनदुधाचा चहा घेऊन शेतात आला होता. भागीरथीचा अजून पत्ता नव्हता. त्यामुळे तो मनात तिच्यावर करवादला होता. भात कापताना त्याची नजर दोन-तीन वेळा गावातून येणाऱ्या मळलेल्या तांबड्या पाऊलवाटेकडे गेली. संध्याकाळी पाऊस आल्यावर कापलेला भात भिजून जाईल, म्हणून तो हातातील विळ्याने भरभर भात कापून त्याचा लगेच पेंढा बांधायचा.

आणखी थोडा वेळ निघून गेल्यावर ऐनाच्या झाडावर बसलेल्या कावळ्यांचा 'कावकाव' असा आवाज त्याच्या कानावर पडला. तो आवाज ऐकून राजाराम पुन्हा त्या पाऊलवाटेकडे आशेने पाहू लागला. मळलेली पाऊलवाट तुडवीत भागीरथीला शेताकडे येताना पाहून त्याला बरं वाटलं. तिच्या डोक्यावर एक लोखंडी घमेलं होतं. त्यात तिने नवऱ्याला न्याहारी आणली होती. शेतात यायला उशीर झाला होता म्हणून तिच्या मनात थोडी धाकधूक होती.

शेताच्या बांध्यावर आल्यावर तिने डोक्यावरील घमेलं खाली ठेवून नवऱ्याला मोठ्या आवाजात साद घातली.

"अवं, न्यारी करायला या."

हातातील विळा जमिनीवर ठेवून राजाराम तिच्याजवळ आला. त्यानं तिला थोडं गुश्श्यातच विचारलं, "भागीर्थी, तू काय गावाची खोतीण झालीस व्हय?"

"म्हंजी?" तोंडाचा चंबू करून तिने त्याला विचारलं.

"हिथं काम करून माज्या प्वॉटात आग पडलीय नि तू आता येकुद्या खोतीणीगत न्यारी घेऊन येतीस व्हय?"

नवऱ्याचं बोलणं ऐकून भागीरथी किंचित आवाज मोठा करून त्याला म्हणाली,

"अवं, साळंत जाणाऱ्या पोरांस्नी भाकरतुकडा करून खायाला घातला. बावीमदनं पाण्याच्या दोन-तीन खेपा आणल्या. समदी घरातली कामं करेपावोत झाला वाईच उशीर."

"सांजवल्यावर पाऊस कंधी यील ते सांगता येणार न्हाय. म्हून वाईच झटका करायला पायजे." तिची समजूत काढीत राजाराम म्हणाला.

राजाराम भागीरथीसमोर उकीडवा बसला. तिने भाकरीचं फडकं सोडलं. दोन भाकऱ्या त्याच्या हातावर ठेवून तिने त्यावर तव्यात केलेली सुकटाची भाजी ठेवली. राज्यारामने घास मोडून तोंडात कोंबला. भाकरी खाताना तो सहज आभाळाकडे पाही. कोरड्या ढगांचा पुंजका कूर्मगतीने इकडे-तिकडे जाताना त्याच्या डोळ्यांना दिसत होता. सकाळी स्वच्छ दिसत असलेलं निळं आभाळ संध्याकाळी कधीकधी काळ्याकुट्ट ढगांनी भरून जायचं नि चारी दिशांना वाऱ्यांना सोबत घेऊन पावसाची संततधार सुरू व्हायची. राजाराम भाकरी चावताना मनात म्हणाला, की या कोरड्या ढगांवर विसंबून जमायचं नाही. आपल्याला झटका करायला पाहिजे.

भाकरी हातावर घेऊन भागीरथीसुद्धा नवऱ्याच्या समोर बसून त्याच्याशी बोलत बोलत घास तोंडात कोंबत होती. पाण्याचा घोट घेऊन ती नवऱ्याला काळजीने म्हणाली,

"अवं धनी, ही शेती आपन कराया लागल्यापास्नं त्यो काश्या खोत आपल्यावं लई खार खायला लागलाय. नुस्ता वस्सार घेत्युय बगा."

"भागीर्थी, या शेतामंधी सोन्यावाणी भाताचं दाणं बगून त्याची नियत आता फिरलीय. तुला काय त्यो बोल्ला व्हय?"

"मला काय त्यो बोल्ला न्हाय. पर कंधी रस्त्यात भेटला की डोलं मोट्ठं करून बगतो. मी कंधी त्याच्या मुस्क्याटला आग लावीत न्हाय... वस्साडा मेला. माज्या कानावं असं आलं की..." भागीरथी बोलायची थांबली.

"काय आलंय तुज्या कानावं?" भाकरीचा घास गिळून राजारामनं तिला काळजीनं विचारलं,

"त्यो लोकास्नी सांगत्यूय, की त्यास्नी मी त्यो भात कापून देणार न्हाय म्हून."

"असं कसं व्हईल? सरकारनं ही जिमिन आपल्या नावानं करून दिलीय. तो गावाचा खोत झाला म्हून काय झालं? आंधी तू तुज्या मनातली भीती काडून टाक.

तो खोत इकडं येणार न्हाय.''

"शेतात भाताचं पीक बगून त्याचं डोल्लं फुटलेत.'' भागीरथी रागाने म्हणाली.

न्याहारी झाल्यावर राजाराम तळहातावर तंबाखू घेऊन मळू लागला. निळ्या आभाळाकडे नजर फेकून त्याने मळलेली तंबाखू अलगद चिमटीत धरून दाढेखाली ठेवली नि ढुंगणाला हात पुसत तो उठून उभा राहिला. हातात परजलेला धारदार विळा घेऊन तो बायकोसोबत भात कापू लागला. भात कापत असताना त्याच्या मनात धाकधूक सुरू होती.

राजारामची भीती खरी ठरली. मळलेली, तांबडी पाऊलवाट तुडवीत काश्या खोत त्याच्या दिशेने गावातील १०/१२ लोकांना सोबत घेऊन येत होता. काश्याखोताचा गावात दरारा होता. लोक त्याच्या विरोधात कधी बोलत नसत. कूळकायदा लागू होऊन अर्ध शतक झालं, तरी त्याचा रुबाब तिळमात्र कमी झाला नव्हता. सुंभ जळाला तरी त्याचा पीळ कायम होता. गावातील गरीब लोकांशी तो धमकावण्याच्या सुरात बोलायचा. तसं पाहिलं तर काश्या खोताच्या समोर राजाराम किस झाड की पत्ती.

काश्या खोतानं राजारामच्या समोर येऊन त्याला धमकावत विचारलं,

"राजाराम, तू कुणाच्या परवानगीनं माज्या शेतात पाय टाकलंस?''

"ही जिमिन माजी हाय. ७/१२ला माजं नाव हाय.'' अंगात अवसान आणून राजाराम त्याला म्हणाला.

"तू कुणासमुर बोलत्यूस, हे तुला ठाव हाय का?''

"व्हय.''

"मला कायद्याची भाषा शिकवू नगुस. माज्या वाडवडिलांची ही जिमिन हाय. ती तुला मी अशीच कशी फुंकून टाकू?''

काश्या खोताचा चेहरा संतापाने आक्रसून गेला होता. त्याच्या डोळ्यांतून अंगार सांडत होता. बेसावध चालताना अचानक एखाद्या जंगली प्राण्याने हल्ला करावा, तशी गत आता राजारामची झाली होती. त्याच्या हातातील भातकापणीचा विळा केव्हाच गळून पडला होता. भागीरथी त्याच्यासोबत होती. त्याला तिचा आधार वाटू लागला. नवरा घाबरलेला आहे, हे तिच्या लक्षात आलं होतं.

त्या घोळक्यात गावचा सरपंचसुद्धा होता. त्याचं नाव गुणाजी बुरटे. तो राजारामला समजावून सांगत म्हणाला,

"राजाराम, ही जिमिन खोतांची हाय. यात पाऊल टाकायच्या आधी तू त्यास्नी इचारायला पाह्यजे होतं. गावात कायद्यानं कुठं समदी कामं होतात? आपुन

येका गावात ऱ्हाणारी मान्सं. आपलं वाडवडील खोतांच्या अन्नावं जगलेत, याची तू वाईच जाणीव ठिव नि दुसऱ्याच्या बापाला कंधी आपला बाप म्हणू नकोस.''

गावचा सरपंच काश्या खोताला खुश करण्यासाठी म्हणाला. त्याचं बोलणं ऐकून राजाराम सर्द झाला. सरपंच आपली बाजू घेऊन बोलेल असं त्याला आधी वाटत होतं. आता त्याच्या पायाखालची जमीन भीतीने सरकू लागली. उन्हातान्हात रक्ताचं पाणी करून दोघं नवराबायको त्या शेतात राबली होती, तेव्हा कुठं ही जमीन लागवडीखाली आली होती. जमीन ताब्यात मिळाल्यावर त्यानं किती स्वप्नं पाहिली होती. एक खंडी भात त्याला प्रत्येक वर्षी अधिक मिळणार होता. त्यामुळे त्याच्या मुलांची उपासमार संपणार होती. गावातील वहाणादुरुस्तीचं काम आता मोडीत निघालं होतं. प्रत्येकाच्या पायात आता नवीन फॅशनच्या चपला किंवा बूट होते. चामड्याच्या वहाणा आता कुणीही वापरत नसत. त्यामुळे राजाराम पावसाळ्यात मक्त्याने शेती करून नि उन्हाळ्यात शेतमजुरी करून कुटुंबाचा उदरनिर्वाह करीत असे.

गावात महात्मा गांधी तंटामुक्त समिती स्थापन झाली होती. त्याचा अध्यक्ष बाजीराव घोसाळकर होता. चार पावलं पुढे येऊन तो राजारामला दमदाटी करीत म्हणाला,

''राजाराम, उंद्या तर ही भानगड आमच्या कानावं घालायला आलास तर आमी तुला थाऱ्यास हुभं करणार न्हाय. सरकारचा कायदा वेगळा नि आमचा कायदा वेगळा अस्तू. तुला गावात ऱ्हायचं असंल, तर गावच्या कायद्यापरमानं तुला वागायला पायजे. शाण्णा असशील तर आताच या जिमिनीतनं बाहेर पड.''

राजाराम आशेने त्या लोकांकडे पाहत होता. त्याची बाजू घेऊन बोलायला कुणीही पुढे येत नव्हते. ते सगळेजण षंढ झाल्याप्रमाणे उभे होते. खोतांची जमीन लागवडीखाली आणून राजारामने त्यांचा फार मोठा अपराध केला आहे, अशा नजरेने ते लोक त्याच्याकडे पाहत होते. राजाराम भीतीने आणि रागाने थरथर कापत होता.

काश्या खोताला दोन्ही हात जोडून खालच्या आवाजात राजाराम म्हणाला,

''खोत, माजी नकायेवडाली लहान लेकरं हाईत. सरकारनं कागूद करून दिल्यावं मी या जिमिनीत अंग मोडून काम केलं. सरकारनं माज्या नावं कागूद करून दिलंन नस्तं तर मी या जिमिनीत कंधी पाऊल टाकलं नस्तं.''

''तू आताच्या आता माझ्या जिमिनीतून बाहीर पड,'' काश्या खोत ढगफुटी व्हावी तसं मोठा आवाज करून म्हणाला.

''खोत, या जिमिनीत मी बायकुला मदतीला घेऊन तीन वर्सं राबलोया.''

“मला काय सांगू नकुस.”

“मला येवडा भात कापू द्या.” राजाराम काकुळतीला येऊन म्हणाला.

“तू आता येका लोंबीलासुदीक हात लावायचा न्हाय. ही माजी जिमिन हाय. त्या सरकारला खुळ लागलंय म्हून यात तुजं नाव लिवलंय. जा सांग सरकारला मी ही जिमिन सोडीत न्हाय म्हून.”

“खोत, माजी लेकरं उपाशी मरतील. मी तुमच्या पाया पडतू.”

“रांडच्या, तुजी पोरं उपाशी पडतात म्हून माजी जिमिन तुला देऊ? ते जमायचं न्हाय. मुकाट शेताच्या बाहीर पडा.” खोत इरेला पेटला होता.

हातातोंडाशी आलेला घास जाणार म्हणून भागीरथी मनातून दु:खी झाली होती. आभाळ फाटल्याप्रमाणं ती घाबरली होती. उघड्या डोळ्यांनी नवऱ्याची खोतापुढे होत असलेली बेइज्जत तिला पाहवत नव्हती. तिच्या डोळ्यांत टचकन् पाणी आलं. ती अगतिकपणे त्याच्याकडे पाहत होती. पावसाने झोडपलं नि राजाने मारलं, तर दाद कोणाकडे मागायची? असा प्रश्न त्या दोघा नवरा-बायकोला पडला होता. आभाळ सुन्न होतं. पांढुरक्या ढगांचा पुंजका इकडून तिकडे सरकत होता. वाऱ्याने शेतातील भाताचं पीक डोलत होतं.

भागीरथी गयावया करीत काश्या खोताला म्हणाली,

“खोत, गरिबावं दया करा. माजी लेकरं उपाशी मरतील.”

“मरू दे त्यास्नी. जगून तरी त्ये काय करनार हाईत? पैल्यासारकं तुमच्यावाचून गावाचं आता काम बी अडत न्हाय.”

भागीरथी काश्या खोतासमोर रडली तरी त्याला तिची दया आली नाही. जणू त्याच्या छातीत काळीज नव्हतं. तोंडाने बोलून भागीरथी आणि राजाराम शेताच्या बाहेर पडणार नाहीत, हे त्याच्या ध्यानात आल्यावर काश्या खोत दाणदाण पाय आपटत पुढे आला नि राजारामाच्या हाताला धरून तो त्याला शेताच्या बाहेर ओढून नेऊ लागला. भागीरथी नवऱ्याला ‘कारभारीऽऽ कारभारीऽऽ’ अशा आर्त हाका मारीत त्याच्यामागून डोळ्यांतून अश्रू सांडत जाऊ लागली. काश्या खोताने दोघा नवरा-बायकोला शेताच्या बाहेर हाकलून दिलं. आता त्याला पुढचा रस्ता मोकळा झाला होता. तो उन्मादाने बांधावर एकमेकांच्या तोंडाकडे पाहत उभं असणाऱ्या गड्यांना आवंढा गिळून मोठ्या आवाजात म्हणाला,

“रांडच्यानू, नुस्तं येकमेकांच्या तोंडाकडं बगीत काय बसलाव? हातात इळं घेऊन भात कापायला सुरुवात करा.”

त्याचा आवाज कानावर पडताच हातात धारदार विळे घेऊन गड्यांनी लगेच

भात कापायला सुरुवात केली. भात कापणाऱ्या त्या गड्यांकडे शेताच्या बांधावर एकमेकांच्या आधाराने उभे असलेले नवरा-बायको असहायपणे डोळे गाळीत पाहत होते. जणू त्या गड्यांच्या हातातील परजलेले धारदार विळे त्यांच्या काळजावर फिरत होते. विजयी मुद्रेने काश्या खोत गालात विकट हास्य करीत शेतात उभा होता. आयतेच घबाड त्याच्या हाती लागल्याने त्याचा चेहरा आनंदाने उजळून गेला होता. थोड्या वेळाने राजाराम निराश होऊन बायकोच्या आधाराने त्याच्या घराकडे जाणारी मळलेली, तांबडी पाऊलवाट तुडवू लागला.

सांजवेळ झाली होती. राजाराम जुगारात हरल्याप्रमाणे पडवीत डोक्याला हात लावून बसला होता. भागीरथी त्याच्यासमोर काळजी करीत बसली होती. ते दोघं तोंडातून ब्रसुद्धा काढत नसल्यामुळे घरात स्मशानशांतता नांदत होती. भविष्यातील काळजीने अख्ख्या घरालाच घेरून टाकलं होतं.

दु:खाचा नि:श्वास टाकून राजाराम क्षीण आवाजात म्हणाला,

"भागीर्थी, काश्या खोताचा डाव आपल्याला आधीच कळला न्हाय. न्हायतर आपून येवडी ऊरफोड मेहनत त्या शेतामंदी केली नसती. त्या शेतासाठनं माजं काळीज तीळतीळ तुटतंय बग. माज्या लेकरांच्या त्वाँडातून त्यानं आज घास काडलंन."

"मेल्याचं वाटुळं व्हईल. या गावात त्याचं बीसुदिक ऱ्हाणार न्हाय. गरिबाचा शाप लागंल त्याला."

"मी आता असं ठरविलंय..."

"काय?" नवऱ्याचं तोंडाकडे पाहत भागीरथीने विचारलं.

"भागीर्थी, तालुक्याच्या तहसीलदाराने गावात येऊनशान ती जिमिन आपल्या ताब्यात दिली होती. मी उंद्या त्यास्नी जाऊन भेटतू. आता मी गप्प बसणार न्हाय. माज्याकं त्या जिमिनीचा कागूद हाय. माजं नाव त्यात हाय."

"तुम्ही जाऊन तहसीलदाराला भेटलाव की काश्या खोताला त्याचा राग यील. त्यो राती आपलं घर जाळण्यासाठी मान्सं पाठवील. त्यो उल्ट्या काळजाचा खोत हाय."

"तू येड्यावाणी काय बोलतेस? सरकार आपल्या बाजूनं हाय. तवा आपल्याला घाबरायचं काम न्हाय. सरकारच्या कानावं घातल्याबीगर त्यास्नी काय कळणार हाय का?"

"तुमचं म्हणणं खरं हाय. मीसुदीक तुमच्यासंग तालुक्याला येते."

"तू नकू. मी येकटा जातु. मामलेदार मला एकट्याला काय खानार न्हाय."

"साहेबास्नी वाईच पटवून सांगा. त्यांनी मनावर घेतलं, की आपल्याला देव

पावला म्हणायचा.'' – भागीरथी.

"मी झोलाई देवीला नारोळ वाढवीन."

"ब्बेस. माज्या मनातलं तुमी बोल्लाव." समाधानाची एक सूक्ष्म छटा तिच्या गहूवर्णीय चेहऱ्यावर उमटली होती.

शाळेत गेलेली मुलं दप्तरं घेऊन घरी आली. मुलांना पाहून दोघांच्याही पोटात सुख मावेना. दप्तर एका कोनाड्यात ठेवून दोन्ही मुलं भागीरथीच्या अंगावर पडत म्हणाली, "आई, खायला दे. लई भूक लागलीय!" मुलांच्या नाजूक चेहऱ्यावर मायेने हात फिरवून भागीरथी बसलेल्या जागेवरून 'देवा, पांडुरंगाऽऽ' म्हणत उभी राहिली. जमिनीवर सावकाश पावलं टाकीत ती स्वयंपाकखोलीच्या दिशेने जाऊ लागली. रमेश आणि मीना पदर हातात धरून उड्या मारीत तिच्या मागून जाऊ लागले. मुलांना खायला देऊन तिने चूल पेटवून चहा केला. नवऱ्याला गरम चहा देऊन ती स्वत:ही प्यायली नि रात्रीच्या जेवणाची तयारी करू लागली.

★ ★ ★

तहसीलदारसाहेबांना भेटण्यासाठी राजाराम पहिल्या गाडीने आज तालुक्याला आला होता. कचेरीत कामासाठी पक्षकारांची गर्दी झाली होती. कारकूनमंडळी आपापल्या खुर्च्यांत बसून मख्खपणे फायली चाळत होती. त्यांच्याजवळ असलेल्या लाकडी रॅकवर कागदांची बोचकी ठेवली होती. त्यांवर धुळीची पुटं चढली होती. डोक्यावरचे पंखे गरगर फिरत होते. पंखे जुने झाल्यामुळे त्यातून चित्रविचित्र आवाज येत होते. कारकूनमंडळींना त्या आवाजाची भीती वाटत नव्हती. त्यांना त्याची आता सवय झाली होती. सफेद गणवेश घातलेले नि पक्षकारांच्या अंगावर वसकन जाणारे शिपाई वैतागलेल्या चेहऱ्याने इकडून तिकडे जात होते.

राजारामने मनाचा हिय्या करून तहसीलदारसाहेबांच्या चेंबरमध्ये पाऊल टाकलं. त्याच्यासमोर फिरत्या चाकाच्या खुर्चीत कडक इस्त्री केलेली सफारी घालून तालुक्याचे तहसीलदार रूबाबात बसले होते. त्यांची ती ऐट नि थाट पाहून राजाराम गडबडला. नंतर त्याने स्वत:ला सावरलं नि एखाद्या गरीब गायीने भीतीने नरभक्षक वाघाकडे पाहावं, तसं तो साहेबांकडे पाहू लागला. डोळ्यांवरील सोनेरी काड्यांचा चष्मा काढून त्याची काच रुमालाने स्वच्छ पुसून तहसीलदारांनी त्याला करड्या आवाजात विचारलं.

"कोण तुम्ही?"

"साहीब, माजं नाव राजाराम गणपत पेवेकर हाय जी." राजाराम खूप

घाबरला होता.

"काय काम आहे, तुमचं माझ्याकडे?"

छातीत स्वच्छ ताजी हवा भरून घेऊन राजाराम साहेबांना म्हणाला,

"साहीब, वडगाव माझं गाव हाय. माज्याकं जमीन-जुमला कायबी नव्हतं. मी भूमिहीन हाय म्हून मला काश्या खोतची जिमिन कसायला सरकारकडनं मिळाली. ती जिमिन खडकाळ नि नापीक होती. त्यात झाडीझुडपं होती. दोन-तीन वरीस उनातानात राबून आम्ही दोगं नवरा-बायकूनं ती जिमिन औंदा लागवडीखाली आणून त्यात भाताचं पीक घेटलं. कल आमी दोगं भात कापत असताना काश्या खोतानं हरकत घेटली. आमी कापलेला भात त्यानं गडी करून उचलून न्हेला. मी लय गरीब माणूस हायजी. तुम्ही माजी जिमिन माझ्या ताब्यात द्या. मी तुमचं उपकार या जन्मी ईसरणार न्हाय बगा."

राजारामने पोटतिडिकेने त्याचं म्हणणं साहेबांना सांगितलं. तहसीलदारसाहेबांच्या लक्षात सर्व प्रकार आला होता. त्यांनी त्याला पुढं विचारलं.

"त्या जमिनीचा ७/१२ तुम्ही आणलात का?"

"व्हय जी."

राजारामने खिशात घडी करून ठेवलेला ७/१२ उतारा काढून तहसीलदारसाहेबांच्या हातात दिला. डोळ्यांना चष्मा लावून साहेबांनी तो ७/१२चा उतारा वाचला नि पुन्हा ते त्याच्या हातात देत म्हणाले,

"पेवेकर, जमिनीला तुमचं नाव आहे. ती जमीन तुमच्या मालकीची आहे. तिची देखभाल करणं कायद्यानं तुमची जबाबदारी आहे. यात मी काय करू शकत नाही. कागदपत्रं तयार करून जमीन तुमच्या ताब्यात देणे एवढीच तहसीलदार म्हणून माझी जबाबदारी."

"साहेब, मी गरीब माणूस. तो गावचा खोत आहे. गावातील लोक त्याला मदत करतात. मला मदत करीत न्हाईत."

"मग तुम्ही गावच्या महात्मा गांधी तंटामुक्त समितीकडे तक्रार करा."

"त्यांनी मला सांगितलं, की तुमी आमच्याकडं खोताची तक्रार घेऊन यायची न्हाय. आमी तुम्हाला कसलीच मदत करनार नाय म्हणून. मी गरीब माणूस, मी आता कुठं जाणार? म्हून तुमाला हात जोडून सांगतो, की तुमी मला न्याव द्या. त्यो माणूस माझ्याशी लई दादागिरी करतो."

राजारामाला वाटेला कसं लावायचं, हा प्रश्न तहसीलदारांना पडला होता. क्षणभर शांत राहून ते मनात विचार करू लागले. राजाराम त्यांच्यासमोर दीनवाणा

उभा राहून त्यांच्या तोंडाकडे आशेने पाहत होता. तहसीलदारसाहेब नक्की आपल्याला मदत करतील, असं त्याच्या मनाला वाटत होतं. क्षणाक्षणाला त्याची अवस्थता वाढत होती.

तहसीलदारसाहेबांनी पुन्हा बोलायला तोंड उघडलं. ते त्याला खालच्या आवाजात म्हणाले,

"पेवेकर, मी आता खूप कामाच्या गडबडीत आहे. नंतर मला फिरतीलासुद्धा जायचंय. तो माणूस दादागिरी करत असेल, तर तुम्ही पोलिसांकडे जाऊन त्याची तक्रार करा. पोलीस त्याचा बंदोबस्त करतील. जा तुम्ही."

"साहीब, तुम्ही वाईच लक्ष्य घातलं असतं, तर माझ्या लेकरांचा दुवा तुमाला लागला असता."

"तुम्ही माझा वेळ घेऊ नका." तहसीलदार आवाज मोठा करून त्याला म्हणाले.

तालुक्याच्या तहसीलसाहेबाने त्याला अक्षरश: धुडकावून लावलं होतं. त्यामुळे राजारामाला त्याचा धक्का बसला होता. तो मनात आणखी निराश झाला. बाहेर येऊन लाकडी बाकड्यावर थोडावेळ विचार करीत तो बसला. नैराश्याने त्याला घेरून टाकलं होतं. तहसीलदारसाहेबांनी सांगितल्याप्रमाणे पोलिसांकडे दाद मागायला जाण्याची त्याच्या मनाची तयारी होत नव्हती. पोलीस गरीब लोकांचे काम करीत नाहीत, त्यांच्याकडून दमदाटी करून पैसे उकळतात, नाहीतर खोटी केस तयार करून त्यांना तुरुंगात टाकतात, असं काहीबाही तो त्यांच्याबद्दल ऐकून होता.

त्याचं दुसरं मन त्याला सांगत होतं की, सगळेच पोलीस काही वाईट नसतात. काही पोलीस चांगलेसुद्धा असतात. ते नक्की आपलं काम करतील. त्याच्यावर वेळ अशी आली होती की, पोलीस स्टेशनची पायरी चढल्याशिवाय त्याच्याकडे अन्य कोणताच पर्याय राहिला नव्हता. त्याच्या डोळ्यांसमोर वाऱ्याने डोलणारी भातशेती दिसत होती. त्याची निष्पाप मुलं नि बायको दिसत होती. 'मरता क्या नहीं करता?' याप्रमाणे बराच वेळ मनात विचार करून तो पोलीस स्टेशनकडे जाण्यासाठी बसलेल्या जागेवरून उठून उभा राहिला. माणसांच्या घोळक्यातून वाट काढत तो पोलीस स्टेशनच्या दिशेने झपझप पावलं टाकत चालू लागला.

कचेरीपासून तालुक्याचं पोलीस स्टेशन अगदी जवळ होतं. राजाराम चालत पोलीस स्टेशनच्या आवारात येऊन पोहोचला. अंगावर कडक इस्त्री केलेली खाकी वर्दी घातलेले पोलीस गंभीर चेहऱ्याने काम करीत होते. पोलीस स्टेशनमधील गूढ-गंभीर वातावरण पाहून त्याच्या भीतीत आणखी भर पडली. एकदा त्याच्या मनात

आलंसुद्धा, की आपण उगाच पोलीस स्टेशनची पायरी चढलो म्हणून. पोलीस स्टेशनच्या दर्शनी भागावर एक ऑइलपेंटने रंगविलेली पाटी लावली होती. त्यावर सुंदर अक्षरांत 'मदत हवी का?' असं लिहिलं होतं. ती पाटी वाचून त्याला थोडा धीर आला. अंगात उसनं अवसान आणून तो एका कोपऱ्यात अंग चोरून बसला होता.

बऱ्याच उशिरापर्यंत त्याच्याकडे कुणीही लक्ष दिलं नाही. जाणारे-येणारे गंभीर चेहऱ्याचे पोलीस त्याच्याकडे डोळे मोठे करून पाहत होते. जणू तो कुणाचा तरी खून करून पोलीस स्टेशनमध्ये आला होता. लोकांच्या तक्रारी लिहून घेणारा जमादार एका पार्टीसोबत तावातावाने बोलत होता. त्यांच्यासमोर आलेली ती केस मारामारीची होती. त्या पार्टीत एक महिलासुद्धा होती. त्या गदारोळात राजारामकडे कुणाचं लक्ष जात नव्हतं.

ते प्रकरण पूर्ण झाल्यावर ढेरपोट्या जमादाराचे राजारामाकडे लक्ष गेले नि त्याने त्याला अगदी दमात घेतच विचारलं,

"ए कोण रे तू?"

"मी राजाराम पेवेकर हाय जी. वडगावाचा."

"काय काम आहे तुझं?"

"साहीब, माज्या जिमिनीतला भात दांडगाई करून गावाच्या खोतानं उचलून न्हेला. त्याची मी तुमच्याकडं तकरार करायला आलुय."

"आरं त्यानं जसा तुझा भात उचलून नेला, तसं तू त्याच्या जमिनीतील भात उचलून आणायचा. पोलिसांना काय दुसरी कामं नाहीत?"

"तो गावचा खोत हाय. मी गरीब माणूस हाय जी. त्याच्या म्होरं माजी ताकद चालत न्हाय."

"त्या जमिनीला तुझं नाव लागलंय का?"

"व्हय जी. त्याचा ७/१२ माज्याकं हाय. तुमाला त्यो दावू?"

"नको." जमादार त्याला झिडकारीत म्हणाला.

"साहीब, तुमाला गरिबाचा आशीरवाद लागंल. तेवडा तुमी त्या खोताचा बंदुबस्त करा. मी लई गरीब माणूस हाय. माजी दोन लहान मुलं हाईत."

"हे बघ, तुला मी एक चांगला सल्ला देतोय तसं तुला करायला हवं."

"सांगा जी." राजाराम अधीर होऊन म्हणाला.

त्याच्यावर नजर रोखून जमादार त्याला म्हणाला,

"हे बघ, तुझ्या या क्षुल्लक कामासाठी पोलिसांना वेळ नाही. येथे पुष्कळ कामं असतात. एक दिवस गावात पोलीस येऊन त्याचा तुला काडीचा उपयोग होणार

नाही. पोलीस निघून गेल्यावर तो खोत पुन्हा तुला त्रास देईल. त्यापेक्षा तू वकील कर नि कोर्टात जा. त्याचा कायमचा बंदुबस्त होईल.''

"साहीब, मी गरीब माणूस. वकिलाला कुठनं पैसं आणून देऊ? त्याची फी मला परवडायची न्हाय. तुमीच तेवडं त्याचा बंदुबस्त करा. माज्या लेकरांचा तुमाला दुवा लागंल.''

त्याचं बोलणं ऐकून तो मिशीवाला जमादार त्याच्यावर चिडला. तो आवाज मोठा करून त्याला म्हणाला,

"तू कोर्टात जा नि न्याय माग. आता एक क्षण तू येथे थांबलास तर मी आत टाकेन तुला. चांगलं सांगून कळत नाही?''

जमादाराचा रुद्रावतार पाहून राजाराम पुढे एक शब्दसुद्धा बोलू शकला नाही. दारात आलेल्या कुत्र्याला हाकलावं तसं जमादाराने त्याला पोलीस स्टेशनमधून हाकललं होतं. त्याची तक्रार त्यांनी अजिबात लिहून घेतली नाही. राजारामाचा भ्रमनिरास झाला होता. जुगारात सर्वच गमावल्यागत त्याची आता गत झाली होती. मोठ्या आशेने तो खोताला धडा शिकविण्यासाठी तालुक्याला आला होता; परंतु कुणीही त्याला मदत केली नाही. मदतीचे सगळे मार्ग बंद झाल्यावर तो विमनस्क होऊन तालुक्याहून सुटणारी शेवटची बस पकडण्यासाठी पाय ओढत बसस्थानकाच्या दिशेने चालू लागला... डोक्यात एक वेगळाच विचार घेऊन.

■

५

वरात

अनसूया तापाने नुसती फणफणत होती. तिच्या तोंडातून गरम वाफा निघत होत्या. ओठ कोरडे शुष्क पडले होते. डोळे खोल गेले होते. तिचं कपाळ पांढरं-फटक पडलं होतं. वाळलेल्या झाडाप्रमाणे तिच्या शरीराची गत झाली होती. तिच्या खोल गेलेल्या डोळ्यांत कमालीची भीती होती. त्यामुळे तिच्या जिवाची नुसती घालमेल होत होती.

अनसूयाची तेरा-चौदा वयाची मुलगी तिच्या शेजारी बसून तिच्या कपाळावर पाण्यात भिजवून सफेद कापडाच्या घड्या ठेवीत होती. आईच्या आजारपणामुळे तिच्या गालावरचं हसू नाहीसं झालं होतं. तिच्या डोळ्यांत चिंता होती. त्यात घरात अठरा विश्व दारिद्र्य. धान्याचा एक दाणासुद्धा घरात शिल्लक नव्हता. चार-पाच जर्मनची भांडी, गळक्या दोन तपेल्या, एक पारा उडालेला आरसा नि एक दात पडलेला कंगवा. दांडीवर लोंबकळणारी कपड्यांची लक्तरं. याशिवाय तिच्या घरात काहीही नव्हतं. दारिद्र्याने घर नुसतं भरून गेलेलं.

तरुणपणी अनसूयाने एका ट्रक ड्रायव्हरबरोबर पळून जाऊन लग्न केलं होतं. त्यानंतर तिने तिच्या माहेरी कधीच तोंड दाखविलं नव्हतं. तिचं सुख नियतीला पाहवलं नाही. ती सुखाचे स्वप्न पाहत असताना काळाने तिच्या नवऱ्यावर क्रूरपणे झडप घातली नि एका मोटार अपघातात तो तिला सोडून कायमचा देवाघरी निघून गेला. नवरा सोडून गेल्यावर अनसूया

निराधार झाली. छोट्या मुलीला उराशी धरून ती धाय मोकलून रडली. नंतर पोटच्या मुलीसाठी लोकांची धुणी-भांडी करून जगू लागली.

नियतीला तिचं हेसुद्धा सुख पाहवलं नाही. जणू नियती तिची सत्त्वपरीक्षा घेत होती. वर्षा-सहा महिन्यांपासून अनसूया सतत आजारी पडू लागली. त्यामुळे तिच्या हातून धुणी-भांडी करण्याचं कामसुद्धा सुटलं होतं. तिची तेरा-चौदा वर्षांची मुलगी कामासाठी कधी-कधी घराच्या बाहेर पडायची. कधी ती चक्क पैशासाठी लोकांच्या पुढे हात पसरीत असे. पोटातील भूक तिला स्वस्थ बसू देत नसे. त्यामुळे नाइलाजाने तिला तोंड वेंगाडून पैशासाठी लोकांसमोर हात पसरावा लागत होतं. आता तिच्या मुलीला त्याची सवय झाली होती. अनसूयाला जेव्हा हे कळायचं, तेव्हा तिच्या डोळ्यांतून नि:शब्द अश्रू बाहेर पडत असत. तिला खूप यातना होत असत. परंतु परिस्थितीसमोर तिने हार पत्करली होती.

आज अनसूया कसनुसं करीत होती. तापात ती जेव्हा असंबद्ध बडबड करायची, तेव्हा तिची मुलगी घाबरायची. तिला तिची काळजी वाटू लागली. अनसूया अर्धवट डोळे उघडून 'शोभा ऽऽ ए ऽऽ शोभा' असं क्षीण आवाजात तिच्या मुलीला हाका मारू लागली. शोभाच्या डोळ्यांत पाणी आलं होतं. गळणारे डोळे हाताच्या तळव्याने पुसत ती तिला 'काय गं आई' असं खालच्या आवाजात म्हणाली.

"बायो, मला प्यायला थोडं पाणी दे." अनसूया चिरक्या आवाजात म्हणाली.

शोभाने तिला पिण्यासाठी चुलीवर पातेल्यात पाणी तापवून ठेवलं होतं. एका वाटीत पाणी घेऊन ती चमच्या-चमच्याने तिच्या तोंडात सोडू लागली. चार-पाच चमचे पाणी पिऊन अनसूयाने तोंड फिरविले. शोभाने तिच्या अंगावर ओणवी होत परकराने तिचं तोंड पुसलं. आई जगावी म्हणून शोभा तिच्या परीने प्रयत्न करीत होती. मनातल्या मनात ती बरी व्हावी म्हणून देवाकडे करुणा भाकत होती. आपल्या आईला देव नक्की बरी करेल, असं तिला वाटत होतं. तिचा देवावर विश्वास होता. इतर मदतीची दारं बंद झाल्यावर माणूस देवाच्या चरणी नतमस्तक होतो. शोभा त्याला अपवाद नव्हती. आईशिवाय तिचं या जगात कुणीही नव्हतं. आईला डॉक्टरकडे न्यावं, असंही तिला वाटू लागलं. परंतु तिच्याजवळ डॉक्टरची फी देण्यासाठी एक छदामसुद्धा नव्हता. त्यामुळे तिला खूप वाईट वाटू लागलं. अनसूयाला धीर देण्यासाठी तिने लाकडागत असलेला तिचा हात हातात घेतला नि ती दाटलेल्या कंठाने तिला म्हणाली,

"आई, तू माझी काळजी करू नकोस. तू लवकर बरी होशील. देव तुला बरी करेल बघ."

"पोरी, माझ्या मागे तुझं कसं होईल, कोण तुझं लग्न करेल, याचीच मला काळजी लागलीय."

"आई, तू मागे एकदा म्हणाली होतीस की, ज्याचं या जगात कुणी नाही, त्याची काळजी देव घेतो म्हणून."

"होय पोरी, मी तसं तुला म्हणाले होते."

"मग तू आता कशाला काळजी करत्येस? मला तू हवी आहेस आई."

"माझं वासरू, तू किती शहाणी आहेस." अनसूयेच्या गळ्यात पुन्हा हुंदका दाटला होता.

शोभा भाबडेपणाने तिच्याशी बोलत होती. तिचं शहाणपणाचं बोलणं ऐकून अनसूयाचा ऊर भरून आला होता. असंच उठावं नि लेकीला पोटाशी धरून मनसोक्त मनाचा निचरा होईपर्यंत रडून घ्यावं, असं तिला वाटू लागलं. परंतु वर उठण्यासाठी तिच्या अंगात त्राण उरलं नव्हतं. आजारपणामुळे तिचं शरीर जर्जर झालं होतं. अंगावर मांस नसल्यामुळे फक्त हाडांचा सांगाडा दिसत होता. दात आहेत पण चणे नाहीत. तिने दुःखाचा निश्वास टाकला नि ती भकास डोळ्यांनी लेकीकडे एखाद्या भ्रमिष्टागत पाहत राहिली.

अनसूयाची नजर तिच्या घरभर फिरत होती. थंड पडलेली मातीची चूल, जर्मनची भांडी, गळक्या पाण्याच्या तपेल्या, दांडीवर लोंबकळणारी कपड्यांची लक्तरं, ती आजारी पडल्यापासून घराची रया निघून गेली होती. दारिद्र्याची घट्ट मगरमिठी तिच्या घराला बसली होती. त्यामुळे खाण्याचेसुद्धा वांदे झाले होते. यातून कधी एकदा सुटका होते, असं तिला वाटत होतं. मधाच्या पोळ्यावर दगड मारल्यावर जसं हजारो मधमाश्या घोंगावतात तसं तिच्या मनात विचारांचं मोहोळ उठलं होतं. विचारांनी तिचं मन सैरभैर झालं होतं.

शोभा तिच्याकडे एकटक पाहत बसली होती. जणू ती डोळ्यांनी तिला 'आई, तू लवकर बरी हो' म्हणून कळकळीने सांगत होती. इतक्यात वाद्यांचा कर्णकर्कश आवाज कानांवर पडला. समोरच्या रस्त्यावरून एका लग्नाची वरात वाजत-गाजत निघाली होती. उघड्या जीपला रंगीबेरंगी सुगंधी फुलांनी सजविलं होतं. फुलांनी सजविलेल्या जीपमध्ये नववधू तिच्या जोडीदाराला अगदी खेटून बसली होती. तिचा चेहरा आनंदाने उजळून गेला होता. सुगंधी चंदनाप्रमाणे तिची काया दिसत होती. तिचा उबदार, मेंदीचा हात तिने विश्वासाने तिच्या जोडीदाराच्या हातात दिला होता. जणू ती टपोऱ्या डोळ्यांनी त्याला सांगत होती की, 'आयुष्यभर माझा हात कधी सोडू नकोस. मी तुझ्याशी एकनिष्ठ राहीन. मी तुला तसं वचन देते.'

नववधूचा गळा सोन्याच्या दागिन्याने भरून गेला होता. तिच्या अंगावर भारी किमतीचा भरजरी शालू होता. डोक्यावर पदर घेऊन ती तिच्या जोडीदाराकडे चोरट्या नजरेने पाहत होती. त्याच्या उबदार स्पर्शाने ती कमालीची गोरीमोरी होऊन सुखाच्या हिंदोळ्यावर आनंदाने झुलत होती नि मनातल्या मनात स्वप्नांचे इमले एकावर एक बांधत होती.

धुळीच्या रस्त्यावर ॲटमबॉम्ब, भुईनळे कानठळ्या बसणाऱ्या आवाजात फुटत होते. दारूचा उग्र वास नाकपुड्यांत शिरत होता. जल्लोष करीत माणसं सिनेमाच्या गाण्याच्या ठेक्यावर मद्यधुंद होऊन बेफाम नाचत होती. जणू त्यांच्या अंगात वीज संचारली होती. अंगाची विक्षिप्त हालचाल करीत शिट्या, आरोळ्या ठोकीत ते नाचत होते. मुंगीच्या पावलांनी ती वरात पुढे-पुढे सरकत होती.

शोभा दारात उभी राहून रस्त्याने निघालेली वरात डोळे भरून पाहत होती नि मनातल्या मनात विचार करीत होती. मंगल प्रसंगी लोक खूश होऊन अधिक पैसे देतात, असं तिला मनात वाटत होतं. त्याही क्षणी तिचे डोळे आनंदाने चमकले. वरातीत लोक आपल्याला चांगले पैसे देतील म्हणून ती तिच्या आईजवळ येऊन खालच्या आवाजात म्हणाली.

"आई, मी लग्नाच्या वरातीत पैसे मागायला जाऊ का? वरातीत मला चांगले पैसे मिळतील."

तिचं बोलणं कानांवर पडताच अनसूयाने अर्धवट मिटलेले डोळे उघडले. कोरड्या, शुष्क ओठावर जीभ फिरवत ती कातर आवाजात तिला म्हणाली,

"पोरी, वरातीमधील माणसं दारू प्यायलेली असतात. ती तुला त्रास देतील."

"आई, तू चिंता करू नकोस. मी माझी काळजी घेईन. कुणी छेड काढण्याचा समजा प्रयत्न करू लागली, तर मी घराकडे धूम ठोकीन. चार पैसे चांगले मिळाले तर तुझ्या औषधासाठी त्याचा उपयोग होईल."

"असं म्हणत्येस? मग जा. पण स्वत:ची काळजी घे. दारुड्या माणसाच्या फार जवळ जायचं नाही." अनसूयेने पुन्हा डोळे मिटून घेतले.

आईने आडकाठी न करता जायला परवानगी दिल्यामुळे शोभाला कोण आनंद झाला. जणू तिला हिरे-माणकांची खाण सापडली होती. शोभाने आईच्या अंगावरची मळकी, फाटकी चादर सरळ केली. पाण्याचा तांब्या, भांडं तिच्या उशाशी ठेवलं. तिच्या पायाला हाताने स्पर्श करून तिने दार ओढून घेतलं. अनवाणी पायांनी ती गटाराच्या कडेने चिखल तुडवीत चालू लागली. डुकराची पिल्लं गटाराच्या घाणेरड्या पाण्यात मनसोक्त लोळत होती. काळ्यामिट्ट पाण्यावर माशांचे थवे

बसलेले दिसत होते. गल्लीत लहान मुलांनी क्रिकेटचा डाव मांडला होता. त्यांच्या ओरडण्याचा आवाज कानांवर पडत होता. वरातीच्या गोंधळात त्या लहान मुलांचा ओरडण्याचा आवाज बेमालूमपणे मिसळून जात होता. चिमटीत नाक पकडून शोभा वरातीच्या मागून चालत येत होती.

चालताना ती तिच्या आईचाच विचार करीत होती. तिच्या डोळ्यांसमोर तिची मरणासन्न आई दिसत होती. आईचं वेदनेनं मूक तडफडणं पाहून तिच्या कोवळ्या काळजावर कुणीतरी सुरीने सपासप वार करतंय, असं तिला वाटत होतं. तिने तिच्या आईसोबत बऱ्या-वाईट प्रसंगांना धैर्यानं तोंड दिलं होतं. त्या जीवघेण्या घटनांच्या नुसत्या आठवणींनीसुद्धा भीतीने अंगावर सर्रकन काटा उभा राहत असे. एके दिवशी एक दारुड्या माणूस त्यांच्या घरात शिरला होता. त्याचे डोळे हिंस्र प्राण्याप्रमाणे लालभडक दिसत होते. घरात शिरून तो माणूस तिच्या आईबरोबर बळजोरी करू लागला. मायलेकींनी त्याच्याशी निकराची झुंज देऊन त्याला घरातून पळवून लावलं. अनसूयेने त्याच्या गुप्तांगावर जोरात लाथ घातली नि शोभाने त्याच्या डाव्या हाताचा कडकडून चावा घेतला. 'मेलो ऽऽ मेलो' करीत त्या दारुड्याने घरातून धूम ठोकली. मायलेकींनी रणचंडीकिचा अवतार धारण केल्यामुळे त्याची इच्छा पूर्ण होऊ शकली नाही. त्यानंतर अशी जीवघेणी संकटं येतच राहिली. बालवयातच तिने खूप काही सोसलं होतं.

शोभा अनवाणी चालत वरातीच्या अगदी जवळ येऊन दीर्घ श्वास घेत उभी राहिली. तिच्या अंगावर मळकं, फाटलेलं परकर-पोलकं होतं. दोन्ही हात भुंडे होते. कानांत डूल होते. पिंजारलेल्या केसांच्या बटा तिच्या डोळ्यांवर आल्या होत्या. केसांना तेल लावलं नसल्यामुळे ते सुकलेल्या गवताप्रमाणे दिसत होते. श्वास घेताना लोहाराच्या भात्याप्रमाणे तिची छाती वर-खाली होत होती. केसांच्या बटा हलक्या हाताने मागे सारून ती आशाळभूत नजरेने रस्त्याच्या कडेला उभी राहिली होती. झाडावर आंबा पाडावर आल्यावर जसा त्याच्या शेंदरी मनमोहक रंगाने माणसाचं लक्ष वेधून घेतो, तशी तिची छाती भरली होती. तिला पाहून पुरुषांची वासना चाळवत होती.

शोभाच्या डोळ्यांत कमालीची लाचारी, भय, दु:ख यांचे संमिश्र भाव उमटले होते. तिची आशाळभूत नजर वरातीत फिरत होती. वरातीत मधोमध जाऊन पैसे मागण्याचं धाडस तिला होत नव्हतं. त्यामुळे ती थोडा वेळ तशीच रस्त्याच्या कडेला मूकपणे उभी राहिली. वरातीत मधोमध घुसून पैसे मागण्यासाठी ती तिच्या मनाची तयारी करीत होती. थोड्या वेळाने मनाची तयारी झाल्यावर ती वरातीत शिरून तोंड

वेंगाडून लोकांकडे पैसे मागू लागली. तिच्याकडे कुणीही लक्ष देत नव्हते. मद्यधुंद होऊन लोक हिंदी सिनेमाच्या गाण्याच्या ठेक्यावर वाकडं-तिकडं ढुंगण हलवत नाचत होते. हवेत हात पसरून ते बेधुंदपणे नाचत होते. जणू त्यांच्या अंगात सहस्त्र हत्तींचं बळ आलं होतं. त्यांचे अंगावरचे कपडे घामाने भिजून चिंब झाले होते. त्यांच्या अंगांतून घामाच्या धारा लागल्या होत्या नि त्यांच्या तोंडातून दारूचा उग्र भपकारा बाहेर पडून हवेत मिसळत होता. शोभाला तो वास नाकाने घेववत नव्हता. त्या उग्र वासाने तिच्या पोटात मळमळ सुरू झाली होती. नवपरिणीत वधू-वर एकमेकांकडे डोळे भरून पाहत होते. नेत्रसुखात ते दोघे आकंठ बुडून गेले होते. जणू त्यांना आता जगाची पर्वा उरली नव्हती. मुंगीच्या पावलानं वरात पुढे सरकू लागली. रस्त्यावर एकसारखे अॅटमबॉम्ब, भुईनळे फुटत होते नि त्याचा कानठळ्या बसवणारा आवाज हवेला चिरत दूरवर ऐकू जात होता. आजूबाजूला घरं असलेली माणसं दरवाजा उघडून कुतूहलानं वरात पाहत उभी होती

वरातीतील माणसं दारूने झिंगली होती. थोड्या वेळाने एका तुंदिल तनू नि डोळ्यांवर जाड भिंगाचा चष्मा लावलेल्या इसमाचं लक्ष शोभाकडे गेलं. ती हात पसरून गयावया करीत पैसे मागत होती. कबाबमें हड्डी म्हणून त्याने तिला हटकलं.

"ए मुली, तू येथून जा बघू. नाहीतर तुला मार मिळेल."

"दादा, माझी आई आजारी आहे. मला पैसे द्या."

"मी तुला येथून जायला सांगितलंय." तो माणूस मोठ्या आवाजात तिला म्हणाला.

"दादा, दया करा."

"चालती हो आधी. नाही तर आता खरोखरच मी तुला मारीन."

त्याचं तुसडेपणाचं बोलणं ऐकून शोभा मनात अगदी निराश झाली. तरी ती तोंड वेंगाडून त्याच्याकडे पैशाची याचना करू लागली. आता वरातीत नाचणाऱ्या इतरांचंही लक्ष तिच्याकडे गेलं. गरीब, असहाय्य मुलीला पाहून काहींच्या वासना चाळवल्या. काहीजण लोचट नजरेने तिला वर-खाली न्याहाळू लागले. काहींच्या नेत्रबाणाने तिला शरम वाटली. ती त्या चावट नजरांना टाळण्यासाठी प्रयत्न करू लागली. 'काय मस्त माल आहे,' असं म्हणून काहीजण तिची टिंगल-टवाळी करू लागली. एक काळारोम चेहऱ्याचा, जाड ओठांचा तिशी ओलांडलेला माणूस तिच्या दिशेने चालत आला नि तिचा नाजूक हात घट्ट पकडून तो तिला भसाड्या आवाजात म्हणाला.

"ए, तू आमच्या बरोबर वरातीत नाच. आम्ही तुला पैसे देऊ."

"दादा, मला नाचता येत नाही." त्याच्या तावडीतून सुटका करून घेण्यासाठी

ती प्रयत्न करू लागली.

"आम्ही कुठे कथ्थक नृत्य करतोय? तुला येईल तसं तू नाचायचं. त्यात काहीच अवघड नाही."

"दादा, माझी आई आजारी आहे. मला घरी लवकर जायाचयं. दया करा माझ्यावर. मी गरीब आहे." शोभा अजीजीने म्हणाली.

"तुला आम्ही खूप पैसे देऊ. तू आमच्या सोबत नाच."

शोभाचा आता नाइलाज झाला होता. पैसे मिळणार म्हणून ती त्यांच्या सोबत नाचायला कशीबशी तयार झाली. तिने कधीच नाच केला नव्हता. त्यामुळे वरातीत कसं नाचावं, हा तिला प्रश्न पडला. लाऊडस्पीकरवर अलबेला या हिंदी चित्रपटातील 'भोली सुरत दिलके खोटे । नाम बडे और दर्शन खोटे' हे गाजलेलं गाणं लागलं होतं. त्या गाण्याच्या तालावर माणसं ढुंगण हलवत शिट्या, आरोळ्या ठोकीत बेधुंद होऊन नाचू लागली. शोभा दोन्ही हात उंच हवेत धरून पाय पुढे-मागे टाकू लागली. तिच्या शरीराची हालचाल मोहक दिसत होती. काहीजण चोरट्या नजरेने तिच्या शरीराची हालचाल निरखत होते. काही चावट पुरुषांचं लक्ष तिच्या उभार छातीकडे जात होतं. परंतु तिचं रिकामं पोट कुणाला दिसत नव्हतं. शोभाची उभार छाती त्यांच्या डोळ्यांत दाभणासारखी खुपत होती.

शोभामुळे त्या वरातीला आणखी शोभा आली होती. जणू दुधात साखर पडली होती. शोभा उपाशीपोटी त्या दारुड्यांच्या सोबत नाइलाजाने नाचत होती. तिचे अनवाणी पाय धुळीने, चिखलाने बरबटले होते. दगड लागून तिच्या पायाच्या अंगठ्याला खरचटलं होतं. त्यातून निघालेले रक्त सुकून गेलं होतं. त्या जखमेची जीवघेणी कळ तिच्या मस्तकात उठली होती. तिची संपूर्ण गहूवर्णीय काया घामानं निथळत होती. घामानं पोलकं चिंब भिजून ते तिच्या छातीला माकडीणीच्या पिलागत घट्ट चिकटलं होतं. पैशाच्या लोभाने शोभा असह्य जीवघेण्या वेदना, शरम विसरून हवेत हात उंचावून पाय मागे-पुढे टाकत नाचत होती.

वरातीत बराच वेळ नाचून शोभा आता थकली होती. तिची छाती धपापत होती. तिच्या डोळ्यांच्या पापण्या घामानं चिंब भिजल्या होत्या. तिला विश्रांतीची सक्त गरज असल्यामुळे ती रस्त्याच्या कडेला उभी राहून मोकळा श्वास घेऊ लागली. शोभा रस्त्याच्या बाजूला थांबल्याचं पाहताच वरातीत नाचणारा एकजण मोठ्या आवाजात तिला शिवी देत ओरडला.

"ए रंडी, दमलीस काय? चल नाच आमच्या बरोबर."

"दादा, मी खूप दमलेय. मी कालपासून उपाशी आहे. तुमच्याबरोबर

नाचायला माझ्या अंगात आता ताकद नाही. मी तुमच्या पाया पडते.'' शोभा गयावया करीत कशीतरी म्हणाली.

तिचं बोलणं ऐकून दगडाला पाझर फुटला नाही. अंगात वीज संचारल्यागत माणसं बेधुंद होऊन ढुंगण हलवत नाचत होती. लाऊडस्पीकरवरचं गाणं आता बदललं होतं. राजकपूरच्या श्री ४२० या चित्रपटातील लोकप्रिय गाणं 'रमय्या वस्तावय्या, रमय्या वस्तावय्या। मैने दिल तुझको दिया' लाऊडस्पीकरवर मोठ्या आवाजात वाजत होतं.

तो मघाचाच काळ्या रंगाचा तरुण झपाट्याने शोभाच्या जवळ आला नि तिला काही कळायच्या आधी तिचा हात घट्ट धरून तो तिला करड्या आवाजात हुकूम सोडीत म्हणाला,

''ए भवाने, चल नाच माझ्या सोबत.''

''दादा, मी तुमच्या पाया पडते. मला घरी जायाचंय.'' शोभा तोंड वेंगाडून म्हणाली.

त्या काळ्या तरुणाला तिची दया आली नाही. त्याने तिची मागणी धुडकावून लावली. तिच्या अंगाशी झोंबाझोंबी करीत तो तिला वरातीत नाचायला भाग पाडीत होता. शोभा त्याच्या तावडीतून सुटण्यासाठी केविलवाणे प्रयत्न करू लागली. परंतु तिची ताकद त्या धटिंगणापुढे अपुरी पडत होती. मदतीसाठी ती असाह्यपणे सभोवार पाहू लागली. दुर्दैवाने तिला त्याच्या तावडीतून सोडविण्यासाठी पुढे कोणीही झालं नाही. जणू ते पाषाण होऊन त्या ठिकाणी निपचित पडले होते. तो काळा तरुण तिच्या शरीराशी झोंबाझोंबी करू लागल्यावर इतर माणसं फिदीफिदी हसत त्याला उत्तेजन देण्यासाठी 'पकड सालीला, सोडू नकोस,' म्हणत होती. कौरवांनी भर सभेत द्रौपदीला तिची साडी फेडून जसं तिला अपमानित केलं होतं, तशी गत आता शोभाची वरातीत झाली होती. परंतु द्रौपदीला मदत करण्यासाठी श्रीकृष्ण धावून आला होता. येथे वरातीत सगळ्यांनी हातात जणू बांगड्या भरल्या होत्या.

वरातीतील माणसं तिला हसू लागल्यावर त्या काळ्या तरुणाच्या अंगात आणखी वीरश्री संचारली. तो तिच्या कोवळ्या शरीराशी अश्लील चाळे करीत झोंबू लागला. भयाने नि अपमानाने शोभा अर्धमेली झाली होती. त्याच्या तोंडातून दारूचा उग्र वास येत होता. त्यामुळे तिच्या पोटात आणखी मळमळ होऊ लागली. आता आपल्याला उलटी होते की काय, अशी तिला शंका आली. तिने कसंबसं स्वत:ला सावरलं. मनाची पूर्ण तयारी करून अंगाशी झोंबणाऱ्या त्या तरुणाला पूर्ण शक्तिनिशी ती त्याला मागे ढकलू लागली. काही कळायच्या आधी तो तरुण तोल जाऊन

जमिनीवर कोसळला. खाली पडल्यामुळे त्याला तो त्याचा अपमान वाटला. आता त्याच्या डोळ्यांतून आग सांडू लागली. वर उठून खाऊ की गिळू असं तो क्षणभर तिच्याकडे पाहू लागला.

आता तो आपल्याला नक्की गळा दाबून मारून टाकेल, असं शोभाला वाटू लागलं. त्याच्या तावडीतून वाचण्यासाठी ती मनातल्या मनात परमेश्वराचा धावा करू लागली. भीतीने ती वाऱ्याने हलणाऱ्या गवताच्या पात्याप्रमाणे कापत होती. दातओठ चावत तो तरुण तिच्या दिशेने यमदूतासारखा चालत आला नि अंगातील सर्व शक्तिनिशी ''ए रंडी, तू मला ढकलंस'' म्हणत त्याने तिच्या गुप्तांगावर जोराने लाथ घातली. तो घाव तिच्या वर्मी बसला. 'आई गं, मेले!' म्हणत शोभा एखाद्या वटवृक्षाप्रमाणे जमिनीवर कोसळली नि तिची शुद्ध हरपली.

शोभा धुळीत निपचित पडून राहिली होती. माणसं तिच्या भोवती गोळा झाली. एकजण तिला शुद्धीवर आणण्यासाठी दंडाला धरून हलवू लागला. कुणी तरी तिच्या गालावर चापटी मारून तिला जागं करू लागले. कुणी तिच्या डोळ्यांच्या पापण्या बोटांनी वर-खाली करून पाहू लागले. एकजण तिच्या छातीवर कान ठेवून तिचा श्वासोच्छ्वास सुरू आहे की नाही ते पाहू लागला. असे एक ना अनेक उपाय वरातीतील माणसं करून पाहत होती. गर्दीतला एकजण ओरडला. 'स्साली मेली वाटतं. आपण जाऊ या. नाहीतर पोलिसांचं लचांड आपल्या मागे लागेल.' दुसऱ्या एकाने सुचवलं, 'हिच्या तोंडावर पाणी मारा, म्हणजे हिला लगेच शुद्ध येईल.'

शेजारच्या घरातून एकाने लगेच पाण्याची बादली भरून आणली. तो तुंदीलतनू, ढेरपोट्या माणूस पाण्याची बादली हातात घेऊन शोभाच्या समोर उभा राहिला. पाणी अंगावर पडू नये म्हणून माणसं बाजूला झाली. त्या ढेरपोट्याने एखाद्या जनावरावर पाणी ओतावं तसं तिच्या तोंडावर पाण्याची बादली रिकामी केली. त्याचं कृत्य पाहून कळीकाळानेसुद्धा शरमेने मान खाली घातली. पाण्याने शोभाच्या अंगावरचं परकर-पोलकं भिजून चिंब झालं. तिच्या केसांतून पाण्याचे थेंब गळू लागले. तरीसुद्धा शोभा शुद्धीवर आली नाही. तिच्या तोंडातून पांढरा फेस येऊ लागला होता. तो पांढरा फेस वाऱ्याबरोबर दूरवर उडून जात होता. शोभाला रस्त्यावर टाकून वरात गाण्याच्या ठेक्याबरोबर मुंगीच्या पावलांनी पुढे-पुढे सरकू लागली. भुईनळे, ॲटमबॉम्ब पुन्हा एकदा फुटू लागले. त्यांचा कानठळ्या बसवणारा आवाज हवेला चिरत दूरवर ऐकू जात होता.

■

६

पेन्शन

तालुका तहसील कार्यालयाच्या संपूर्ण आवारात माणसांची गर्दी झाली होती. वारुळातील मुंग्यांप्रमाणे माणसं जमली होती. त्यामुळे तहसील कार्यालयाला आठवडाबाजाराचं स्वरूप प्राप्त झालं होतं. चित्रविचित्र आवाज त्या गंभीर, गूढ वातावरणात अगदी बेमालूमपणे मिसळून गेला होता. त्या अस्वस्थ वातावरणात प्रसन्नता आणि मोकळेपणा नावालासुद्धा शिल्लक नव्हता. आवारात बेशिस्तपणे दोनचाकी, तीनचाकी आणि चारचाकी वाहनं उभी होती. तहसील कार्यालयालगत तालुक्याचं पोलिस स्टेशन होतं. अपघातात मोडतोड झालेल्या गाड्या पोलिसांनी क्रेनने ओढून आणून तहसील कार्यालयाच्या आवारात उभ्या केल्या होत्या. त्यामुळे तो परिसर आणखी कुरूप दिसत होता. लूत भरलेल्या कुत्र्याप्रमाणे त्या परिसराची अवस्था झाली होती.

जन्माला येणाऱ्या प्रत्येक माणसाला रेशनकार्ड, मृत्यदाखला, बिनशेती, उत्पन्नाचा दाखला, आदिवासी दाखला, संजय गांधी निराधार पेन्शन योजना इत्यादी महत्त्वाच्या कामांसाठी तहसील कार्यालयात यावंच लागतं. याशिवाय आणखी बरीच कामं याच कार्यालयातून होत असतात. तहसील कार्यालयात आलेल्या माणसांचे चेहरे चिंताग्रस्त दिसत होते. त्यांच्या पडलेल्या चेहऱ्यांवर त्यांच्या निकडीच्या कामांची काळजी डोळ्यांनी स्पष्टपणे दिसत होती. तरुण-तरुणी, वृद्ध, अपंग, गरीब, श्रीमंत इत्यादी सर्व स्तरांतील लोकांचा त्यात भरणा होता. काळे डगले घातलेले वकील इकडून तिकडे मिरवत असताना दिसत होते. एखादा

वकील त्याच्या पक्षकाराबरोबर रस्त्यात बोलत उभा असताना दिसत असे. त्या पक्षकाराच्या डोळ्यांत मात्र आपल्याला न्याय कधी मिळेल, याचीच विवंचना होती.

तहसील कार्यालयात काम करणारे कारकून आणि अव्वल कारकून यांचे चेहरे गंभीर आणि सुतकी दिसत होते. नुकतंच एखाद्या जवळच्या मयत नातेवाइकाला स्मशानभूमीत पोचवून आल्याप्रमाणे त्यांचे चेहरे दिसत होते. त्यांच्या मख्ख चेहऱ्यांवर बसायला माश्यासुद्धा घाबरत. हे जीवन फार सुंदर आहे, याचा त्यांनी उभ्या आयुष्यात कधीही अनुभव घेतला नव्हता. हातांत फायलींची जाडजूड चळत घेऊन शिपाई बेदरकारपणे इकडून तिकडे जात होते. त्यांचे चेहरे वैतागलेले दिसत होते. एखाद्या रणभूमीतून थेट त्यांची या कार्यालयात भरती झाली असावी, असं त्यांच्या चेहऱ्याकडे पाहून कुणालाही वाटावं. एखाद्या पक्षकाराने त्यांना काही माहिती विचारली की, ते त्यांना उद्धट उत्तर देऊन निरुत्तर करीत. बिचारे पक्षकार चिमणीएवढं तोंड करून गप्प बसत. एखादा खमक्या भेटल्यावर त्याच्यापुढे ते शिपाई गुडघे टेकीत.

सावित्रीबाई आज उभ्या आयुष्यात पहिल्यांदाच तहसील कार्यालयाची पायरी चढत होत्या. त्यांच्यासोबत बारावीत शिकणारा त्यांचा मुलगा दीपक होता. दीपकचा हात धरून त्या भुंड्या गळ्याने आणि पांढऱ्या कपाळाने पायरी चढत होत्या. पायांत मणामणांच्या लोखंडी साखळ्या अडकविल्याप्रमाणे त्यांचे पाय जड झाले होते. त्यांच्या डोक्यात घणाचे जोरदार तडाखे बसल्याप्रमाणे अनेक विचारांनी गोंधळ मांडला होता. एखादा जहरी भुंगा लाकूड जसं पोखरतो, तशी त्यांची गत झाली होती. विचार करूनसुद्धा त्यांना कोणत्याही प्रश्नाचं उत्तर मिळत नव्हतं. त्यामुळे गुंता अधिक वाढत होता. संपूर्ण आयुष्याचं कडबोळं झाल्याप्रमाणे सावित्रीबाई भांबावून गेल्या होत्या. त्यांचा मुलगा दीपक हाच त्यांचा एकमेव आधार होता. निदान त्याच्यासाठी त्यांना जगावं असं वाटत होतं. उतारवयात डोंगराएवढं दु:ख त्यांनी पचवलं होतं. जिवंतपणी सावित्रीबाई मरणाचा अनुभव घेत होत्या. ईश्वरावर त्यांची अपार भक्ती होती. तो आपल्याला कधी ना कधीतरी सुखाचे दिवस दाखवेल, असं त्यांना मनातून वाटत होतं. आयुष्याच्या शेवटच्या दिवसांत जगण्यासाठी आपल्याला तहसील कार्यालयाची पायरी चढावी लागेल, असं त्यांना कधी स्वप्नातदेखील वाटलं नव्हतं.

ते दोघे मायलेक तहसील कार्यालयाच्या व्हरांड्यात येऊन दम खात उभे राहिले. त्यांच्याकडे मुळी कुणाचेच लक्ष नव्हतं. जो-तो गडबडीत होता. सावित्रीबाई भिरभिरत्या नजरेने इकडे-तिकडे पाहत उभ्या होत्या. त्यांना गुडघेदुखीचा त्रास होता; परंतु तो त्रास सहन केल्याशिवाय त्यांना गत्यंतर नव्हतं. त्यांच्या डोळ्यांसमोर एक

मध्यम वयाचा शिपाई डेस्कवर रजिस्टर ठेवून त्यावर तहसील कार्यालयाचा गोल शिक्का प्रत्येक पानावर ठोकत बसला होता. तो शिपाई त्याच्या कामात गर्क असताना सावित्रीबाईंनी त्याला थकलेल्या आवाजात विचारलं,

"मला माझ्या कामासाठी तहसीलदारसाहेबांना भेटायचंय. जाऊ का आत?"

सावित्रीबाईंकडे अविश्वासाने पाहत त्या शिपायाने त्यांना थोडं घुश्श्यातच विचारलं,

"कसलं काम आहे तुमचं?"

छातीत खोल श्वास घेत सावित्रीबाई त्याला म्हणाल्या, "माझे पती तहसील कार्यालयात मंडळ अधिकारी म्हणून काम करीत होते. ते रिटायर होऊन ५/६ महिने झाले, तरी त्यांना पेन्शन सुरू झाली नाही. गेल्या महिन्यात ते वारले म्हणून मी साहेबांना भेटायला आले आहे."

"तुम्ही मानेभाऊसाहेबांच्या पत्नी ना?" शिपायाने सावित्रीबाईंना आता ओळखलं होतं.

"होय."

"तुम्ही त्या लाकडी बाकावर थोडा वेळ बसा. साहेब आता एका महत्त्वाच्या कामात आहेत. थोड्या वेळाने मी तुम्हाला त्यांना भेटायला आत पाठवितो."

सावित्रीबाईंना आता समोर बसलेल्या शिपायाचा चेहरा थोडा-थोडा आठवू लागला. त्याचा दारू पिऊन भव्य सुजलेला चेहरा नि त्याचे तांबारलेले डोळे पाहून सावित्रीबाईंनी त्याला आता ओळखलं होतं. माने भाऊसाहेब आहेत का? म्हणून तो त्यांना बोलविण्यासाठी दोन-तीन वेळा त्यांच्या घरी आला होता. घरी आलेल्याला रिकाम्या हाताने कधी पाठवायचं नाही म्हणून सावित्रीबाईंनी त्याला भरपूर दूध घालून प्यायला गरम-गरम वाफाळलेला चहा करून दिला होता. सावित्रीबाईंना आता ते लख्ख आठवू लागलं. परंतु त्या शिपायाला आता त्याची आठवण राहिली नव्हती. त्या शिपायाने सांगितल्याप्रमाणे सावित्रीबाई सावकाश पावलं टाकीत त्या लाकडी बाकावर जाऊन बसल्या. दीपकसुद्धा आपल्या आईजवळ जाऊन बसला. त्याला या गर्दीची आणि वातावरणाची अजून सवय झाली नव्हती. म्हणून त्याच्या कपाळावर नाराजीची एक सूक्ष्म आठी उमटलेली दिसत होती. या वातावरणात पाऊल ठेवताक्षणीच त्याला त्याचा उबग आला होता.

सावित्रीबाईंनी क्षणभर दोन्ही डोळे मिटून घेतले नि पुन्हा उघडले. दीर्घ निश्वास टाकून त्या भूतकाळातील घटना आठवू लागल्या. एखाद्या चलच्चित्रपटाप्रमाणे

त्यांच्या डोळ्यांपुढे गतकाळातील बऱ्यावाईट घटनांची मालिका सरकू लागली.

« « «

महसूल खात्यात मानेभाऊसाहेबांची एकूण तीस वर्षे सेवा पूर्ण झाली होती. त्यांच्या सेवानिवृत्तीला आता फक्त दीड-दोन वर्षे शिल्लक होती. महसूल खात्यात नोकरी करणे म्हणजे तारेवरची कसरत असते, हे त्यांना आता चांगलं ठाऊक झालं होतं. मानेवर नेहमी टांगती तलवार. राजकीय पुढाऱ्यांचा कामात कमालीचा हस्तक्षेप. अधिकाऱ्यांची दमदाटी. याचा त्यांना आता वीट आला होता. नोकरीतील शेवटचे दिवस म्हणजे कसोटीचे असतात, हे त्यांनासुद्धा पक्कं ठाऊक होतं. शिल्लक राहिलेला नोकरीतील कालावधी पूर्ण करून मिळणाऱ्या पेन्शनमध्ये सुखाने उर्वरित आयुष्य काढण्याचं त्यांचं स्वप्न होतं. त्यामुळे मानेभाऊसाहेब आपल्याकडून कोणतीही चूक होऊ नये म्हणून नेहमी दक्ष असत. मोहाचे क्षण सहसा टाळत.

तालुका तहसीलदार तथा कार्यकारी दंडाधिकारी म्हणून मिलिंद लोखंडे काम करीत होते. तहसीलदार जेव्हा तालुक्याला नवीन बदलून आले, त्या वेळी मानेभाऊसाहेबांचं आणि त्यांचं चांगलंच गूळपीठ जमलं होतं. दोघेही एकमेकांचा सल्ला घेऊन काम करीत. तालुक्याला लोखंडे तहसीलदार येऊन सहा महिन्यांचा काळ लोटल्यानंतर मानेभाऊसाहेबांच्या एक गोष्ट मात्र चांगली लक्षात आली. ती गोष्ट म्हणजे लोखंडे तहसीलदारांची पैशाची भूक फार मोठी आहे. त्यांची ती पैशाची भूक दिवसेंदिवस हनुमानाच्या शेपटीप्रमाणे वाढतच होती. लोखंडे तहसीलदारांच्या नादी लागून एखादं बेकायदेशीर काम केल्यावर नक्कीच एके दिवशी आपण गोत्यात येऊ, निवृत्त झालो तरी आपल्याला पेन्शन मिळणार नाही, असा मनात विचार करून मानेभाऊसाहेब लोखंडे तहसीलदारांना टाळू लागले. तहसीलदार बेरकी आणि धूर्त होते. त्यांच्या लक्षात ही गोष्ट यायला मुळीच वेळ लागला नाही.

कामाव्यतिरिक्त मानेभाऊसाहेब आपल्याला भेटायला येत नाही, ही गोष्ट तहसीलदारसाहेबांना फार खटकू लागली. हा आपला अवमान आहे, असंही साहेबांना वाटू लागलं. तालुक्यातील इतर मंडल अधिकारी रोज सकाळ-संध्याकाळ साहेबांना भेटल्याशिवाय त्यांचा दिवस मावळायचा नाही. एकदा तर कहरच झाला. मानेभाऊसाहेबांनी त्यांच्या सर्कलमध्ये असलेल्या एका गावात एका मोबाईल कंपनीच्या टॉवरच्या बिनशेती प्रकरणात तालुक्याच्या तहसीलदारांना अंधारात ठेवून फार मोठा हात मारला आहे, असा साहेबांनी त्यांच्याबद्दल गैरसमज करून घेतला. यानंतर मात्र मानेभाऊसाहेब आणि लोखंडे तहसीलदार या दोघांमधील दरी अधिकाधिक रुंदावत गेली आणि लोखंडे साहेबांची

मानेभाऊसाहेबांच्यावर एकदम खफा मर्जी झाली. डोळ्यांतील खडा खुपावा, तसं लोखंडेसाहेब त्यांच्याशी फटकून वागू लागले. 'ईश्वरेच्छा बलियसी' म्हणून माने साहेबांचं वागणं सहन करीत होते. आपलं नेमकं काय चुकलं, हे त्यांच्या लक्षात येत नव्हतं. तालुक्याला प्रत्येक महिन्याला तलाठी आणि मंडल अधिकारी यांची तहसीलदारांच्या दालनात सभा असायची. एखादं क्षुल्लक कारण असलं तरी लोखंडेसाहेब भर सभेत त्यांना त्यांच्या वयाचासुद्धा विचार न करता फाड फाड बोलून त्यांचा अवमान करीत. भर सभेत झालेल्या अवमानाने मानेभाऊसाहेब अत्यंत व्यथित होत. साहेबांचे शब्द जणू त्यांच्या एकदम जिव्हारी लागत.

साहेब त्रास द्यायला लागल्यापासून मानेभाऊसाहेबांना अन्नसुद्धा गोड लागेना. सावित्रीबाई त्यांच्या चेहऱ्यावरील नैराश्य पाहून त्यांच्या मनातील दुःख जाणून घेण्यासाठी कधी-कधी प्रयत्न करीत असत. परंतु मानेभाऊसाहेब ऑफिसातील एक अक्षरदेखील कधी घरी बोलत नसत. त्यांची ती अगदी पहिल्यापासूनची सवय होती. आपल्याप्रमाणे घरातील माणसांनी व्यथित होऊ नये, असा त्यांचा त्यामागचा विचार होता. याचा परिणाम असा झाला की, नवरा निवृत्त होईपर्यंत सावित्रीबाईंना तहसील कार्यालयातील काहीही माहिती मिळाली नाही. आपला नवरा तहसील कार्यालयात नोकरी करतो, एवढंच त्यांना ठाऊक होतं.

लोखंडेसाहेब जेव्हा या तालुक्यात नवीन बदली होऊन आले होते, तेव्हा मानेभाऊसाहेबांनी त्यांना आग्रह करून घरी जेवायला आणलं होतं. गावठी तांदळाच्या पिठाचे वडे आणि गावठी कोंबडीच्या मटणाचा बेत होता. साहेबांना जेवणावर घ्यायला लागते म्हणून मानेभाऊसाहेबांनी इंग्लिश दारूचीसुद्धा सोय केली होती. सावित्रीबाईंनी आग्रह करून त्यांना वडे-मटण वाढलं होतं. ते आपल्या नवऱ्याचे साहेब आहेत, एवढंच त्या वेळी सावित्रीबाईंना ठाऊक होतं. अज्ञानात सुख असतं, असं लोक म्हणतात. सावित्रीबाईंनी त्याचा अनुभव संसार करताना घेतला होता. आता त्यांना त्याची किंमत मोजावी लागत होती.

काळ कुणासाठी थांबत नाही. मानेभाऊसाहेबांच्या सेवानिवृत्तीला आता फक्त ५/६ महिन्यांचा कालावधी शिल्लक राहिला होता. मानेभाऊसाहेब रोज देवाला नमस्कार करून सांगत की, 'देवा, माझे हे नोकरीचे शेवटचे दिवस निर्विघ्न पार पडू दे. म्हातारपणी पेन्शन मिळाल्यावर निदान मला सुखाने तरी जगता येईल!' इकडे लोखंडे तहसीलदार त्यांच्याबद्दल दुसराच विचार करीत होते. ते मनात म्हणत होते की, 'काहीही झालं तरी मानेभाऊसाहेबांना सेवानिवृत्तीनंतर पेन्शन मिळू द्यायची नाही.'

मैदानावर लढणाऱ्या शत्रूची रणनीती ध्यानात यायला वेळ लागत नाही. परंतु ज्यांच्यावर विश्वास ठेवून माणसं काम करतात त्यांचा कधी-कधी विश्वासघात होतो. मानेभाऊसाहेबांना कसं कामाला लावायचं, या संधीची साहेब वाटच पाहत होते. मानेभाऊसाहेबांच्या दुर्दैवाने ती संधी लोखंडेसाहेबांना अगदी चालून आली. सनराईझ नावाच्या एका खाजगी कंपनीने मानेभाऊसाहेब यांचं कार्यक्षेत्र असलेल्या एका गावात शासनाची रॉयल्टी बुडवून शेकडो ब्रास मातीचं उत्खनन केलं. ही बाब लोखंडे तहसीलदारांच्या लक्षात आली. शासकीय कामात कुचराई केली म्हणून यांनी त्याबाबत मानेभाऊसाहेबांना जबाबदार धरून त्यांचा अहवाल ताबडतोब जिल्हाधिकारी साहेबांच्याकडे पाठविला. मानेभाऊसाहेबांना बचावाची संधीसुद्धा देण्यात आली नाही. शासनाची लाखो रुपयांची रॉयल्टी बुडाल्याने जिल्हाधिकाऱ्यांनी या बाबीकडे गंभीरपणे लक्ष दिलं. वरून लगेच चक्र फिरू लागलं आणि मानेभाऊसाहेबांची महसूल खातेनिहाय चौकशी सुरू झाली.

या प्रकाराने मानेभाऊसाहेब अक्षरश: पार गळाठून गेले. आता काय करावं, हे त्यांना काही सुचेचना. त्यांच्या सुरकुत्या पडलेल्या चेहऱ्यावर चिंतेचे जाळं पसरलं. घरातील त्यांचं वागणं पाहून सावित्रीबाईंच्या मनात शंकेची पाल चुकचुकली. आपल्या पतीचं त्यांच्या कार्यालयात नक्कीच काहीतरी बिनसलं आहे. ते आपल्याला मुद्दाम त्याचा थांगपत्ता लागू देत नाहीत. नवऱ्याचा दु:खी चेहरा पाहून सावित्रीबाई काय झालं, असं त्यांना खोदून-खोदून विचारू लागल्या. परंतु मानेभाऊसाहेबांनी त्यांच्या नेहमीच्या सवयीप्रमाणे त्यांच्या बायकोला ताकास तूर लागू दिला नाही. 'काहीही झालं नाही. तू उगाच काळजी करीत बसू नकोस!' असं ते बायकोला शेवटी वैतागून म्हणाले. मानेभाऊसाहेबांनी त्यांच्या मनातील दु:ख त्यांच्या काळजाच्या कुपीत लपवून ठेवलं होतं.

महसूल खात्यांतर्गत चौकशी (डी.ई.) सुरू झाल्यावर मानेभाऊसाहेब मनातल्या मनात झुरू लागले. याचा परिणाम लगेच त्यांच्या तब्येतीवरसुद्धा दिसू लागला. दिवसेंदिवस त्यांची तब्येत खंगू लागली. त्यांचे डोळे खोल गेले नि चेहरा निस्तेज दिसू लागला. अंगावरील कपड्यांचेसुद्धा त्यांना कधी-कधी भान राहत नसे. रात्रभर डोळे टक्क उघडे ठेवून ते नुसते विचार करीत. जाग्रणामुळे त्यांच्या डोळ्यांच्या पापण्या भप्प सुजलेल्या दिसत. रस्त्याने खाली मान घालून ते विचार करीत चालायचे. अहो भाऊसाहेब, म्हणून कुणी समजा रस्त्यात हाक मारलीच, तर त्याच्याशी एक-दोन वाक्यं बोलून ते पुढे निघून जात. मानेभाऊसाहेबांचे मित्र, शेजारी-पाजारी त्यांची झालेली दुर्दशा पाहून मनात हळहळत. लोक लोखंडे तहसीलदारांना

शिव्यांची लाखोली वाहू लागले. भाकरीच्या तुकड्यासाठी कुत्री आपसात भांडतात. ज्याला तो भाकरीचा तुकडा मिळतो त्या कुत्र्याला मनात आनंद झालेला असतो. परंतु इतर कुत्री चवताळून त्याच्या अंगावर तुटून पडतात. सरकारी खात्यातसुद्धा असाच नियम लागू आहे. कुत्र्यांचं भांडण लगेच तरी मिटतं; परंतु सरकारी खात्यातील भांडणं लगेच मिटत नाहीत. दिवसेंदिवस ती आग भडकत जाते. भडकलेली ही आग हमखास कुणाचा तरी घास घेतेच.

एके दिवशी मानेभाऊसाहेब त्यांच्या बायकोला जवळ बोलावून म्हणाले,

"सावित्री, मी आता लवकरच नोकरीतून रिटायर होणार आहे. म्हणून मी असा विचार केला आहे की..."

भाऊसाहेब पुढे बोलायचे थांबले.

"अहो, तुमचा विचार मला कळला तर बरं होईल."

नवऱ्याच्या भिजलेल्या डोळ्यांत पाहत सावित्रीबाई म्हणाल्या. खोल श्वास घेऊन भाऊसाहेब पुढे बोलू लागले.

"सावित्री, आपली मुलगी वनिता आता लग्नाला झाली आहे. आपण तिचं लग्न उरकून टाकू. माझे प्रॉव्हिडन्ट फंडात तीन-साडेतीन लाख रुपये शिल्लक आहेत. दीपक अजून शिकतोय. त्याच्या लग्नाला अजून वेळ आहे. त्याचं शिक्षण पूर्ण झाल्यावर तो नोकरीला लागल्यावर मग त्याच्या लग्नाचा आपण विचार करू."

"अहो, वनिताची पंधरावीची परीक्षा अजून व्हायची आहे." सावित्रीबाई अडचण पुढे करीत म्हणाल्या.

"आतापासून स्थळ बघायला सुरुवात करू. चांगलं स्थळ मिळाल्यावर लगेच साखरपुडा उरकून घेऊ आणि लग्न तिची परीक्षा झाल्यानंतर मार्च महिन्यात ठरवू."

भाऊसाहेब त्यांच्या बायकोला समजावून सांगत म्हणाले,

"हल्ली हुंडा घेतल्याशिवाय नवरामुलगा लग्नाला बिलकूल तयार होत नाही. सोनं-नाणं मागतात. फटफटी मागतात. आणखी काय काय मागतात. चांगल्या घरात मुलगी द्यायची असेल तर आपल्यालासुद्धा हे सर्व काही करावं लागणार बघा. तशी आपली पैशाची तजवीज हवी." -सावित्रीबाई

"सावित्री, मी तुला माझ्या मनातील गोष्ट सांगू का?"

"सांगा पाहू."

"ऐक. मी माझ्या मुलीच्या लग्नात अजिबात हात आखडता घेणार नाही. माझ्या मुलीला चांगलं स्थळ मिळू दे. तिचा सुखाचा संसार होऊ दे. एवढीच माझी

त्या पांडुरंगाकडे मागणी आहे. मी आता तिच्या लग्नासाठी स्थळं बघायला सुरुवात करणार आहे.''

वनिताच्या लग्नाविषयी बोलताना भाऊसाहेबांचा चेहरा आज कितीतरी दिवसांनी उजळलेला दिसत होता. त्यांचा तो उजळलेला चेहरा पाहून सावित्रीबाईंनासुद्धा मनातून आनंद झाला होता. त्यांच्या काळजावर हळुवार मोरपीस फिरत असल्याप्रमाणे त्यांना वाटत होतं. घरातील वातावरण त्यामुळे अगदी प्रसन्न झालं होतं. सावित्रीबाई बसलेल्या जागेवरून गुडघ्यावर भार देत सावकाश उठून उभ्या राहिल्या आणि सावकाश पावलं टाकीत देवघरात गेल्या. देवाला दोन्ही हात जोडून नमस्कार करीत त्या तोंडातल्या तोंडात पुटपुटल्या.

'देवा, माझ्या वनिताला चांगलं स्थळ मिळू दे. तिचं लग्न निर्विघ्न पार पडू दे.'

झालं. वनिताच्या लग्नाचा दोघा नवरा-बायकोने निर्णय अगदी पक्का केला. वेळ न दवडता भाऊसाहेब मुलीच्या लग्नासाठी स्थळ शोधू लागले. त्यांनी स्थळ शोधण्याचा सपाटाच लावला होता. वनिता दिसायला चारचौघींत उठून दिसणारी होती. मजबूत बांधा, उंच, गहूवर्णीय आणि चवळीच्या शेंगेगत दिसणारा तिच्या नाकाचा शेंडा. पातळ ओठ आणि पाणीदार डोळ्यांमुळे तिच्या लावण्यात आणखी भर पडली होती. तिचे कान अगदी कोरून काढल्यासारखे दिसत. दोन-तीन स्थळं मोठी असल्यामुळे ती भाऊसाहेबांच्या आर्थिक परिस्थितीच्या मानाने आवाक्याबाहेरची होती. मुलंसुद्धा दिसायला सुमार असल्याने वनिताने त्यांना पाहिल्यावरच नाक मुरडलं होतं. वनिताला बघायला चौथं स्थळ आलं तो मुलगा दिसायला छान होता. तो इंजिनिअर होता नि एका खाजगी कंपनीत चांगल्या पगारावर नोकरी करीत होता. त्यालासुद्धा हुंड्याची भूक होती. परंतु वनिताला तो अगदी मनापासून आवडल्यामुळे तिच्या आईवडिलांची 'नाही' म्हणायला गोची होऊ लागली. सावित्रीबाई नवऱ्याला समजावून सांगत म्हणाल्या,

''अहो, वनिताला मुलगा आवडलाय. मुलगासुद्धा चांगल्या कंपनीत मोठ्या पगारावर नोकरीला आहे. तेव्हा आपण हे स्थळ हातचं सोडायचं नाही बरं का. तुमच्या फंडातील सगळे पैसे खर्च झाले तरी चालतील. आपल्या मुलीच्या जन्माचं सोनं होईल म्हणून आपण तिच्या लग्नात हात आखडता घ्यायचं नाही. नवऱ्यामुलाची मागणी आपण पूर्ण करू. तुम्ही फक्त पाहुण्यांना 'हो' म्हणा.''

''जशी तुझी मर्जी!'' भाऊसाहेबांच्या चेहऱ्यावर कितीतरी दिवसांनी आनंद झळकत होता. सोन्याची पाच तोळ्यांची चेन, अंगठी, नवीन मोटार सायकल आणि रोख रुपये पन्नास हजार अशी नवऱ्यामुलाची मागणी होती. त्याला वनिताच्या आई-

वडिलांनी होकार दिल्यावर तिच्या साखरपुड्याचा कार्यक्रम दणक्यात पार पडला. तिच्या साखरपुड्याला पुरणपोळीचं जेवण होतं. वनिताची पंधरावीची परीक्षा झाल्यावर मार्च महिन्यातील शेवटच्या आठवड्यात २८ मार्चला तिच्या लग्नाची तारीख दोन्ही बाजू कडून नक्की करण्यात आली.

वनिताला पती म्हणून मनोज मनापासून आवडला होता. त्याच्या मर्दानी रूपाची तिला भूल पडली होती. साखरपुडा झाल्यावर वनिता त्याच्याबरोबर आई-वडिलांची परवानगी घेऊन मोटारसायकलवरून फिरायला जाऊ लागली. थोड्याच दिवसांत वनिताचं मनोजबरोबर लग्न होणार आहे म्हणून तिच्या आई-वडिलांना त्याचं काही वावगं वाटलं नाही. दिवस असो रात्र असो, वनिता त्याच्याशी मोबाईलवरून तासन् तास बोलत असे. तेव्हा सावित्रीबाई अवाक होऊन आपल्या लाडक्या लेकीकडे पाह्यच्या. शिकलेली मुलगी म्हणून त्या लेकीला काही बोलत नसत. आपल्या भावी पतीवर विश्वास ठेवून वनिताने मनोजला लग्नाच्या आधीच सर्वस्व बहाल केलं. मनोजने तिच्यावर भुरळ घातली होती. त्याच्या प्रत्येक शब्दावर तिचा ठाम विश्वास होता. त्याच्या घाऱ्या डोळ्यांत तिने तिचं उज्ज्वल भविष्य पाहिलं होतं.

वाऱ्याप्रमाणे दिवस पळत होते. ३१ डिसेंबरला वयाची ५८ वर्षे झाल्यावर भाऊसाहेब शासनाच्या नियमानुसार महसूल खात्यातून सेवानिवृत्त झाले. नोकरीतून सेवानिवृत्त झाल्यावर लगेच ते वनिताच्या लग्नाच्या तयारीला लागले. परंतु मुलीच्या लग्नासाठी त्यांना पैसा हवा होता. त्याशिवाय त्यांना त्यांच्या मुलीचं लग्न करता येत नव्हतं. लोखंडे तहसीलदार त्यांच्याशी गेल्या जन्माचे वैरी असल्याप्रमाणे वागत होते.

सेवानिवृत्त झाल्यावर भाऊसाहेब तहसीलदारांना विनंती करीत म्हणाले,

"रावसाहेब, माझे पेन्शनचे कागदपत्र मुंबईला महालेखापालांच्याकडे पाठवा."

भाऊसाहेबांचं बोलणं ऐकून लोखंडे तहसीलदार त्यांना करड्या आवाजात म्हणाले,

"जोपर्यंत जिल्हाधिकारी कार्यालयाकडून तुम्हाला खातेनिहाय चौकशीतून दोषमुक्त केल्याबाबत मला पत्र येत नाही, तोपर्यंत तुमचे पेन्शनचे कागद मला पाठविता येणार नाही."

"मग माझी बायको-मुलं कशी जगतील?" भाऊसाहेबांच्या खोल गेलेल्या डोळ्यांत दु:खाने पाणी आलं होतं.

"हा तुमचा प्रश्न आहे." साहेबांनी त्यांच्या राकट चेहऱ्यावरील रेषसुद्धा हलवली नाही.

"मी आता काय करू?"

"जा जिल्हाधिकाऱ्यांच्याकडे. त्यांचे पाय पकडा. जो चौकशी अधिकारी त्यांनी नेमलाय, त्याला पाकीट नेऊन द्या. तुमचं काम झालं की, मग माझ्याकडे या." -तहसीलदार.

"साहेब, माझ्या मुलीचं मार्च महिन्यात लग्न ठरलंय. माझ्या प्रॉव्हिडन्ट फंडातील पैसे तुम्ही मला दिले तर फार बरं होईल." भाऊसाहेब साहेबांना विनंती करीत पुन्हा म्हणाले.

"प्रॉव्हिडंट फंडातील पैसेसुद्धा तुम्हाला मला देता येणार नाहीत."

"का?" भाऊसाहेबांच्या पायाखालची जमीन आता सरकू लागली होती.

"कारण तुमच्या प्रकरणाचा शासनाकडून अजून निर्णय व्हायचा आहे."

"साहेब, ते पैसे माझे आहेत. यात शासनाचा काय संबंध?" भाऊसाहेबांनी थोड्या नाराजीनेच विचारलं.

"हो. पण ते पैसे आता शासनाच्या ताब्यात आहेत ना! उद्या वरिष्ठ त्याबद्दल मला जबाबदार धरतील. माझ्या नोकरीवर गंडांतर येईल. तुमच्यासाठी मी हा धोका पत्करणार नाही. कळलं?"

भाऊसाहेबांना लोखंडेसाहेबांचा मनस्वी राग आला होता. साहेबांचं बोलणं ऐकल्यानंतर त्यांच्या हातापायांतील शक्तीच निघून गेली होती. सगळी सोंगं आणता येतात, परंतु पैशाचं सोंग कुणाला आणता येत नाही, हे भाऊसाहेबांनासुद्धा ठाऊक होतं. आता वनिताचं लग्न कसं करायचं? हाच त्यांना प्रश्न पडला होता. नोकरी करताना पुढे मुलांच्या लग्नात पैसा उपयोगी येईल म्हणून त्यांनी जीव मारून प्रॉव्हिडन्ट फंडात प्रत्येक महिन्याला पगारातून रक्कम कापून दिली होती. त्यांचा तो वैयक्तिक पैसा असल्याने शासनाच्या परवानगी-शिवाय केव्हाही ते काढू शकत होते. परंतु लोखंडेसाहेबांचा त्यांच्यावर राग असल्याने ते त्यांच्या कामात नेहमी खो घालीत होते. वरिष्ठ अधिकाऱ्याची खप्पा मर्जी झाल्यावर जगणं कसं असह्य होतं, याचा अनुभव आता मानेभाऊसाहेबांना येत होता. साहेब त्यांच्यावर सूड उगविण्यासाठी ही खेळी करीत होते. एकदा भाऊसाहेबांच्या मनात आलं की, त्या हरामखोर, नालायक तहसीलदाराच्या नरडीचा घोट घ्यावा आणि त्याला खडसावून विचारावं की, "भडव्या, तुझ्या पोटात काळीज आहे की नाही? माझ्या मुलीचं लग्न जवळ आलं तरी तू माझे प्रॉव्हिडन्ट फंडातले पैसे मला देत नाहीस?" मोठ्या कष्टाने भाऊसाहेबांनी राग गिळून स्वत:च्या मनावर ताबा मिळवला आणि ते निराश होऊन दोन्ही खांदे पाडून तहसीलदारांच्या दालनातून बाहेर पडले.

ग्रॅच्युइटी, अर्जित रजा, पेन्शनविक्री, प्रॉव्हिडन्ट फंड, विमा पॉलिसी इत्यादी

सर्व मार्गांनी मानेभाऊसाहेबांना शासनाकडून कमीत कमी चौदा-पंधरा लाख रुपये मिळणार होते. परंतु तहसीलदारांच्या खुनशी आणि निष्ठुर स्वभावामुळे त्यांना ते पैसे मिळण्यात अडचण निर्माण झाली होती. मुलीच्या लग्नासाठी त्यांच्या प्रॉव्हिडन्ट फंडातील पैसे त्यांना लगेच मिळतील, अशी त्यांना आशा होती. मानेभाऊसाहेबांच्या डोळ्यांतील पाणी पाहूनसुद्धा लोखंडे तहसीलदारांना पाझर फुटला नाही. 'सत्तेपुढे शहाणपण नाही', हे भाऊसाहेबांना आता कळलं होतं.

भाऊसाहेब आता नैराश्याच्या खोल गर्तेत सापडले होते. परंतु घरी मुलं आणि बायको घाबरतील म्हणून ते त्यांच्या चेहऱ्यावर तसं काही दाखवत नव्हते. 'आपलं काम लवकर होणार आहे', असं ते घरी सांगत. त्यातील खरी गोम त्यांनाच ठाऊक होती. निवृत्तीनंतर नवीन जीवन सुरू करण्यासाठी त्यांनी त्यांच्या मनात अनेक संकल्प केले होते. परंतु पैशाच्या अभावी त्यांची स्वप्नं धुळीला मिळाली होती. पत्त्याच्या बंगल्याप्रमाणे त्यांची स्वप्नं कोसळली होती आणि ती मातीमोल झाली होती. रस्त्यात कुणी ओळखीचा माणूस त्यांना भेटायचा नि उमाळ्याने त्यांना विचारायचा, "भाऊसाहेब, मुलीच्या लग्नाची आता तुमच्या घरात फार धांदल उडाली असेल ना?" भाऊसाहेब विचारणाऱ्या तोंडाकडे वेड्यागत पाहत नि नंतर "हो" म्हणून पुढे जात. जणू अख्ख्या जगाचं दुःख त्यांच्या वीतभर पोटात सामावून गेलं होतं.

लग्नाची तारीख जवळ येऊ लागली तसं पाहुण्यांकडून एकसारखी फोनवरून विचारणा होऊ लागली. पैशाची व्यवस्था झाली नसल्यामुळे घरात लग्नाची काहीही तयारी सुरू झाली नव्हती. समाजात मुलीचं लग्न मोडल्यानंतर आपली आणखी बदनामी होईल, या भीतीने भाऊसाहेब धास्तावले होते. वनिताच मनातून फार निराश झाली होती. सावित्रीबाई गोड बोलून तिचं दुःख कमी करण्यासाठी त्यांच्या परीने प्रयत्न करीत होत्या. एकदा रात्रीच्या वेळी सावित्रीबाईंच्या कुशीत शिरून दुःखाने अश्रू गाळीत वनिता तिला म्हणाली, "आई, हे लग्न मोडलं तर माझं पुढं काय होईल? कोण माझ्याशी लग्न करेल? मी मनोजशिवाय दुसऱ्या पुरुषाचा माझ्या मनात विचारही करू शकणार नाही. हे असं कसं गं झालं?" लाडक्या लेकीच्या डोळ्यांतील अश्रू पाहून सावित्रीबाईंच्या काळजात सुया टोचू लागल्या. पोटातून उमाळा दाटून येत होता. त्या वनिताला पोटाशी धरून समजावण्याचा व्यर्थ प्रयत्न करू लागल्या.

लग्नाबद्दल मुलीकडून काहीच प्रतिसाद मिळत नसल्यामुळे नवऱ्यामुलाकडून भाऊसाहेबांना फोन यायचेच बंद झाले. लग्नाची ठरलेली २८ मार्च ही तारीखसुद्धा उलटून गेली. भाऊसाहेबांच्या घरात भयाण शांतता नांदू लागली. जणू ती भयाण

शांतता पुढील धोक्याची नांदी होती. वनिताला तिचं लग्न मोडलं म्हणून काळजीने घेरलं होतं. तिने अन्नपाणी घेणं वर्ज्य केलं होतं. एका खोलीत तिने स्वत:ला कोंडून घेतलं होतं. आईवडिलांना अंधारात ठेवून मनोजबरोबर नको त्या ठिकाणी फिरल्याबद्दल आता तिला पश्चात्ताप होत होता. तिला त्याच्यापासून दिवस गेले होते. गेल्या पंधरा दिवसांत मनोजचा तिला एकदाही फोन आला नव्हता. थोड्या दिवसांनी तिला तिच्या सुलभा नावाच्या मैत्रिणीकडून समजलं की, मनोजच्या आईवडिलांनी दुसरी मुलगी पाहून त्याचं लग्न लावलं. ती वाईट बातमी ऐकून वनिताच्या डोळ्यांसमोर दिवसा काजवे चमकू लागले. तिला फसविणाऱ्या पुरुषाचा तिला राग आला होता. तो तिच्या जवळ असता, तर तिने त्याच्या नरडीचा संतापाने घोट घेतला असता. रागाने तिच्या डोळ्यांतून ठिणग्या उडू लागल्या आणि पुरुषजातीवरचा तिचा विश्वास उडाला. वनिता कमालीची खचून गेली. तिला पुढे जगावं असं मुळी वाटेना. तिचं जीवन उद्ध्वस्त झालं होतं. नैराश्याने तिच्या मनावर पूर्ण ताबा मिळवला होता. त्या नैराश्याच्या आहारी जाऊन वनिताने एके दिवशी घरात कुणी नसताना विषारी औषध प्राशन करून आपल्या दु:खमय जीवनाला पूर्णविराम दिला. शेवटचा श्वास घेण्याआधी ती जडावलेल्या पापण्यांनी एवढंच म्हणाली,

"आई-बाबा, मी चुकले. तुम्ही मला माफ करा."

पोटची लाडा-कोडात वाढलेली मुलगी आपल्याला अकाली सोडून गेली. तिच्यासाठी आपण काहीही करू शकलो नाही. बाप म्हणून आपल्याला जगण्याचा अधिकार नाही. भाऊसाहेब मनातून फार अस्वस्थ झाले होते. त्यांच्या डोळ्यांसमोर झालेला वनिताचा मृत्यू ते सहन करू शकले नाहीत. तिच्या मृत्यूनंतर अवघ्या १०-१२ दिवसांत हृदयविकाराचा तीव्र झटका येऊन, भाऊसाहेब हे जग सोडून गेले. दोन आठवड्यांच्या आत घरात दोन मृत्यू झाल्यामुळे सावित्रीबाईंच्या डोक्यावर आभाळ कोसळले. दीपक मागे नसता तर त्यांनीसुद्धा जड अंत:करणाने या जगाचा निरोप घेतला असता. पोटातील दु:ख पोटात लपवून ठेवून त्यांनी दीपकसाठी जगण्याचा मनात निश्चय केला. दु:खाचा कढ पोटात दाटून आलाच तर मुलाच्या पश्चात त्या डोळे पुसत राहायच्या.

भाऊसाहेब गेले तेव्हा त्यांच्या पिंडाला कावळा लवकर शिवेना. जमलेली मंडळी कंटाळली होती. गर्दीत बसलेल्यांपैकी कुणीतरी सावित्रीबाईंना म्हणाले,

"काकी, भाऊसाहेबांचा आत्मा कशात तरी अडकलेला दिसतोय. तुम्हाला ते ठाऊक असेलच. तुम्ही पिंडाजवळ जा नि हात जोडून त्यांना पुन्हा विनंती करा. त्यांचं काम अपूर्ण राहिलं असेल तर पिंडाला कावळा लवकर शिवणार नाही. लोकं

बसून कंटाळली.''

दु:खी मनाने सावित्रीबाई बायकांच्या घोळक्यातून जमिनीवर हात टेकीत उठून उभ्या राहिल्या. सावकाश पावलं टाकीत त्या पिंडाच्या दिशेने अनवाणी चालू लागल्या. त्यांच्या पायात खडे रुतत होते. ती कळ पार मस्तकात जाऊन भिडायची. सावित्रीबाई पिंडाजवळ जाऊन दोन्ही हात जोडून उभ्या राहिल्या. डोक्यावर पदर घेऊन त्या तोंडातल्या तोंडात पुटपुटू लागल्या,

''अहो, तुम्ही दीपकची बिलकूल काळजी करू नका. मी एकवेळ उपाशी राहीन; पण त्याला मी माझ्या तोंडातील घास भरवीन, तुमचं पेन्शनचं राहिलेलं काम मी पूर्ण करीन. आलेली माणसं कंटाळली आहेत. त्यांना आता जास्त वेळ ताटकळत ठेवू नका. माझी तुम्हाला हात जोडून विनंती आहे.''

सावित्रीबाईंनी हातात गेंडेदार झेंडूचं फूल घेतलं आणि ते पाण्याच्या तांब्यात बुडवून दोन-तीन वेळा पिंडाभोवती फिरविलं. पिंडाच्या पाया पडून त्या पुन्हा त्यांच्या जागेवर जाऊन बसल्या. जमलेल्या मंडळीच्या नजरा आता पिंडाकडे लागल्या होत्या. आणि काय आश्चर्य, लगेच एक कावळा भिरभिरत्या नजरेने टणाटणा उड्या मारीत पिंडाजवळ आला नि डोळ्यांची पापणी लवते ना लवते तोपर्यंत दहीभाताच्या रासेत पांढरी, निमुळती चोच खुपसून मोकळ्या आभाळात दिसेनासासुद्धा झाला. पिंडाला कावळा शिवला म्हणून जमलेली माणसं आपापल्या घरी निघून गेली.

सावित्रीबाईंना आज पेन्शनच्या कामासाठी साहेबांना भेटण्यासाठी तहसील कार्यालयात यायचं होत. कार्यालयात यायच्या आधी त्या दीपकला सोबत घेऊन नवसाला पावणाऱ्या आणि भक्तांच्या हाकेला धावणाऱ्या कालकाईदेवीच्या मंदिरात तिचं दर्शन घेण्यासाठी गेल्या. महादेव गुरवाने अगोदर सावित्रीबाईंचं म्हणणं ऐकून कालकाईदेवीला कळा लावून लगेच गाऱ्हाणं घातलं.

''माय माझी, भक्तांच्या हाकेला धावणारी, नवसाला पावणारी, आज तुझ्या पायाशी सावित्रीबाई आल्या आहेत. त्यांच्या पेन्शनच्या कामात तहसीलदारसाहेब आडकाठी करताहेत. तू त्या साहेबाला बघून घे आणि बिचारीचं पेन्शनचं काम लवकरात लवकर करून टाक. काम झाल्यावर ती तुझी खणा-नारळाने ओटी भरणार आहे. ते तू गोड मानून घे गं माय.''

कालकाईदेवीने उजवा कौल दिल्यावर सावित्रीबाई मनात खूश झाल्या. कालकाईदेवीचं दर्शन घेऊन त्या लगेच मंदिराच्या बाहेर पडल्या.

« « «

तहसील कार्यालयाच्या व्हरांड्यात लाकडी बाकावर बराच वेळ एकाच जागी

बसून दीपकला आता खूप कंटाळा आला होता. बसल्या जागेवर चुळबुळ करीत त्याने सावित्रीबाईंना खालच्या आवाजात विचारलं,

"आई, आणखी किती वेळ आपल्याला थांबावं लागणार आहे? मला खूप कंटाळा आलाय गं."

"आणखी थोडा वेळ थांबू."

'थोड्या वेळाने तुम्हाला मी साहेबांकडे पाठवितो', असं म्हणणारा शिपाई आपल्याला विसरला की काय, अशी शंका सावित्रीबाईंच्या मनात उत्पन्न झाली. इतक्यात कागदावर शिक्के मारणाऱ्या शिपायाचं त्या दोघांकडे लक्ष गेलं. शिपायाने बसल्या जागेवरूनच हाताने इशारा करून त्यांना आत जाण्यासाठी सांगितलं. वेळ न दवडता सावित्रीबाई बसलेल्या जागेवरून उठल्या. दरवाजाला लावलेल्या फुला-फुलांच्या कापडाचा पडदा हाताने बाजूला सारून त्या दीपकला सोबत घेऊन लोखंडेतहसीलदारांच्या समोर जाऊन दीनवाण्या उभ्या राहिल्या. डोळ्यांवर सोनेरी काड्यांचा महागडा चष्मा लावून साहेब फायलीवर इंग्रजीमध्ये सह्या करीत होते. त्यांच्या वयाची पन्नाशी उलटून गेली होती. डोक्यावरील विरळ झालेल्या केसांना कलप लावून भांग पाडला होता. काळारोम चेहरा, गुंजेसारखे दिसणारे भेदक डोळे, ओठावर बारीक तलवारकट मिशी कोरलेली. जाड ओठ नि रुंद जबडा. त्यांच्या अंगावर राखाडी रंगाचा किंमती सफारी होता. त्यांचे खुनशी आणि हिंस्त्र डोळे पाहून कुणालाही त्यांची भीती वाटावी. त्यांच्या चेहऱ्यावरील भाव क्षणाक्षणाला बदलत असल्यामुळे त्यांच्या अंतरंगात नेमका कोणता विचार सुरू आहे, हे कुणालाही कळत नसे. त्यांचा चेहरा पाहिल्यावर हा माणूस आयुष्यात एकदातरी कधी हसला असेल का, अशी शंका मनात उत्पन्न व्हायची.

समोरच्या फायलींवर सह्या करता करता साहेबांचं लक्ष अचानक त्यांच्या समोर अगतिक, असहायपणे उभ्या असलेल्या सावित्रीबाईंकडे गेलं. मेलेल्या झुरळाकडे पाहावं तसं तहसीलदारसाहेब सावित्रीबाई आणि त्यांच्यासोबत असलेल्या मुलाकडे पाहत होते. त्यांच्या नजरेत तिरस्कार अगदी ठासून भरला होता. त्यांच्या त्या हिंस्त्र, कुत्सित नजरेची सावित्रीबाईंना क्षणभर भीतीच वाटली. स्वत:ला मोठ्या कष्टाने सावरून त्यांनी साहेबांना दोन्ही हात जोडून नमस्कार केला. सावित्रीबाईंचा नमस्कार स्वीकारण्याचं साधं सौजन्य न दाखविता साहेबांनी त्यांना करड्या आवाजात विचारलं,

"काय काम आहे तुमचं माझ्याकडे?"

साहेबांचं बोलणं ऐकून सावित्रीबाई मनात हिरमुसल्या. साहेब जेव्हा या तालुक्यात नवीन बदली होऊन आलेले होते, तेव्हा त्यांच्या नवऱ्याने त्यांना आग्रह

करून घरी जेवायला नेलं होतं. तेव्हा साहेबांनी सावित्रीबाईंना वहिनी म्हणून साद घातली होती. त्यांच्या जेवणाची त्यांच्यासमोर 'छान ऽऽ छान ऽ' म्हणून तोंडभरून स्तुती केली होती. त्यांच्या हातचं खाल्लेल्या अन्नाचासुद्धा साहेबांना आता विसर पडला होता, याचं सावित्रीबाईंना खूप वाईट वाटलं. खोल श्वास घेत त्या क्षीण आवाजात म्हणाल्या,

"साहेब, मी मानेभाऊसाहेबांची पत्नी आहे. पेन्शनच्या कामाच्या चौकशीसाठी मी तुमच्याकडे माझ्या मुलाला सोबत घेऊन आलेय."

या बाईला वाटेला कसं लावायचं, याचा साहेब मनामध्ये थोडा वेळ विचार करू लागले. सावित्रीबाईला त्यांनी आधीच ओळखलं होतं. परंतु ओळख दाखविली की, आपण आणखी अडचणीत येऊ म्हणून त्यांनी ते टाळलं होतं. त्यांच्या मख्ख चेहऱ्यावरील इवलीशी रेष हलली नि पुराच्या पाण्याच्या लोंढ्याप्रमाणे त्यांच्या तोंडातून शब्द बाहेर पडले.

"मानेभाऊसाहेब गेल्याचं मला कळलं. ते हयात असताना पेन्शनच्या कामासाठी मला भेटायचे. परंतु माझे हात कायद्याने बांधल्यामुळे मी त्यांच्यासाठी काहीही करू शकलो नाही. वरून त्यांची खातेनिहाय चौकशी सुरू आहे. त्यांना दोषमुक्त केल्याचं पत्र जिल्हाधिकारी यांच्याकडून मला आल्याशिवाय मी त्यांचे पेन्शनचे कागदपत्र तयार करू शकत नाही."

"ते पत्र कधी येईल?" -सावित्रीबाई.

"मला ते सांगता येत नाही." -तहसीलदार.

"साहेब, आमचं दुसरं उत्पन्नाचं कोणतेही साधन नाही. माझा हा मुलगा कॉलेजमध्ये शिकतोय. मी आशेने तुमच्याकडे आले आहे."

"तुमचं म्हणणं अगदी बरोबर आहे. तरी पण वरून पत्र आल्याशिवाय मी काहीही करू शकत नाही." तहसीलदारसाहेबांनी आपला हेका मुळीच सोडला नाही.

सावित्रीबाई मनात आणखी निराश झाल्या. वरून पत्र आल्याशिवाय साहेब आपल्याला काहीही मदत करू शकणार नाहीत, हे एव्हाना त्यांच्या लक्षात आलं होतं. त्यांचा नन्नाचा पाढा थांबत नव्हता. मोठ्या आशेने आज त्यांनी तहसील कार्यालयाची पायरी चढली होती; परंतु त्यांच्या पदरात जळते निखारे पडले होते. त्यांची धग त्यांच्या काळजाला पोचली होती. त्यांची शोकांतिका ऐकून एखाद्या दगडालादेखील पाझर फुटला असता. परंतु पोटात काळीज नसलेल्या वज्रापेक्षाही कठीण मनाच्या लोखंडे तहसीलदारांना त्यांची दया येत नव्हती. या क्रूर, निष्ठुर माणसाचं आपण उगाच तोंड पाहायला आलो, असं आता सावित्रीबाईंना वाटू लागलं

होतं. आज ना उद्या आपल्याला पेन्शन मिळेल, अशी आशा त्यांच्या मनात नंदादीपाप्रमाणे तेवत होती. निराश मनाने सावित्रीबाई दीपकचा हात हातात घेऊन दालनातून सावकाश पावलं टाकीत बाहेर पडल्या. आसुरी आनंदाने लोखंडे तहसीलदार ते दोघे दिसेनासे होईपर्यंत त्यांच्याकडे डोळे विस्फारून पाहत होते.

सावित्रीबाई तहसील कार्यालयात जाऊन आल्यावर अवघ्या दोन-तीन दिवसांतच लोखंडे तहसीलदारांची बदली झाल्याचा आदेश वरून तालुक्याला आला. साहेबांची बदली झाल्याचं कळताच त्याचा आनंद सावित्रीबाईंना झाला. आता आपलं पेन्शनचं काम मार्गी लागेल, असं त्यांना मनात वाटू लागलं. सावित्रीबाईंना आता त्यांच्या खोल गेलेल्या डोळ्यासमोर आशेचा किरण दिसू लागला.

■

७

नामदेवबुवा

नामदेवबुवाने वयाची चाळिशी गाठली होती. निमगोरा वर्ण, गालफडं बसलेली, खपाटी गेलेलं पोट, बांधा सडसडीत. नुकताच पाऊस पडल्यावर जमिनीवर जसं गवत उगवतं, तशी त्यांची दाढी वाढलेली. भव्य गोऱ्या कपाळावर ठसठशीत गोपीचंदनाचा टिळा लावलेला नि गळ्यात पांडुरंगाची माळ. अंगात स्वच्छ धुतलेला परंतु इस्त्री न केलेला सफेद सदरा नि चॉकलेटी रंगाची पँट. चेहरा बोलका असला तरी तो क्षणाक्षणाला लगेच बदलायचासुद्धा. मुखात पांडुरंगाचं नाव. कोल्हापुरी चपला पायांत घालून तो डांबरी सडकेवरून तुरूतुरू चालू लागल्यावर त्याला पाहणाऱ्याला वाटावं की, स्वारी आज फारच गडबडीत आहे.

नामदेवबुवा तालुक्याच्या तहसील कार्यालयात कारकून म्हणून काम करीत होता. तहसील कार्यालयात आणि बाहेरसुद्धा त्याला 'बुवा' म्हणून लोक साद घालीत. त्याचं संपूर्ण नाव नामदेव दशरथ जगताप असं होतं. लोकांनी त्याला 'बुवा' म्हणून साद घातल्यावर त्याची कळी एकदम खुलायची. त्याच्या आडनावाने कुणी त्याला साद घातली, तर तो त्याच्याकडे जाणून-बुजून दुर्लक्ष करायचा. जणू त्याने ती हाक ऐकलीच नाही, असा त्याच्या चेहऱ्यावर भाव असायचा.

बुवाची कळी खुलल्यावर तो धबधब्याप्रमाणे नुसता बोलत राहायचा. समोरच्या माणसाला 'पांडुरंगा, देवा' असं संबोधून तो नेहमी बोलायला सुरवात करी. त्याचं बोलणं

ऐकणाऱ्याला वाटावं की, हा माणूस किती सज्जन आणि निर्मळ मनाचा आहे. बुवाचा कावा त्यामुळे झटकन कुणाच्या ध्यानात येत नसे. बुवाने अजूनपर्यंत एक पथ्य पाळलं होतं. तो त्याच्या मनातील कुणालाही कधी सांगायचा नाही. त्याच्या लग्नाला आज रोजी सतरा वर्षे पूर्ण झाली होती. परंतु त्याची बायको- वासंतीलासुद्धा त्याच्या स्वभावाचा अजूनपर्यंत थांगपत्ता लागला नव्हता.

बुवा लाडात आल्यावर बायकोशी गुलूगुलू बोलत बसायचा. तिने कधी त्याच्या मनासारखं काम केलं नाही, तर तो लगेच तिच्यावर भडकायचा. तोंडातून थुंकी उडवत तो तिचा पाणउतारा करीत मोठ्या आवाजात म्हणायचा. "दोन मुलं झाली, तरी तुला अजून अक्कल कशी आली नाही? बिनडोक कुठली!" त्याचं बोलणं ऐकून त्याची बायको मग मुळूमुळू रडत बसायची. डोक्यातील राग निघून गेल्यावर बुवा तिची मनधरणी करायचा. लग्न झाल्यापासून त्या दोघांचं हे नाटक असंच सुरू होतं. त्यात अजूनतरी खंड पडला नव्हता.

नामदेवबुवाचा स्वभाव तिरपांगडा असल्यामुळे त्याचं तहसील कार्यालयातसुद्धा कुणाशी पटायचं नाही. बुवा हातवारे करीत तोंडातील थुंकी उडवत भांडायचा. मध्येच डोळे मोठे करायचा. त्याच्या पहाडी आवाजानं संपूर्ण तहसील कार्यालय दणाणून जायचं. त्याचं अकांडतांडव पाहताना लोकांना आणि त्याच्या सहकाऱ्यांना त्याची भारी गंमत वाटे. बुवा एखाद्याशी भांडू लागला की, मग त्याला तहसीलदारसाहेब त्याच्या दालनात आहेत, याचंदेखील भान राहायचं नाही.

बुवाला भांडायला एखादं क्षुल्लक कारणदेखील पुरायचं. एकदा काय झालं की, फौजदारी टेबलाकडील उपोषणाचं पत्र चुकून त्याच्याकडे आलं. झालं. ते पत्र पाहून बुवाचा पारा एकदम चढला. ते पत्र हातात धरून तो फौजदारी टेबलावर काम करणाऱ्या चव्हाणबाईकडे रागाने पाहू लागला. चव्हाणबाईवर आधीच त्याचा राग होता. बुवा बसलेल्या खुर्चीतून झटकन उठून उभा राहिला. त्याच्या डोळ्यांतून अंगार सांडत होता. ते पत्र हातात घेऊन तो तणतणतच तिच्यासमोर जाऊन उभा राहिला. चव्हाणबाईला त्याचा स्वभाव ठाऊक असल्याने तिने मुद्दाम त्याच्याकडे लक्ष दिलं नाही. त्याच्याकडे न पाहताच ती खाली मान घालून कागदावर लिहू लागली. याचा बुवाला आणखी राग आला. ही बया अशी आपल्याला दाद देणार नाही म्हणून बुवा ढगफुटी व्हावी तसं तिच्यावर ओरडला.

"ओ बाई, तुम्हाला काय कळतं की नाही?"

"ओरडू नका. काय झालं ते नीट सांगा." चव्हाणबाई त्याला झापत म्हणाली.

“उपोषणाचं टपाल तुम्ही माझ्याकडे का दिलंत?”

“मी तुम्हाला ते पत्र दिलं नाही.”

“मग माझ्या टेबलावर ते आकाशातून येऊन पडलं का?” बुवाचा तिला रोकडा सवाल.

बुवाचं बोलणं ऐकून तहसील कार्यालयात कामासाठी आलेल्या पक्षकारांनासुद्धा हसू आलं. देसाई कारकूनसुद्धा हसू आवरू शकला नाही. बुवाचं बोलणं ऐकून चव्हाणबाईलासुद्धा तिचा अपमान वाटला. तिला त्याचा आणखी राग आला. ती बुवाला घुश्श्यातच म्हणाली,

“ते तुम्ही मला विचारायचं नाही. बारनिशी कारकुनाला जाऊन विचारा.”

“त्याला मी नंतर विचारतो. तुम्ही आधी तुमचं टपाल ताब्यात घ्या.”

“मी तुमच्याकडून ते घेणार नाही.”

“मग?” बुवाने तिला डोळे मोठे करून विचारलं.

“मी ते टपाल बारनिशी कारकून याच्याकडूनच रीतसर घेईन. कळलं?”

“कायद्याची भाषा मलासुद्धा बोलता येते म्हटलं.”

“तुम्ही येथून जा पाहू. मला माझं काम करू दे. तुम्ही स्वत: काम करीत नाही नि दुसऱ्यालासुद्धा करू देत नाही.” चव्हाणबाई त्याला धुडकावून लावत म्हणाली.

“मी आता रावसाहेबांना जाऊन सांगतो. तुम्ही तुमचं टपाल घेत नाही म्हणून. मेमो मिळाल्याशिवाय तुम्ही ताळ्यावर येणार नाही.”

“जा. खुशाल सांगा.” त्याच्याकडे न पाहता चव्हाणबाई म्हणाली.

ही बया तहसीलदारांनासुद्धा दाद देणारी नाही, हे बुवाच्या एव्हाना ध्यानात आलं होतं. थोडा वेळ मनात विचार करून त्याने ते पत्र तिच्या टेबलावर रागाने भिरकावलं नि मागे वळून न पाहता तो त्याच्या टेबलाकडे दाणदाण पाय आपटीत निघून गेला. पिडा गेली म्हणून चव्हाणबाईने सुटकेचा निश्वास टाकला.

बुवा तसा वस्ताद माणूस. त्याला जन्माला घालणाऱ्या ब्रह्मदेवालादेखील त्याचा स्वभाव कधी कळायचा नाही. तहसील कार्यालयात कामासाठी आलेल्या एखाद्या पक्षकाराकडून कशी चिरीमिरी काढायची, याची कला कुणीही बुवाकडून शिकून घ्यावी. पूर्वी जन्म-मृत्यूच्या नोंदी गावचे पोलिस पाटील करीत. नंतर ती रजिस्टर्स तहसील कार्यालयात ठेवण्यात आली. बुवा ए.डी.एम. (ॲडमिनिस्ट्रेशन) कारकून असल्यामुळे त्याच्या अखत्यारीत ती बाब होती. कुणी जन्म किंवा मृत्यूचा दाखला मागायला आला की, हा माणूस चिरीमिरी देणारा आहे की नाही, हे बुवा लगेच त्याच्या तोंडाकडे पाहून ओळखायचा नि मग तो त्याच्याशी त्याच्या पद्धतीने

बोलायचा.

खेड्यातून आलेला पक्षकार बुवाला अजिजी करीत म्हणायचा,

"बुवा, माझ्या मुलाचा जातीचा दाखला काढायचाय. मला माझ्या जन्माचा दाखला तातडीने हवा आहे."

"तुम्ही अर्ज कधी दिलाय?" बुवा गंभीर चेहरा करून त्याला विचारायचा.

"या महिन्यातील पंधरा तारखेला."

"अहो, माझ्याकडे दोन महिन्यांपासून जन्मदाखला देण्याचे अर्ज पेंडिंग आहेत. मी एकटा काय करू? शिपाई रेकॉर्ड रूममध्ये जाऊन रजिस्टरं शोधून देत नाहीत. परवा प्रांतसाहेब माझी दप्तरतपासणी करणार आहेत. त्याची तयारी मला करायला हवी. नाहीतर ते मला लगेच घरी पाठवतील. पुष्कळ काम आहे मला. तुम्ही पुढच्या महिन्यात या. मी तुमचं काम अवश्य करून देईन."

पक्षकाराला खात्री पटावी म्हणून बुवा चिमटीत गळा पकडून पांडुरंगाची शपथसुद्धा घ्यायचा. सकाळी पूजा करताना बुवाच्या दोन्ही कानांच्या पाळ्यांना गंध लावलेले असे. कपाळाच्या मधोमध गोपी-चंदनाचा टिळा लावलेला असे. वारकरी संप्रदायातील माणूस कधी खोटं बोलणार नाही म्हणून पक्षकाराची लगेच त्याचं बोलणं ऐकून खात्री पटायची. तरी ते पुन्हा त्याला गयावया करीत म्हणे,

"बुवा, तुम्हाला पुष्कळ कामं आहेत, हे मला ठाऊक आहे. माझ्यासाठी तुम्ही काहीतरी मार्ग काढा. मी तुम्हाला विसरणार नाही. आजकाल सरकारी कामं दिल्या-घेतल्याशिवाय होत नाहीत, हे मला ठाऊक आहे."

पक्षकाराचं बोलणं ऐकून बुवाला गाडी रुळावर आली म्हणून मनात आनंद व्हायचा. त्याच्या डाव्या हाताच्या तळहाताला लगेच खाज सुटायची. मग त्याचा चेहरा लगेच खुलायचा. त्या पक्षकाराला बाजूला घेऊन तो त्याच्याकडील तंबाखू घेऊन मळता-मळता अगदी खालच्या आवाजात त्याला म्हणायचा,

"तुमचं काम लगेच करून द्यायला मला तशी काहीच अडचण नाही; पण या शिपायांना जन्मनोंद रजिस्टर शोधून द्यायला सांगितलं, तर ते लगेच माझ्याकडे पन्नास रुपये मागतात. आता मी यांना कोठून आणून पैसे देऊ? तुम्हीच मला सांगा."

"बुवा, माझं काम अर्जंट आहे. मी त्यांचे पन्नास रुपये द्यायला तयार आहे. माझं काम आज झालं पाहिजे."

गोळी बरोबर लागू पडल्यावर बुवा मळलेली तंबाखू फक्कन तोंडात टाकून त्याला लगेच हसत-हसत म्हणायचा,

"या बुवाला शंभर रुपये दक्षिणा म्हणून द्या. अहो, या बुवाला दिलेली

दक्षिणा कधी वाया जायची नाही. तुमच्या मुलांना त्याचा आशीर्वाद लागेल. येत्या आषाढी एकादशीला मी पांडुरंगाची वारी करणार आहे. तुमच्या मुलाला नोकरी लागावी म्हणून मी पांडुरंगाला हात जोडून प्रार्थना करणार आहे. माझा पांडुरंग तुम्हाला काहीही कमी पडू देणार नाही. आहात कुठे तुम्ही?''

बुवाचं मधाळ बोलणं ऐकून पक्षकार भलताच खूश व्हायचा. संमोहनाचा प्रयोग केल्यावर जशी एखाद्या माणसाची गत होते, तशी गत त्या पक्षकाराची होत असे. पक्षकार झटकन खिशात हात घालून बुवाच्या हातात करकरीत नोट कोंबायचा. बुवाची ही खेळी ऑफिस बंद होईपर्यंत बिनधास्त चालायची. राजीखुशीचा मामला असल्याने पक्षकाराला तक्रार करायला जागा उरत नसे.

संध्याकाळपर्यंत चांगली कमाई झाल्यावर बुवा मनात भलताच खुश व्हायचा. जणू त्याच्या नावाने आज लॉटरी फुटली होती. मग तो आपल्या घरी जाण्यासाठी खास रिक्षा करायचा. त्याच्या दारासमोर येऊन रिक्षा थांबल्यावर तो अशा थाटात उतरायचा की, पाहणाऱ्याला वाटावं, ही असामी फार बडी आहे. एखाद्या दिवशी त्याला रिक्षातून उतरताना कुणी पाहिलं नाही की, तो मनात अगदी खट्टू व्हायचा.

एके दिवशी बुवाचा कामात फार छान मूड लागला होता. स्वातंत्र्यसैनिकांची माहिती तयार करून त्याला ती माहिती लगेच फॅक्सने जिल्हाधिकारी कार्यालयाकडे पाठवायची होती. थोड्या वेळाने बुवाच्या मनात काय आलं कुणास ठाऊक? त्याला आपण तहसील कार्यालयात आहोत, याचंदेखील भान राहिलं नाही. तो त्याच्या खड्या आवाजात तुकाराम महाराजांचा अभंग गाऊ लागला.

सुंदर ते ध्यान उभे विटेवरी ।
कर कटावरी ठेवूनिया ॥१॥
तुळसीहार गळा कांसे पितांबर
आवडे निरंतर हेची ध्यान ॥धृ॥

बुवाच्या आवाजाने जादू झाली. कार्यालयातील सगळी माणसं त्याच्याकडे 'आ' वासून पाहू लागली. बुवाच्या टेबलासमोर नायब तहसीलदार दळवीमॅडमचं टेबलं होतं. भर कार्यालयात बुवा मोठ्या आवाजात अभंग गात असल्याने त्यांना त्याचा राग आला. बुवाला खडसावत त्या त्याला मोठ्या आवाजात म्हणाल्या,

"बुवा, हे तहसील कार्यालय आहे. अभंग म्हणायला हे देऊळ नाही. कळलं?''

दळवीमॅडम आपल्यावर रागावल्यात, हे बुवाने लगेच ओळखलं. त्यांना आलेला राग कसा घालवायचा, याची कला बुवाला फार चांगली अवगत होती. तो

बसलेल्या खुर्चीतून झटकन उठला नि गालात गोड हसत मॅडमच्या समोर अगदी अदबीने उभा राहिला. कंबरेत थोडं झुकून तो दळवीमॅडमना खालच्या आवाजात म्हणाला,

"मॅडम, घरी असलो की, मी सारखा अभंग म्हणत असतो. मला ती सवय लागलीय बघा."

"बुवा, कार्यालयात कामाला आलेली माणसं तुमचा अभंग ऐकून काय विचार करतील, हे तुम्हाला ठाऊक आहे का?"

"होय. मला ठाऊक आहे. ते म्हणतील की यांना काही काम नाही म्हणून हे अभंग म्हणतात. पण मॅडम, मी तोंडाने अभंग म्हणतो नि हाताने काम करतो. काम करीत असताना पांडुरंगाची आराधना केल्यावर कुणाचं काम बिघडणार आहे?"

बुवाचं बोलणं ऐकून दळवीमॅडम निरुत्तर झाल्या. पुढे काय बोलावं हे त्यांना सुचेचना. मॅडमचं तोंड कसं बंद करायचं, हे बुवाला ठाऊक होतं. एखाद्या चॅप्टर केसमध्ये किंवा कूळकायद्याच्या प्रकरणात दळवी मॅडमने चिरीमिरी घेतली, तर त्याचा वास बुवाला लगेच यायचा. मग बुवा घसा खाकरून उगाच गालात मिस्कील हसायचा. मॅडम रावसाहेबांच्या दालनात गेल्यावर बराच वेळ त्या दोघांचं आत गुटर्र ऽ गू चालतं, हे आता कार्यालयात सर्वांना ठाऊक झालं होतं. एमपीसी झाल्यावर त्या लगेच महसूल खात्यात मुरल्या होत्या.

दळवीमॅडम बोलायचं थांबल्यावर बुवा विषयांतर करीत त्यांना म्हणाला,

"मॅडम, माझी बायको जेवण फार चांगलं करते. एके दिवशी माझ्या घरी जेवायला येण्यासाठी मी तुम्हाला आग्रहाचं निमंत्रण देणार आहे."

"छान, मी माझ्या मिस्टरांनासुद्धा घेऊन येईन."

"हो चालेल. आणि बरं का मॅडम, माझी बायको लोणचंसुद्धा फार छान घालते म्हटलं. आमचे शेजारी तिने केलेलं लोणचं आमच्या घरी आवडीने मागायला येतात. कैरी, लिंबू आणि ओल्या मिरचीचं लोणचं घालण्यात तिचा हात कुणी धरणार नाही. अशी सुगरण बायको मला मिळालीय बघा."

बुवा त्याच्या बोलण्यातून साखरेची पेरणी करीत असल्यामुळे दळवीमॅडमचा त्याच्यावरील राग पाण्यात पडलेल्या ढेकळाप्रमाणे विरघळून गेला होता. त्या आता अधिक सैलावल्या होत्या. बुवाच्या तोंडाकडे पाहत त्या त्याला मृदू आवाजात म्हणाल्या,

"बुवा, माझं एक काम कराल का?"

"बोला मॅडम."

"आता उन्हाळा आहे. आंब्याच्या झाडावर पुष्कळ कैऱ्या आल्या असतील. तुमच्या बायकोला सांगा ना मला कैऱ्याचं लोणचं करून द्यायला. माझ्या मिस्टरांना कैऱ्यांचं लोणचं फार आवडतं."

नसती आफत आली म्हणून बुवा मनात थोडा निराश झाला. दळवीमॅडमला 'नाही' म्हणूनसुद्धा जमणार नव्हतं. कारण तिला त्याचा राग आला असता. द्विधा मन:स्थितीत तो मॅडमना "ठीकय" म्हणाला.

"मी वाट पाहत्ये हं." स्मितहास्य करीत दळवीमॅडम म्हणाल्या.

समाजात 'बुवा तेथे बाया!' असं हमखास म्हटलं जातं. परंतु नामदेवबुवाला मात्र ते लागू पडत नाही. त्याचं निम्मं आयुष्य जगून झालं होतं. परंतु त्याने कधीही बाई आणि बाटली यांची संगत केली नाही. त्या गोष्टीपासून तो नेहमी चार हात दूर राही. त्याला पान-तंबाखू खाण्याचं व्यसन तेवढं होतं. त्याला पान खाण्याची तलफ आली तर एखादं रजिस्टर काखेला मारून तो दळवीमॅडमना 'झेरॉक्स काढायला जातो' म्हणून सांगायचा. ऑफिसमधून एकदा का तो बाहेर पडला की, बाजारात पान खात इकडे-तिकडे नुसता भटकत राह्यचा. तासाभराने बुवा तुरूतुरू चालत पुन्हा ऑफिसात यायचा. दळवीमॅडमने विचारायच्या आधीच तो त्यांना सांगायचा की, "झेरॉक्सला फार गर्दी होती म्हणून थोडा यायला उशीर झाला." मॅडमना कशी शेंडी लावली म्हणून बुवाला मनातून आनंद व्हायचा.

बुवाने धार्मिक ग्रंथांची अक्षरश: पारायणं केली होती. निम्म्या रात्रीपर्यंत तो ग्रंथवाचन करी. रामरक्षा, तुकोबाचे अभंग आणि रामदासस्वामींचे मनाचे श्लोक त्याला अगदी तोंडपाठ होते. पक्षकारांना शेंडी लावून चिरीमिरी उकळायची वाईट सवय सोडली, तर बुवाला नाव ठेवायला कुठेही जागा नव्हती. वेळ पाहून तो झालेला अपमानसुद्धा गिळून टाकायचा. परंतु उलट शब्द कधी कुणाला करीत नसे.

बुवा तहसील कार्यालयात नोकरी करीत असल्यामुळे तालुक्यात त्याच्या ओळखीसुद्धा पुष्कळ झाल्या होत्या. तालुक्यातील खेडेगावांतून त्याला कीर्तनासाठी निमंत्रणं येत. नोकरी संभाळून बुवा कीर्तन करायचा. कीर्तनाला जाताना त्याच्या अंगावरील पेहराव डोळ्यांनी नुसतं पाहत राहावा, कंबरेला स्वच्छ धुतलेलं पांढरं-शुभ्र धोतर नि अंगात बाह्याचा पांढरा ढगळ सदरा. खांद्यावर जरीच्या काठाचं उपरणं. डोक्यावर पुणेरी पगडी आणि पायांत कोल्हापुरी चपला. कपाळाच्या मधोमध गोपीचंदनाचा टिळा. गळ्यात वीणा अडकवून स्वारी रस्त्याने चालत निघाली की, लोक दारे-खिडक्या उघडून त्याच्याकडे अनिमिष डोळ्यांनी नुसते पाहत राहत. जणू रस्त्याने एखादा साधू-संत चालत निघाला आहे!

तास-दीड तास बुवा खड्या आवाजात कीर्तन करी. त्याच्या कीर्तनात लोक अक्षरश: तल्लीन होत. त्या वेळी कुणाला सांगून खरं वाटलं नसतं की, हा माणूस तहसील कार्यालयात कारकुनी करत्योय म्हणून. त्याचं कीर्तन ऐकून लोक भारावून जात. तुकोबाच्या अभंगाने त्याच्या कीर्तनाचं सूप वाजायचं. मग त्याच्या पायांवर मस्तक ठेवून त्याचा आशीर्वाद घेण्यासाठी लोकांची गर्दी उसळायची. 'पांडुरंग ऽऽ पांडुरंग ऽऽ' म्हणत बुवा पायांवर मस्तक ठेवणाऱ्याला एक हात हवेत उंचावून आशीर्वाद द्यायचा. त्याचा आशीर्वाद मिळाल्याने लोकांना धन्य धन्य झाल्याप्रमाणे वाटत असे. बुवा कीर्तन संपवून घरी जायला निघाल्यावर लोक त्याला त्याची बिदागी विचारीत. बिदागी हा शब्द कानावर पडताच बुवा सावध होई. मग तो त्याच्या मधाळ भाषेत अगदी साळसूदपणाचा आव आणून म्हणे,

"लोक हो, हा देह नश्वर आहे. म्हणून मला कसली आशा नाही. सामाजिक बांधिलकी स्वीकारून मी हे पुण्यकर्म नोकरी संभाळून करीत असतो. तुकाराममहाराज ज्या गावात कीर्तन करीत, त्या गावात पाण्याचा घोटदेखील कधी घेत नसत. परंतु आता जमाना बदलला आहे. महागाई आकाशाला भिडली आहे. तेव्हा तुम्ही पांडुरंगाला जे काय खुशीने देणार आहात, त्याचा मी आनंदाने स्वीकार करीन."

त्याचं बोलणं ऐकून लोकांना वाटे की, असा नि:स्वार्थी बुवा, त्यांनी कधी उभ्या आयुष्यात पाहिला नव्हता. तेव्हा त्यांना नामदेवबुवा डोंगराएवढा माणूस वाटे. बिदागी मिळाल्यावर बुवा 'पांडुरंगऽऽ पांडुरंग ऽऽ' म्हणत त्याचा स्वीकार करीत असे. बुवा कीर्तन करून स्वगृही जायला निघाल्यावर लोक पुन्हा त्याच्या पायावर लोटांगण घालण्यासाठी गर्दी करीत. त्या गर्दीत तरुण-तरुणी, म्हातारी माणसं आणि लहान मुलंदेखील असत. त्यांचं प्रेम पाहून बुवा अक्षरश: भारावून जात असे आणि मनातल्या मनात कचेरीत काम करणाऱ्या सहकाऱ्यांना ते त्याच्या गुणांची कदर करीत नाहीत. म्हणून शिव्या घालीत असे. बुवाची टिंगलटवाळी करण्याची एकही संधी कचेरीतील मंडळी कधी वाया घालवत नसत. म्हणून बुवाला त्यांचा राग यायचा.

ज्येष्ठ महिना संपून आषाढ महिना सुरू झाला होता. आषाढी एकादशी जवळ आली होती. बुवा वर्षातून आषाढी आणि कार्तिकी अशा दोन पंढरपूरच्या वाऱ्या करायचा. वर्षातून दोनदा विठूरायाचं दर्शन घेतल्याशिवाय त्याच्या जिवाला मुळी चैन पडत नसे. बुवाचं आता सारं लक्ष पंढरपूरच्या विठूरायाकडे लागलं होतं. वारी करण्यासाठी त्याला तीन-चार दिवसांची किरकोळ रजा हवी होती. रावसाहेब आपल्याला रजा देतील की नाही, याचा तो मनात सारखा विचार करीत होता. महसूलखात्यात रजा मंजूर करून घेणं म्हणजे मोठा पराक्रम करणे. या खात्यात निकडीची कामं करून

धो धो कोसळत असतात. त्यातच वरिष्ठांचे दौरे. साहेब ते कारण पुढे करून रजा नाकारीत. म्हणून त्याच्या काळजीत भर पडली होती.

बुवा भीत भीत रावसाहेबांच्याकडे (तहसीलदार) रजा मागायला गेला. मनातल्या मनात रावसाहेबांना रजा मंजूर करण्यासाठी कसं पटवायचं याचा तो विचार करीत होता. रावसाहेब खाली मान घालून फायलींवर भरभर सह्या करीत होते. बुवाची चाहूल लागताच त्यांनी त्यांचं काम थांबवून त्याला करड्या आवाजात विचारलं,

"बुवा, काम सोडून तू माझ्याकडे का आलास ?"

"रावसाहेब, आपल्याकडे माझं थोडं काम आहे."

"लवकर बोल. मला भरपूर काम आहे."

"मला पंढरपूरला वारीला जायचंय."

"मग?" दटावणीच्या सुरात साहेबांनी त्याला विचारलं.

"मला रजा हवीय." -बुवा.

त्याचं बोलणं ऐकून रावसाहेब त्याच्याकडे रागाने पाहू लागले. जणू बुवा फार मोठा अपराध करून त्यांच्यासमोर उभा आहे. त्याच्यावर नजर रोखून रावसाहेब थोड्या चढ्या आवाजातच त्याला म्हणाले,

"बुवा, तुला कळत कसं नाही? कलेक्टरसाहेब आपल्याकडे शुक्रवारी येणार आहेत. सगळी कारकूनमंडळी त्यांच्या टेबलावरील पेंडिग कामाचा निपटारा करीत आहेत आणि तू खुशाल माझ्याकडे रजा मागायला येतोस?"

"रावसाहेब, मी थोडं बोलू का?" बुवा धीर करून म्हणाला.

"हं, बोल." रावसाहेब अनिच्छेने म्हणाले.

मोकळा श्वास घेऊन बुवा त्याच्या नेहमीच्या बोलण्याप्रमाणे साखरपेरणी करीत म्हणाला,

"रावसाहेब, मी वर्षातून दोन वेळा विठोबाला भेटायला पंढरपूरला जातो. आता मी परवा विठोबाच्या दर्शनाला गेलो की, दोन्ही हात जोडून कलेक्टरसाहेबांचा दौरा निर्विघ्न पार पडू दे, म्हणून विठोबाला साकडं घालणार आहे. तुम्ही कसली काळजी करायची नाही. माझा विठोबा सर्वकाही पाहून घेईल. मला फक्त त्याचं दर्शन घेऊ दे. मग चमत्कार झालाच म्हणून समजा!"

बुवाची गोळी बरोबर लागू पडली. त्याचं बोलणं ऐकून रावसाहेब भलतेच खूश झाले. कलेक्टरांचा दौरा निर्विघ्न कसा पार पडेल, याचाच ते मनात विचार करीत होते. त्या वेळी बुवा त्यांना भला माणूस वाटला. त्यांनी त्याची रजा तत्काळ मंजूर केली. बुवा भीतभीत तहसीलदारांच्या दालनात गेला होता. त्याची रजा मंजूर

झाल्यावर मात्र तो हसत-हसत त्यांच्या दालनातून बाहेर पडला. बाहेर आल्यावर त्याला स्वत:चाच अभिमान वाटू लागला. विठूराया आपल्या मदतीला धावून आला नसता, तर तहसीलदाराने आपला अपमान करून आपली रजा नामंजूर करून टाकली असती, असं त्याला त्याच्या मनात वाटत होतं. बुवा आनंदाने पुन्हा त्याचं काम करू लागला.

ओंजळीतील पाणी सांडावं, तसं आता बुवाचं अर्धं आयुष्य जगून झालं होतं. कुठल्याही बाईकडे तो कधी वाईट नजरेने पाहत नसे किंवा तो कधी बाईची टिंगलटवाळी करीत नसे. एखादी स्त्री त्याच्या परिचयाची नसेल, तर तो तिला ताई किंवा माई म्हणून हाक मारी. बुवा थापा मारण्यात पटाईत होता. वेळ आली तर खोटंसुद्धा बोलायचा. परंतु स्वभावाने तो मोकळा-ढाकळा होता.

एकदा त्याने बोलायला सुरुवात केली की, तो नुसतं बोलतच राही. कुणी बोलणारा भेटला नाही, तर पुढ्यातील काम खाली मान घालून करीत राहायचा. तहसील कचेरीत रावसाहेबांकडे एकमेकांची लावालावी करून अनेक कर्मचारी व अधिकारी आपली पोळी भाजून घेत. परंतु बुवा त्या वाटेला कधीच गेला नाही. लावालावी करणं हे नामर्दाचं काम आहे, असं तो लोकांना सांगायचा.

अभिनय करण्यात बुवाचा अख्ख्या तालुक्यात कुणीही हात धरू शकणार नाही. तो नाटक-सिनेमात गेला असता तर त्याने नक्कीच नाव कमावलं असतं. दु:खाच्या प्रसंगी त्याच्या डोळ्यांतील अश्रू त्याच्या मदतीला धावून येत नि आवाजातसुद्धा बदल होऊन तो अधिक घोगरा होई. त्याचा दु:खी चेहरा पाहून कठोरांतील कठोर माणसालादेखील त्याची लगेच दया येत असे. त्या अभिनयाचा उपयोग त्याने नोकरीत अनेक वेळा करून घेतला होता.

एकाच तालुक्यात सलग पाच वर्षे नोकरी झाल्यामुळे शासनाच्या नियमानुसार बुवाची अन्य तालुक्यात बदली झाली. सरकारी नोकरीत बदली अटळ असते, हे बुवाला ठाऊक असूनसुद्धा तो मनात थोडा निराश झाला. एसटीतून जाण्या-येण्यासाठी पैसे खर्च होऊ लागले. त्यातच रोजच्या प्रवासाची दगदग. दैनंदिन जगणं विस्कळीत झाल्यामुळे बुवा वैतागून गेला होता. येनकेनप्रकारे बुवाला त्याच्या मूळ तालुक्यात बदली हवी होती. त्यामुळे त्याला त्याच्या मुलांच्या अभ्यासावर लक्ष ठेवता आले असते. आणि बायकोबरोबर निवान्तपणे दोन शब्द बोलतासुद्धा आलं असतं. जिल्हाधिकारी कार्यालयात नुसत्या अर्जाला कुणी धूप घालीत नाहीत, हे त्याला या खात्यात इतकी वर्षे नोकरी करून पक्कं ठाऊक झालं होतं. त्या अर्जावर वजन ठेवलं नाही, तर तो अर्ज कचऱ्याच्या पेटीत जातो, हेसुद्धा त्याला ठाऊक होतं. बदलीसाठी

जिल्हाधिकारी कार्यालयाची भूक मोठी होती. त्यामुळे बुवा चिरीमिरी देण्यास असमर्थ होता. एके दिवशी मनाचा ठिय्या करून तो कलेक्टरांना भेटण्यासाठी जिल्ह्याच्या ठिकाणी त्यांच्या दालनात गेला. कलेक्टरसाहेबांच्या पायाला हात लावून त्याने रडण्याचं नाटक इतकं झकास केलं की, साहेबांना लगेच त्याची दया आली. त्यांनी लगेच त्याच्या बदलीचा आदेश तालुक्याला रवाना केला. बुवा खूश होऊन घरी आला. एक नवा पैसा खर्च न करता बुवाची अवघ्या सहा महिन्यांत मूळ तालुक्यात बदली झाली म्हणून त्याच्या सहकाऱ्यांना त्याचं आश्चर्य वाटलं. बुवाची छाती तेव्हा गर्वाने फुगली होती.

तालुक्याला नवीन तहसीलदार म्हणून अविनाश जाधव बदली होऊन आले होते. जाधव रावसाहेब पैशाशिवाय कुणाचं काम करीत नसत. वाळू, जांभा, काळा दगड यांचा व्यवसाय करणाऱ्या ठेकेदारांकडून ते प्रत्येक महिन्याला हप्ता वसूल करू लागले. त्यांच्या हाताखाली काम करणाऱ्या कर्मचाऱ्यांकडूनसुद्धा ते चिरीमिरी घेत. दहावी पास झाल्यावर बुवाच्या मुलाला इंजिनिअरिंग कॉलेजमध्ये प्रवेश घ्यायचा होता. त्यासाठी त्याला पैशाची निकड होती. बुवाने त्याच्या प्रॉव्हिडंट फंडातून पैसे काढण्यासाठी तहसीलदारांकडे अर्ज सादर केला नि तो अर्ज मंजूर करण्यासाठी त्याने त्यांना विनंती केली. बुवाने चिरीमिरी दिली नाही म्हणून जाधव रावसाहेबांनी त्याच्या विनंतीला भीक न घालता तो अर्ज नामंजूर केला. बुवा मनात खूप निराश झाला. बायकोच्या अंगावरील दागिने बँकेत गहाण ठेवून त्याने त्याच्या मुलाला इंजिनिअरिंग कॉलेजमध्ये प्रवेश मिळवून दिला.

शिशुपालाचे शंभर अपराध पूर्ण झाल्यावर जशी त्याला शिक्षा मिळाली, तसं जाधवरावसाहेबांना त्यांच्या कर्माचं फळ मिळालं. कूळकायद्याच्या प्रकरणात दहा हजारांची रोख रक्कम स्वीकारताना लाचलुचपत प्रतिबंध खात्याने त्यांना रंगेहात पकडून कस्टडीत डांबलं. स्थानिक वर्तमानपत्रांनी गोरगरीब जनतेला पैशासाठी छळणाऱ्या तहसीलदाराची अब्रू वेशीवर टांगली. कस्टडीत गेल्यावर हवेत तरंगणाऱ्या जाधव तहसीलदाराचे पाय जमिनीला लागले.

जाधव तहसीलदाराला खिजविण्याची संधी बुवाला आयती चालून आली. पोलिस कस्टडीसमोर असलेल्या पहारेकऱ्याला लोणी लावून बुवा दुःखी चेहऱ्याने लोखंडी गजांच्या दरवाजाजवळ जाऊन उभा राहिला. बुवाच्या दुःखाने पिळवटून गेलेला चेहरा पाहून जाधव तहसीलदारालासुद्धा भडभडून आलं. आपण समजतो तसा बुवा नाही, तो फार चांगला माणूस आहे, असं तहसीलदाराला त्या क्षणी वाटलं. बुवा रडवेला चेहरा करून त्यांना म्हणाला,

"रावसाहेब, तुमची या कस्टडीतून सुटका होईपर्यंत मी माझ्या तोंडात पाणीसुद्धा घेणार नाही."

"बुवा, माझं एक काम कराल काय?" -तहसीलदार.

"साहेब, तुम्ही फक्त हुकूम करा."

"कोर्टाने माझा जामीन मंजूर केल्याशिवाय माझी यातून सुटका होणार नाही. कोर्टाने माझा जामीन मंजूर करण्यासाठी तुम्ही माझ्या वतीने महापुरुषाला नारळ द्या."

"रावसाहेब, तुम्ही त्याची बिलकूल काळजी करू नका."

दुकानातून नारळ आणि उदबत्ती विकत घेऊन बुवा तुरुतुरू चालत कचेरीच्या समोर पिंपळाच्या झाडाखाली असलेल्या महापुरुषाच्या दगडी मूर्तीजवळ आला. उदबत्ती लावून तो महापुरुषाला गाऱ्हाणं घालीत मोठ्या आवाजात म्हणाला,

"बा महापुरुषा, तुझी कीर्ती त्रिखंडांत थोर आहे. तालुक्याच्या तहसीलदाराला लाचलुचपत प्रतिबंध खात्याने पकडून तुरुंगात घातलं आहे. पैशासाठी त्याने गरीब जनतेला खूप नाडलं आहे. जामीन मिळण्यासाठी त्याने कोर्टात अर्ज सादर केला आहे. त्याला जामीन मिळू नये म्हणून मी हा नारळ तुला वाढवत आहे. त्याचा तू स्वीकार कर रे महाराजा!"

बुवाने त्या नारळाचा प्रसाद करून कचेरीत सगळ्यांना वाटला आणि स्वतःसुद्धा खोबऱ्याचा एक तुकडा तोंडात टाकला. 'कशी तहसीलदाराची खोड मोडली', म्हणून तो मनात भलताच खूश झाला होता.

८

सुशीला

सकाळचे दहा वाजले होते. ऊन अजून तापलं नव्हतं. त्यामुळे उघड्या अंगाला त्याचे चटके बसत नव्हते. डांबरी सडकेवरून धूर ओकत वाहनं कर्णकर्कश आवाज करीत धावत होती. प्रत्येकाला मरणाची घाई झाली होती. जिल्हा पोलिस आयुक्त कार्यालयाच्या भल्यामोठ्या लोखंडी फाटकातून येणाऱ्या माणसांची आणि वाहनांची बॉम्बविरोधी पथक काळजीपूर्वक तपासणी करून त्यांना आत सोडत होते. त्या आवारात सरकारी आणि खाजगी वाहनांची गर्दी झाली होती. एवढी वाहनं असूनसुद्धा पोलिस आयुक्त कार्यालयाच्या आवारात स्मशानशांतता पसरली होती. त्या ठिकाणी गूढ, गंभीर वातावरण अगदी अणुरेणूत ठासून भरलेलं होतं.

त्या आवारातच एका बाजूला वाळीत टाकल्याप्रमाणे 'महिला साहाय्य कक्ष' या कार्यालयाची साधी, बैठी इमारत अंग चोरून उभी होती. इमारतीच्या दर्शनी बाजूला 'महिला साहाय्य कक्ष' म्हणून ऑइल पेंटने तयार केलेली पाटी लावली होती. त्या पाटीवर धूळ साठली होती. त्या इमारतीसमोर हिरवंगार गाभुळलेल्या चिंचेचं झाड होतं. त्यामुळे झाडावरील पक्ष्यांचा किलबिलाट ऐकू येत होता. महिला साहाय्य कक्ष कार्यालयाच्या जवळच गुन्हे अन्वेषण शाखा आणि दरोडा प्रतिबंध शाखेची चिमुकली, आटोपशीर कार्यालयं होती. बाहेर वाघ आणि घरात मांजर असं त्या चिमुकल्या कार्यालयांकडे पाहून मनात वाटत होतं.

सुशीला हताशपणे सिमेंटच्या बाकावर बसली होती. तिच्याजवळ तिची आई बसली होती. लेकीचं लग्न होऊन एक-दीड वर्षात तिचा संसार मोडला म्हणून राधाबाईच्या जिवाला घोर लागला होता. तिला अन्नसुद्धा गोड लागत नव्हतं. क्षयरोग होऊन तिचा नवरा वारला होता. नवऱ्याचा आधार तुटल्याने राधाबाई खचून गेली होती; परंतु मुलांना आधार देण्यासाठी तिने पुन्हा स्वतःला सावरलं.

सुशीला बारावीची परीक्षा पहिल्या वर्गात उत्तीर्ण झाल्यावर तिला तिच्याच गावात अंगणवाडी सेविका म्हणून सरकारी नोकरी मिळाली. तुटपुंजा सरकारी पगार असला तरी मायलेकींना त्याचा आधार वाटू लागला. सुशीलेचा धाकटा भाऊ आयुष हायस्कूलमध्ये शिकत होता. मुलगी हे परक्याचे धन म्हणून राधाबाई तिच्या लग्नासाठी स्थळं शोधू लागली. सुशीला दिसायला बरी होती. कधी कुणाला ती फट म्हणून बोलायची नाही. त्यामुळे शेजारी-पाजारी नेहमी तिच्या गुणांचं कौतुक करीत.

राधाबाईने लेकीच्या लग्नासाठी स्थळं शोधण्याचा जणू सपाटा लावला होता. आईची चाललेली धडपड पाहून सुशीला एकदा तिला म्हणाली,

"आई, माझ्या लग्नासाठी एवढी कशाला गं यातायात करत्येस? मी काय एवढ्यात म्हातारी होणार आहे का? अजून माझ्या मैत्रिणींचीसुद्धा लग्नं व्हायची आहेत."

"सुशीले, मारणाऱ्याचा हात धरता येतो; पण बोलणाऱ्याचं तोंड कधी धरता येत नाही. लोक म्हणतील की, राधाबाईला लेकीचा पगार खायला मिळतो म्हणून ती लेकीचं लग्न करायचं मनावर घेत नाही." राधाबाई तिच्या डोळ्यांकडे पाहून म्हणाली.

"आई, लोक दोन्ही बाजूंनी बोलतात. लोकांचं बोलणं आपण कशाला मनावर घ्यायचं? अजून आयुषचंदेखील शिक्षण पूर्ण व्हायचं आहे."

"त्याच्या शिक्षणाची तुला काळजी नको. मी लोकांची धुणी-भांडी करीन; परंतु त्याचं शिक्षण पूर्ण करेन. पोरी, तुझं एकदा लग्न झालं की, माझी काळजी मिटली. तू काय मला जड झालेली नाहीस. कधीतरी तुला उजवून टाकायलाच हवी ना?" राधाबाई लेकीची समजूत घालीत म्हणाली.

आपली आई आपलं लग्न केल्याशिवाय आता स्वस्थ बसणार नाही, हे सुशीलेच्या एव्हाना ध्यानात आलं होतं. म्हणून तिचा विरोध पाण्यात पडलेल्या ढेकळाप्रमाणे विरघळला. ती आईला काळजीने म्हणाली,

"आई, जिवाला फार त्रास करून घेऊ नकोस."

"पोरी, एकदा तू तुझ्या नवऱ्याच्या घरी नांदायला गेलीस की माझी आणि

आयुषची तुला आठवणसुद्धा येणार नाही. सासरी तुला भरपूर सुख मिळेल. नवरा, सासू-सासरे तुझ्यावर खूप-खूप माया करतील. तू एकदा सासरी रमलीस की, मला देव पावला म्हणायचा!''

''आई, काय गं हे?'' सुशीला तिला लटक्या रागाने म्हणाली.

''सुशीला, तुला आईचा राग आला?''

''मला माझ्या सासरी कितीही सुख मिळालं, तरी मी तुला आणि माझ्या धाकट्या भावाला कधीही विसरणार नाही.'' सुशीलेचा कंठ दाटून आला होता.

''माझी शहाणी पोर'' राधाबाईने तिला मायेने कवेत घेऊन तिच्या कपाळाचा गोड मुका घेतला.

राधाबाईच्या नावाने गावात थोडी शेती होती. मजुरीने माणसं लावून आणि त्या शेतात स्वत: खपून ती पीक घेत असे. फावल्या वेळात शिलाईकाम करी. याशिवाय त्यांच्याकडे अन्य कोणतेही उत्पन्नाचं साधन नव्हतं. सुशीलेच्या परोक्ष राधाबाई तिच्या लग्नासाठी स्थळ शोधत होती. सुशीलेला त्याची कुणकुण जरी लागत असली, तरी तिने तिकडे जाणून बुजून लक्ष दिलं नाही. आपली आई आपलं लग्न केल्याशिवाय आता स्वस्थ बसणार नाही, हे तिच्या ध्यानात आलं होतं. म्हणून ती आईला विरोध करीत नव्हती.

राधाबाईच्या धाकट्या भावाचं नाव लक्ष्मण असं होतं. त्याला दारूचं बेफाट व्यसन होतं. दारूच्या व्यसनामुळे त्याची चांगल्या पगाराची नोकरी सुटली होती. फुटकळ कामं करून तो त्याच्या कुटुंबाची उपजीविका करीत होता. आपली बहीण तिच्या मुलीच्या लग्नासाठी स्थळ पाहतेय, अशी कुणकुण त्याला लागली. त्याच्या माहितीतील एक श्रीमंत स्थळ होतं. बहिणीच्या कानांवर ते स्थळ घालण्यासाठी लक्ष्मण एके दिवशी राधाबाईच्या दारात दत्त म्हणून उभा राहिला. राधाबाई धाकट्या भावाचं थंडपणे स्वागत करीत म्हणाली,

''लक्ष्मण, बऱ्याच दिवसांनी तुला बहिणीची आठवण झाली.''

''होय.'' लक्ष्मण गालात हसत म्हणाला.

''बरा आहेस ना?'' त्याला प्यायला पाणी देत राधाबाईने त्याची चौकशी केली.

''ताई, मी बरा आहे.''

''मुलं कशी आहेत तुझी?''

''अगदी मजेत.'' पाण्याचा घोट घेत लक्ष्मण म्हणाला.

''बायको-मुलांना सोबत आणलं असतंस, तर मी त्यांना डोळे भरून पाहिले

तरी असते. मागे मी त्यांना कधी पाहिलं होतं, हे आता मला आठवतसुद्धा नाही.''

''ताई, तो योग लवकर जुळून येणार आहे.''

''तू काय म्हणतोस ते मला काही कळतं नाही.'' लक्ष्मणच्या तोंडाकडे पाहत राधाबाई म्हणाली.

''अगं ताई, तू सुशीलेच्या लग्नासाठी स्थळ पाहत आहेस ना?''

''होय. पण तुला ते कसं कळलं?''

''मला कळलं म्हणून तर मी तुला भेटायला मुद्दाम होऊन आलोय.'' लक्ष्मण गालात स्मितहास्य करीत म्हणाला.

भावाचं बोलणं ऐकून राधाबाई सावध झाली. लक्ष्मण आपल्या मदतीला धावून आलाय याचं तिला समाधान वाटलं. आधी आपण त्याच्याशी तुटक वागलो म्हणून तिला आता त्याचा पश्चात्ताप वाटत होता. तिने त्याला लगेच अधीर होऊन विचारलं.

''लक्ष्मण, तुझ्या माहितीतल एखादं चांगलं स्थळ आहे का?''

''होय.''

''मग सांग पाहू. ऐकू दे मला. सुशीलेचं लग्न झालं की, माझी काळजी मिटली बघ.''

''सांगतो ताई. पुण्याचं स्थळ आहे. मुलाचं नाव वसंत आहे. तो अगदी निर्व्यसनी आहे. चांगल्या कंपनीत तो नोकरी करतोय. त्याच्या मालकीचे पुण्यात दोन फ्लॅट आहेत. दागदागिने, पैसाअडका त्यांच्याकडे भरपूर आहे. गेले वर्षभर ते लोक त्यांच्या मुलासाठी मुलगी शोधत आहेत. जवळ-जवळ १०-१५ मुली त्यांनी पाहिल्या असतील. मुलाला मुलगी पसंत पडत नाही. माझ्या कानावर ते आल्यावर त्यांना म्हणालो की, माझ्या बहिणीची मुलगी सुशीला तुमच्या मुलाला नक्की पसंत पडेल. म्हणून ते तुझ्याकडे सुशीलेला पाहायला येणार आहेत.''

लक्ष्मणचं बोलणं ऐकून राधाबाई आनंदाने हवेतच तरंगू लागली. नवरा सोडून गेल्यानंतर तिने खूप कष्ट घेऊन घर उभं केलं होतं. लक्ष्मणने एकदासुद्धा कधी तिची चौकशी केली नव्हती. तिच्या मनात भावाबद्दल असलेलं किल्मिष कुठल्या कुठे निघून गेलं होतं. आता तिला दारुड्या भावाचा आधार वाटत होता. राधाबाईने लक्ष्मणला खालच्या आवाजात विचारलं,

''लक्ष्मण, स्थळ चांगलं आहे ना?''

''तू त्याची काळजी करू नकोस.''

''तुझी खात्री आहे?''

"माझी पूर्ण खात्री आहे. तुझा माझ्यावर विश्वास आहे ना?"

"तू माझा पाठचा भाऊ आहेस. तुझ्यावर मी विश्वास ठेवणार नाही, मग कोणावर ठेवणार?"

"ताई, सुशीला जशी तुझी मुलगी आहे, तशी ती माझी भाची आहे. भाचीचा संसार सुखाचा व्हावा, असं मलासुद्धा वाटत गं."

"मी विचारलं म्हणून तू मनात राग धरू नकोस."

"ताई, मी कशाला तुझ्यावर राग धरू? तुझ्यावर मी राग धरला असता तर मी तुझ्या घरी आलो असतो का?" लक्ष्मणने मोकळ्या मनाने तिला विचारलं.

"बरं, ते जाऊ दे. ते लोक इकडे मुलगी कधी पाहायला येणार आहेत?"

"ताई, तूच सांग ना. ते लोक मुलगी पाहायला कधीही यायला तयार आहेत."

"सुशीलेला रविवारी सुट्टी असते."

"मग मी त्यांना येत्या रविवारी घेऊन येतो."

"लक्ष्मण, एक अडचण आहे. ती आधी तुझ्या कानांवर घालते. तू त्यांना सांग."

"कोणती?" तोंडाचा चंबू करून लक्ष्मणने तिला विचारलं.

"सुशीला आता गावातच अंगणवाडी सेविका म्हणून नोकरी करत्येय. उद्या तिचं लग्न झाल्यावर तिला ती नोकरी सोडावी लागणार."

"ताई, त्यांना तिच्या नोकरीची बिलकूल गरज नाही. लग्न झाल्यावर ते लोक सुशीलेला नोकरी करू देतील, असं मला मुळीच वाटत नाही. म्हणून हात दाखवून उगाच अवलक्षण कशाला करून घ्यायचं? लग्नानंतर तिच्या नोकरीचा पैसा थोडाच तुला मिळणार आहे? आपण तो विषय मुळी काढायचाच नाही."

"जशी तुझी इच्छा." राधाबाईला तिच्या भावाचं बोलणं पटलं होतं.

"ताई, सुशीलेलासुद्धा ही वार्ता ऐकून आनंद होईल. तुझ्या पोरीनं नशीब काढलं बघ. नाहीतर एवढं श्रीमंत स्थळ तिच्यासाठी चालून आलं नसतं."

"लक्ष्मण, माझी मुलगी यंदा लग्नाला बिलकूल तयार नव्हती."

"का?"

"अरे, ती नोकरी करते म्हणून प्रत्येक महिन्याला दोन पैसे तरी घरात येतात. तिच्या धाकट्या भावाचं अजून शिक्षण सुरू आहे, याचा ती नेहमी विचार करत्येय. तू जरा तिची समजूत घाल. मुलगी हे परक्याचे धन. आज ना उद्या तिचं लग्न मला करावंच लागणार आहे."

सुशीलेची खरी अडचण लक्ष्मणच्या ध्यानात आल्यावर त्यालासुद्धा तिचं कौतुक वाटू लागलं. तो राधाबाईला हसत-हसत म्हणाला,

"ताई, तुझी पोर गुणाची आहे. ती ज्या घरात जाईल, त्या घराचं ती सोनं करील. मी तिची समजूत घालतो. तू त्याची काळजी करू नकोस. माझं ती नक्की ऐकेल."

"तशी ती फार आढेवेढे घेणार नाही; तरी पण तू तिच्याशी थोडं बोल. म्हणजे ती नंतर कुरकुर करणार नाही."

आज कितीतरी दिवसांनी बहीण-भाऊ असं निवान्तपणे एकमेकांसमोर बसून बोलत होते. बोलण्याच्या नादात राधाबाईने त्याला अजून चहासुद्धा दिला नव्हता. चहा करण्यासाठी ती बसलेल्या जागेवरून उठून उभी राहिली. स्वयंपाक खोलीकडे मोर्चा वळवत ती लक्ष्मणला आग्रह करीत म्हणाली,

"लक्ष्मण, आलास तसा दोन-तीन दिवस राहा. तुझ्याशी आणखी निवान्तपणे बोलता तरी येईल. या निमित्ताने तरी तुझे पाय बहिणीच्या घरी लागले. संसार कधी कुणाला चुकला नाही. मनात असूनसुद्धा रक्ताच्या नात्याला भेटता येत नाही."

"ताई, तू आग्रह करतेस म्हणून आज मी तुझ्याकडे आनंदाने राहीन. परंतु सकाळी मला माझ्या घरी जायला हवं. बायको आणि मुलं माझी वाट पाहत बसतील. त्यांना मी संध्याकाळी लगेच परत येतो म्हणून सांगितलं होतं. पाहुणे रविवारी तुझ्याकडे येणार आहेत. त्यांना तसा निरोप द्यायला हवा."

"दुपारी तुझ्यासाठी काय जेवण करू?"

"ताई, तू साधं वरण-भात करून जरी वाढलंस, तरी ते मी आनंदाने खाईन." बहिणीवरील प्रेम लक्ष्मणच्या बोलण्यातून आता उतू जात होतं.

राधाबाई पुढे त्याला काही बोलली नाही. चहा करण्यासाठी ती मंद पावलं टाकीत स्वयंपाकखोलीकडे निघून गेली.

★ ★ ★

आज रविवार होता. सुशीलेला पाहण्यासाठी आज घरी पाहुणे येणार म्हणून राधाबाईची सकाळपासूनच धांदल उडाली होती. सुशीला तिच्या कामात मदत करीत होती. सुशीला आढेवेढे न घेता लग्नाला राजी झाली, म्हणून राधाबाई मनात खूश झाली होती. सुशीला मनातून भावी संसाराची गोड स्वप्नं पाहत होती. मुलगा देखणा नि रुबाबदार आहे असं तिने तिच्या मामाच्या तोंडून ऐकलं होतं. भावी नवऱ्याचं चित्र ती तिच्या डोळ्यांसमोर कल्पनेने उभी करीत होती नि उगाच गोरीमोरी होत होती. अंगणात तिने तुळशी वृंदावनाजवळ सप्तरंगांत छान रांगोळी काढली. राधाबाईने

गाईच्या शेणानं घर सारवून फळीवर धुतलेली भांडी ओळीने मांडून ठेवली. जुन्या कपड्यांची बोचकी बांधून ती तिने पोटमाळ्यावर नेऊन ठेवली. मायलेकींनी झटून घर अगदी आरशाप्रमाणे लख्ख केलं होतं.

पाहुण्यांची नवीकोरी तवेरा गाडी दारात येऊन थांबल्यावर सुशीलेच्या काळजात उगाच 'धस्स' झालं. राधाबाईची आणखी धांदल उडाली. नऊवारी लुगडं चापूनचोपून नेसून राधाबाई पाहुण्यांचं स्वागत करण्यासाठी पुढे आली. दोन्ही हात जोडून तिने हसत-हसत दारी आलेल्या पाहुण्यांचं स्वागत केलं. गळाभर सोन्याचे दागिने घालून मुलाची आई नव्या नवरीगत नटली होती. तिच्या दोन्ही हातातसुद्धा सोन्याच्या बांगड्या होत्या. मुलाच्या वडिलांच्या अंगावर सफेद ढगळ इस्त्री केलेला सदरा आणि लेंगा होता. त्यांच्या मुलाच्या अंगावर भारी किंमतीचा कडक इस्त्री केलेला सफारी होता. दोन्ही हाताच्या बोटांत सोन्याच्या अंगठ्या नि गळ्यात चेन होती. त्याच्या पायात पॉलिश केलेले चकचकीत बूट होते. त्याच्या चेहऱ्यावरची बेफिकिरी मात्र लपून राहत नव्हती. त्याचा रुबाब खिडकीतून ओझरतं पाहून सुशीला मनात हरखून गेली. तिने आधी त्याचं चित्र कल्पनेने तिच्या डोळ्यांसमोर उभं केलं होतं, प्रत्यक्षात दिसायला तो मुलगा अगदी तसाच होता, याचा तिला मनापासून आनंद वाटला.

लक्ष्मण पाहुण्यांच्या सोबतच आला होता. दोन्हीकडून त्याला मान मिळत असल्यामुळे तो मनातून सुखावला होता. त्याने ओटीवर पाहुण्यांची बसायची व्यवस्था केली. सुशीला स्वत:ला दाखवून घेण्यासाठी लिंबूकलरची छानशी साडी नेसून तिच्या खोलीत नटत होती. तिने तिच्या लांबसडक केसांत बकुळीच्या ताज्या फुलांचा गजरा माळला होता. त्याचा नुसता घमघमाट सुटला होता. स्वयंपाकखोलीत राधाबाई पाहुण्यासाठी चहा करीत होती. लक्ष्मण आत-बाहेर करीत होता नि आलेल्या पाहुण्यांची नजर घरभर फिरत होती.

चहा गाळून झाल्यावर राधाबाई झपझप पावलं टाकीत सुशीलेच्या खोलीत आली. सुशीलेचं आताचं रूप पाहून ती मनातून खूप सुखावली. सुशीला एखाद्या अप्सरेसारखी नटली होती. प्रेमातिशयाने सुशीलेच्या पाठीवर हळुवार हात फिरवत राधाबाई तिला किनऱ्या आवाजात म्हणाली,

"पोरी, किती गोड दिसतीस गं तू! मला भीती वाटते की, माझीच नजर तुला नाही ना लागणार?"

"आई, मी तुझीच लेक आहे ना!" सुशीला गालात गोड हसत म्हणाली.

"आटप लवकर. चहा-बिस्किटं घेऊन ओटीवर जा. भिंतीला लागून लक्ष्मणने रंगीत पाट मांडून ठेवलाय. त्याच्यावर तू बैस. पाहुणे विचारतील तेवढ्याच प्रश्नांची

उत्तरं द्यायची. अधिक बोलायचं नाही. कळलं?'' राधाबाई हळू आवाजात तिला शंभर सूचना देत म्हणाली.

''आई मला भीती वाटते बघ. त्या लोकांनी मला काहीबाही विचारलं तर?''

''ते तसं काही विचारणार नाहीत. ते फक्त तुला पाह्यला आलेत.'' राधाबाई तिच्या मनातील भीती दूर करीत म्हणाली.

इतक्यात लक्ष्मण आत येऊन राधाबाईला घाई करीत म्हणाला,

''ताई, चहा-बिस्किटं घेऊन सुशीलेला लवकर बाहेर पाठव. पाहुण्यांना थोडी घाई आहे.''

''लक्ष्मण, चहा-बिस्किटं तयार आहेत. सुशीलेचंसुद्धा आवरलं आहे. तू तुझ्या सोबतच तिला घेऊन बाहेर चल.''

''तूसुद्धा आमच्या बरोबर चल. मागे-पुढे नको. आपण तिच्या सोबतच बाहेर जाऊ.'' -लक्ष्मण.

''अरे, मी आहेच ना तुमच्याबरोबर.''

ओटीवर जाण्याच्या आधी लक्ष्मण हळू आवाजात राधाबाईला म्हणाला,

''ताई, मी पुन्हा तुला सांगतोय की, मुलानं काही मागितलं तर तू 'नाही' म्हणायचं नाही. अशी संधी तुला पुन्हा कधीही मिळणार नाही.''

''लक्ष्मण, त्यांनी अव्वाच्या सव्वा मागणी केल्यावर मग कसं रे जमायचं? सगळी सोंगं आणता येतात. पैशाचं सोंग आणता येत नाही. त्यात मी एकटी बाईमाणूस. मी तरी काय करणार? माझा हात चालायला नको?''

''तुझी आताची परिस्थिती त्यांना ठाऊक आहे. मी सगळं त्यांच्या कानांवर घातलं आहे. म्हणून तू त्याची काळजी करू नकोस.''

''आता मला तुझाच तेवढा आधार आहे.''

''ताई, मी असताना तुला काळजी नको.''

सुशीला मामाच्या मागून दबक्या पावलांनी येऊन भिंतीलगत मांडून ठेवलेल्या रंगीत पाटावर मांडी घालून बसली. ती पहिल्यांदाच लग्नासाठी स्वतःला दाखवून घेत असल्यामुळे तिच्या पोटात भीती उत्पन्न झाली होती. तिचा श्वास जोरजोराने सुरू होता. त्यामुळे तिची उभार छाती वरखाली होत होती. तिच्या उच्छवासावाटे गरम वाफा बाहेर पडत होत्या. चहा-बिस्किटं खाऊन झाल्यावर आलेली पाहुणेमंडळी दुकानातील एखादी शोभेची बाहुली पाहावी, तसं तिच्याकडे डोळे फाडफाडून पाहत होती. तिचं नाक, तोंड, ओठ, कपाळ, कान, डोळे इत्यादी अवयव निरखून पाहत होती. सुशीलेला मात्र तो प्रकार अगदीच ओंगळवाणा आणि किळसवाणा वाटू

लागला. हा प्रकार लवकर थांबला तर फार बरं होईल, असं तिला वाटू लागलं. तिच्याजवळ तिचा मामा आणि आई बसलेली होती. त्या दोघांचा तिला त्या वेळी खूप आधार वाटू लागला होता.

एखाद्या सुंदर चित्राकडे पाहावं, तसं सुशीलेचा भावी पती वसंत तिच्याकडे डोळे भरून पाहत होता. सुशीलेने फक्त एकदाच त्याला पाहून घेतलं होतं. नंतर तिने नजर वर करून त्याच्याकडे पाहिलं नाही. वसंतने लग्नासाठी पुष्कळ मुली पाहिल्या होत्या. परंतु सुशीला त्या सर्व मुलींमध्ये उजवी असल्याने ती त्याला आवडली होती. लक्ष्मण घसा खाकरून घोगऱ्या आवाजात वसंतला म्हणाला,

"तुम्हाला मुलीला काही विचारायचं असेल, तर विचारा."

मुलीची आई डोक्यावरील पदर सरळ करीत तिच्या मुलाला आवंढा गिळून म्हणाली.

"वसंत, तुला मुलीला काही विचारायचं असेल, ते आताच विचार."

सगळ्यांनी भर घातल्यावर वसंत बसलेल्या जागेवर थोडा सावरून बसला. तिला आधी कोणता प्रश्न विचारावा, असं त्याच्या मनात आलं. दीर्घ निश्वास सोडून त्याने तिला पहिला प्रश्न विचारला.

"तुझं नाव काय आहे?"

"माझं नाव सुशीला आहे." जमिनीकडे पाहत सुशीलेने त्याच्या प्रश्नाचं उत्तर दिलं.

"तुझं शिक्षण किती झालंय?"

"मी सायन्समधून बारावीची परीक्षा पहिल्या श्रेणीत पास झालेय."

"तुला आणखी कसली आवड आहे?"

"मला उत्तम स्वयंपाक करता येतो. माझ्या आईकडून मी संपूर्ण स्वयंपाक शिकले आहे. मला शिलाईकामाचीसुद्धा आवड आहे."

"माझ्या आई-वडिलांवर माझी फार श्रद्धा आहे. उद्या आपल्या दोघांचं लग्न झाल्यावर त्यांची तू सेवा करशील का?"

"लग्नानंतर तुमचे आईवडील ते माझे आईवडील समजून मी त्यांची सेवा करेन."

सुशीलेचा समजूतदार आणि लाघवी स्वभाव पाहून तिचे भावी सासू-सासरे मनातून सुखावले. तिचं बोलणं त्यांना मनापासून आवडलं. सुशीलेच्या होणाऱ्या सासूला राहवलं नाही. ती किनऱ्या आवाजात लगेच म्हणालीसुद्धा,

"आम्हाला तुमची मुलगी पसंत आहे."

पोरीनं नशीब काढलं म्हणून राधाबाई मनात सुखावली. आता फक्त लग्नाची बोलणी करायचं होतं. राधाबाईने डोळ्यांनी खुणावल्यावर लक्ष्मण घसा खाकरून पाहुण्यांना म्हणाला.

"आता मुलगी पाहण्याचा कार्यक्रम संपला असं समजून आता मुलीला घरात जायला हरकत नाही ना?"

"हो. तिला जाऊ दे आता. मग आपण लग्नातील इतर गोष्टींबद्दल बोलणी करू." -मुलाची आई.

सुशीलेला घरात जाण्याची परवानगी मिळाल्याने तिने सुटकेचा निश्वास टाकला. एक क्षणसुद्धा ती त्या ठिकाणी थांबली नाही. बसल्या जागेवरून उठून ती लगेच आत गेली. तिचे दोन्ही कान बाहेरचं बोलणं ऐकण्यासाठी अधीर झाले होते.

लक्ष्मण बैठकीत पुढाकार घेत म्हणाला,

"आता मुलाची काय अपेक्षा आहे, ते बोलायला हरकत नाही."

वसंतला आधी बोलू न देता त्याची आई साळसूदपणे म्हणाली,

"आम्हाला तसं पाहिलं तर काहीएक कमी नाही. देवदयेनं सर्वकाही आमच्याकडे आहे. जनरीत म्हणून लग्नात मुलाचा मानपान व्हायला हवा. नाहीतर लग्नानंतर लोक आम्हाला हसतील. आता हेच बघा ना. गेल्या महिन्यात नऊ तारखेला माझ्या थोरल्या बहिणीच्या मुलाचं लग्न झालं. मी स्वत: त्या लग्नात हजर होते. मुलगी अगदी नक्षत्रासारखी होती. परंतु तिच्या घरची गरिबी होती. तरीसुद्धा जनरीत म्हणून त्यांनी मुलाला लग्नात तीन तोळ्यांची सोन्याची चेन, बोटात अर्ध्या तोळ्याची अंगठी आणि नवीन मोटारसायकल घेऊन दिली. लग्नाचा निम्मा खर्चसुद्धा मुलीच्या बापाने उचलला."

तिचं बोलणं ऐकून राधाबाईला एकदम धक्का बसला. तिने स्वत:ला सावरलं. घरची परिस्थिती त्यांना ती सांगत म्हणाली,

"मुलीचा बाप नाही. आमची थोडीशी शेती आहे. म्हणून थोडं आम्हाला संभाळून घ्या."

"मुलगी आम्हाला पसंत आहे नि तुमची परिस्थिती गरीब आहे, याचा विचार करूनच मी बोलले आहे. माझ्या बहिणीच्या मुलाला जेवढं लग्नात मिळालं आहे, तेवढं माझ्यासुद्धा मुलाला मिळायला हवं. माझा तो एकुलता एक मुलगा आहे. उद्या लग्न झाल्यानंतर तुमची मुलगी पैशाच्या राशीवर लोळेल, याचा तुम्ही विचार नको का करायला? लक्ष्मण, तुझं काय मत आहे ते सांग पाहू."

"मुलाची काय अपेक्षा आहे, ते आपण त्याला विचारू."

लक्ष्मण वसंतकडे पाहत म्हणाला.

"माझी आई काय ठरवेल, ते मला मंजूर आहे. तुम्ही तिच्याशीच बोला." वसंत आपल्या आईवर जबाबदारी टाकून मोकळा झाला.

सुशीला भिंतीला कान लावून ओटीवर तिच्या लग्नाबद्दल चाललेलं बोलणं ऐकत होती. पाहुण्यांचं बोलणं ऐकून ती मनात थोडी निराश झाली. रुचकर जेवणाचा आस्वाद घेताना दातात खडा यावा, तशी तिची गत झाली होती. ती मनात म्हणालीसुद्धा, 'ही माणसं लोभी आहेत. सोनंनाणं, पैसा-अडका घेतल्याशिवाय ती लग्नाला बिलकूल तयार होणार नाहीत. हे लग्न मोडलं तर बरं होईल. निदान लग्नानंतर पैशासाठी आईची तरी फरफट होणार नाही.'

"मला विचार करायला थोडा वेळ द्या." -राधाबाई.

"तुम्ही विचार करून सांगा. आमचं तसं काहीही म्हणणं नाही." -मुलाची आई.

लक्ष्मणला सोबत घेऊन राधाबाई स्वयंपाक खोलीत आली. सुशीलासुद्धा त्यांच्या मागून स्वयंपाकखोलीत गेली. ती स्वयंपाकखोलीत आलेली मुळी राधाबाईला आवडलं नाही. तरी तिने तिला हटकलं नाही. राधाबाई निराश होऊन लक्ष्मणला खालच्या आवाजात म्हणाली,

"लक्ष्मण, पाहुण्यांची मागणी माझ्याकडून काही पूर्ण होऊ शकत नाही. तूच यातून काहीतरी मार्ग काढ बाबा."

सुशीला मध्ये तोंड घालीत राधाबाईला म्हणाली,

"आई, तू हे लग्न मोडून टाक."

"का?" तिच्याकडे रागाने पाहत राधाबाईने तिला विचारलं.

"अगं, ही माणसं फार लोभी दिसतात. उद्या लग्नानंतरसुद्धा ते आपल्याकडे पैसे, दागिने मागतील. तो मुलगा त्याच्या आईच्या मुठीत आहे. मला नाही त्याच्याशी लग्न करायचं."

"ए, तू खूप शहाणी आहेस. तू गप्प बैस. हे श्रीमंत स्थळ परत गेलं तर शेजारीपाजारी हसतील आपल्याला. मग आपली या गावात काय इज्जत राहील? मुलीकडे काहीतरी खोट आहे, म्हणून हे लग्न मोडलं, असं लोक समजतील. ढोलकीला दोन्ही बाजूंनी मार असतो. मी बघत्ये काय करायचे ते."

लक्ष्मण तिच्या बहिणीची समजूत घालीत म्हणाला,

"ताई, आता सगळीकडे अशीच लग्नं होतात. तेव्हा तू नीट विचार कर. सोनं-नाणं, पैसाअडका दिल्याशिवाय सुशीलेचं लग्न होणार नाही. तुझ्याकडे शेतजमीन

आहे. ती जमीन विकून लग्नासाठी पैसा उभा कर. उद्या तुझा मुलगा मोठा होऊन नोकरीला लागला, तर तू आणखी जमीन खरेदी करशील. परंतु आता गेलेली वेळ परत येणार नाही.''

''मला तुझं बोलणं पटतं. गेलेली वेळ पुन्हा येणार नाही. माझ्या लग्नात माझ्या सासू-सासऱ्यांनी मला चार-पाच तोळे सोने माझ्या अंगावर घातलं होतं. ते मला हिच्या लग्नासाठी मोडायला हवं. मला त्या दागिन्यांचा सोस नाही. आणखी पैसा लागला तर थोडी जमीन गहाण ठेऊन पैसा उभा करीन. पण हे श्रीमंत स्थळ मी हातचं जाऊ देणार नाही. लग्नानंतर माझ्या सुशीलेचा सुखाचा संसार पाहून मला सर्वकाही भरून पावेल. तुझी मला या कामात मदत मिळणारच आहे.''

''ताई, तू किती मोठ्या मनाची आहेस, ते मला आज कळलं.''

''लक्ष्मण, काही दिल्याशिवाय काही मिळत नाही. पाहुण्यांना सांग, आम्हाला सगळं कबूल आहे म्हणून.''

''होय ताई. तुझ्या मनासारखं होईल.''

राधाबाईचा शब्द घेऊन पाहुणे आले तसे तवेरा गाडीत बसून निघून गेले. सुशीलेचं लग्न ठरलं म्हणून तिला जरी आनंद झाला असला, तरी या लग्नासाठी पैसा कसा उभा करायचा, याचा घोर तिच्या जिवाला लागला होता.

★ ★ ★

लग्न निर्विघ्न पार पडल्यावर राधाबाईचा जीव भांड्यात पडला. सुशीलेच्या लग्नासाठी तिने तिच्या अंगावरचे दागिनेसुद्धा मोडले होते. ती अगदी लंकेची पार्वती झाली होती. त्याचं तिला अजिबात दु:ख नव्हतं. उलटपक्षी, आपली मुलगी एका श्रीमंताच्या घरी नांदायला गेली, याचं तिला खूप मोठं समाधान वाटत होतं. घर आणि शेती बँकेत तारण ठेऊन तिने लग्नासाठी पैसा उभा केला होता. परंतु पाहुण्यांना दिलेला शब्द तिने मागे घेतला नव्हता. सुशीलेचं लग्न झाल्यावर 'मोठी धीराची बाई' म्हणून गावात लोक राधाबाईचं कौतुक करीत होते. सुशीला नांदायला गेल्यावर राधाबाईला घरात अगदी सुनंसुनं वाटू लागलं. आता त्या घरात ती आणि तिचा छोटा मुलगा आयुष असे दोघेच राहत होते. आयुष शाळेत हुशार होता म्हणून ती त्याच्याकडे मोठ्या आशेने पाहत होती.

लग्न होऊन पाच दिवस झाले होते. वसंतची आई त्याला म्हणाली,

''वसंत, तुळजाभवानी आपल्या घराण्याची कुलदेवी आहे. तुम्ही दोघे जाऊन तिचं दर्शन घेऊन या.''

''आई, आपण गाडी करून सगळे तुळजाभवानीच्या दर्शनाला जाऊ.''

त्याचं बोलणं तिला आवडलं नाही. ती त्याला गंभीर आवाजात सुनावत म्हणाली,

"वसंत, एक गोष्ट तू लक्षात ठेव. आपल्याकडे पैसा आहे म्हणून तो वाटेल तसा खर्च करायचा नाही आणि तुझ्या लग्नात काय तुला दहा लाख रुपये हुंडा मिळालेला नाही."

तिचं बोलणं ऐकूण वसंत मनात हिरमुसला. तिची समजूत घालीत तो पुन्हा तिला म्हणाला,

"आई, मी आणि सुशीला दोघे आपल्या नवीन मोटरसायकलवरून जाऊन येतो."

"गाडी व्यवस्थित चालव. गाडी चालवत असताना मोबाईलवरून बोलू नकोस. स्वतःची काळजी घे."

"आई, मी व्यवस्थित गाडी चालवीन. तू माझी काळजी करू नकोस." वसंत तिची काळजी दूर करीत म्हणाला.

"वसंता, आईची माया कशी असते हे तुला आता कळायचं नाही. ते तुला पुढे कळेल."

"आणि हो, तुझ्या बाबांच्या डायबेटीसच्या गोळ्या संपल्या आहेत. त्या त्यांना आणून दे."

"आई, मी आधी अंघोळ करतो. मग मेडिकलच्या दुकानात जाऊन बाबांच्या डायबेटीसच्या गोळ्या आणतो."

लग्न झाल्यावर वसंत त्याच्या बायकोच्या बुद्धीने वागेल म्हणून वसंतच्या आईला मनात धास्ती वाटत होती. त्यानं तसं वागू नये म्हणून तिचं त्याच्यावर बारीक लक्ष होतं. सुशीलेचं ती त्याच्यासमोर कधी मुद्दाम कौतुक करीत नव्हती. उलटपक्षी, तिने केलेल्या बारीक-सारीक चुका त्याच्या कानांवर घालीत होती. सुशीलेने जरी तिला मायेने 'आई' म्हणून साद घातली, तरी तिची सासू तिच्याकडे पाहून नाक मुरडत असे. तिचं तऱ्हेवाईक वागणं सुशीलेच्या ध्यानात यायचं नाही. घरातील सर्वांना खूश ठेवण्यासाठी सुशीला अगदी मनापासून प्रयत्न करीत होती. तिच्या सासऱ्याला तिचा स्वभाव आवडला होता. परंतु बायकोला राग येईल म्हणून तो सुशीलेची तिच्या तोंडासमोर स्तुती करायचा नाही.

दुसऱ्या दिवशी वसंत सुशीलेला सोबत घेऊन नवीन मोटरसायकलवरून तुळजाभवानी देवीच्या दर्शनाला गेला. देवीचं दर्शन घेऊन झाल्यावर परत येताना त्या दोघांनी एका चांगल्या हॉटेलात जेवण घेतलं. वसंत सुशीलेबरोबर फार प्रेमाने

बोलत होता. त्याचं बोलणं ऐकून सुशीला मनात फार खूश झाली होती. आधी तिने तिच्या नवऱ्याबद्दल गैरसमज करून घेतला होता. परंतु ऊन पडल्यानंतर धुकं जसं निघून जातं, तसं तिच्या मनातील नवऱ्याबद्दलचा गैरसमज निघून गेला होता. कालच्या रात्रीसुद्धा त्याने धसमुसळेपणाने तिला मिठीत घेतलं होतं. एखाद्या उपाशी माणसाने पुढ्यातील अन्न वचावचा खावं, तसं त्याने तिच्याकडून शरीरसुख घेतलं होतं नि तिच्या मनाचा थोडासुद्धा विचार न करता उजाडेपर्यंत घोरत पडला होता. त्या घाणेरड्या प्रकारानंतर सुशीलेचा पुन्हा रात्री डोळा लागला नाही. तिने आख्खी रात्र जागून काढली. आताचा तिचा नवरा तिला वेगळाच वाटत होता.

हॉटेलात जेवण झाल्यानंतर वसंतने पानाच्या ठेल्याजवळ जाऊन मसाला पान तोंडात कोंबलं नि बोटात जळकी सिगारेट धरून तो पुन्हा सुशीलेच्या जवळ आला. सुशीला त्याच्याकडे नुसती 'आ' वासून पाहत होती. सिगारेटचा धूर हवेत सोडीत तो तिला ताकीद देत म्हणाला,

"सुशीला, आपण हॉटेलात दोघे जेवलो म्हणून घरी आईला बोलू नकोस."

"का?"

"माझ्या आईला ते आवडणार नाही."

"मी तसं आईला सांगणार नाही. आईला तुम्ही एवढे घाबरता?"

"होय. माझी माझ्या आई-वडिलांवर खूप श्रद्धा आहे. मी त्यांचा एकुलता एक मुलगा आहे. त्यांचं मन दुखावेल असं मी कधी वागत नाही."

"म्हणून अशी चोरून सिगारेट ओढताय?"

"मी त्यांच्यासमोर सिगारेट ओढलेली त्यांना मुळीच आवडणार नाही."

"मी तुम्हाला कधी तोशीस लागू देणार नाही."

"तुला माझ्या आई-वडिलांचं ऐकावं लागेल."

"मी तक्रारीला मुळीच जागा ठेवणार नाही." सुशीला हसत-हसत नवऱ्याला म्हणाली.

हातातील सिगारेट ओढून संपल्यानंतर पुन्हा त्यांचा मोटरसायकलवरून प्रवास सुरू झाला. डांबरी सडेकवरून काळा धूर ओकत घराच्या दिशेने मोटरसायकल सुसाट धावत होती.

★ ★ ★

नव्याचे नऊ दिवस वाऱ्यागत उडून गेले होते. सुशीला सासरी नांदायला येऊन आता पूर्ण दीड महिना झाला होता. नवरा-सासू-सासरे यांची मनं जिंकून घेण्यासाठी सुशीला तिच्या परीने प्रयत्न करीत होती. परंतु तिला अजून त्यात यश

मिळालं नव्हतं. त्यातल्या त्यात समाधानाची बाब म्हणजे तिच्या सासऱ्याचा तिला मुळीच त्रास नव्हता. परंतु बायकोसमोर बोलण्याचं त्यांना धाडस होत नव्हतं. सुशीलेने घरातील काम कितीही चांगलं केलं तरी तिच्या सासूला ते पसंत पडत नसे. ती नाक मुरडायची. त्यामुळे आपलं नेमकं काय चुकतयं हे कळत नसल्यामुळे सुशीला संभ्रमात पडायची. तरीही ती सासूपुढे हसत उभी राहायची नि "आई तुम्हाला काय हवं का?" म्हणून गोड आवाजात तिला विचारायची. ती समोर आल्यावर तिची सासू आपलं तोंड दुसरीकडे वळवायची. तेव्हा सुशीला मनात दुःखी व्हायची.

सकाळ झाली होती. सुशीला स्वयंपाकखोलीत नवरा कामावर जाणार असल्याने त्याच्या डब्याची तयारी करीत होती. तिचा सासरा देवघरात पूजा करीत होता. वसंतची अंघोळ झाली होती. बैठकीच्या खोलीत आरशासमोर उभा राहून तो कंगव्याने केस विंचरत होता. इतक्यात गाल फुगवून त्याची आई त्याच्या जवळ येऊन त्याला थोडं घुश्श्यातच म्हणाली,

"वसंता, तुझी बायको दिसतेय तशी नाही."

"काय झालं आई?" वसंतने तिला लगेच विचारलं.

"आता आणखी काय व्हायचं बाकी आहे?"

"आई, तुला नेमकं काय म्हणायचं आहे ते मला सांग पाहू. मी सुशीलेला लगेच तुझ्यासमोर विचारतो."

"अरे, तू एवढा भोळा वागून कसं चालेल. उद्या ती तुझ्या डोक्यावर मिरे वाटायला कमी करणार नाही. आज तुझ्या लग्नाला दीड महिना होऊन गेला. या दीड महिन्यात तिने एकदासुद्धा सासू-सासऱ्यांचे पाय चेपले नाहीत. पायातील वहाण पायात ठेवायला तू शिक. डोक्यावर घेतलंस तर लोक तुला हसतील. आम्ही दोघं किती दिवस तुझ्या जन्माला पुरणार आहोत? आमची लाकडं आता नदीवर गेली."

"आई, मी आता तिला तुझ्यासमोरच चांगलं सांगतो."

वसंत त्याच तिरमिरीने स्वयंपाकखोलीत आला. सुशीला पोळ्या लाटत होती. तिच्या हाताला पीठ लागलं होतं. नवरा कामावर जाणार म्हणून ती घाई करीत होती. इतक्यात ढगफुटी व्हावी तसा वसंत तिच्या समोर जाऊन मोठ्या आवाजात म्हणाला,

"सुशीला, आजपासून तू खोबरेल तेल लावून रात्री माझ्या आईवडिलांचे पाय चेपायचे. कळलं? मी पुन्हा सांगणार नाही."

नवऱ्याच्या चेहऱ्यावरचा राग पाहून सुशीला भांबावली. नंतर ती त्याला खालच्या आवाजात म्हणाली,

"मी चेपेन त्यांचे पाय."

नवऱ्याने ओरडून सांगितल्यामुळे ती मनात थोडी निराश झाली. तिच्या सासूला मात्र त्याचा आसुरी आनंद झाला. लग्न झालं तरी मुलगा आपल्या शब्दांत आहे याबद्दल तिला स्वत:चाच अभिमान वाटू लागला. त्या दिवसापासून सुशीला रात्री आवराआवर करून खोबरेल तेल लावून उशीरापर्यंत सासू-सासऱ्याचे पाय चेपू लागली. त्यातून तिची सुटका झाल्यावर वसंत पुन्हा तिच्या शरीराचा उपभोग घेऊन चोळामोळा करायचा.

थोड्याच दिवसांत या दोन्ही प्रकारांना आणि मानहानीला सुशीला कंटाळली. ते घर तिला आपलं वाटेनासं झालं. तिचा भ्रमनिरास झाल्याने तिला तिच्या भविष्याची आता काळजी वाटू लागली. मनातील दु:ख कुणाला सांगता येईना. त्यामुळे गळवासारखं ते अधिक ठसठसू लागलं. वसंत तिचं काहीएक ऐकून घेत नव्हता. तो त्याच्या आईच्या मुठीत होता. आपला नवरा वसंत म्हणजे कलीयुगातील श्रावणबाळ आहे, असं सुशीलेला वाटत होतं. दोघा नवरा-बायकोतील अंतर दिवसेंदिवस वाढू लागलं. त्यात सासूचा जाच वाढत होता. पहाटे-पहाटे सुशीलेला दमल्यामुळे गाढ झोप लागायची. तिला जागं करण्यासाठी तिची सासू तिच्या अंगाला मोठ्याने चिमटे काढायची.

एके दिवशी तिची सासू तिच्या अंगाला चिमटा काढीत मोठ्या आवाजात म्हणाली.

"सुशीला, तू अशी एखाद्या महाराणीगत झोपल्यावर तुझ्या नवऱ्याचा डबा कोण तुझी आई येऊन करणार आहे?"

"आई, माझ्या आईचं नाव नका हो घेऊ." केसांचा बुचडा बांधीत सुशीला रडवेल्या तोंडाने म्हणाली.

"हजारदा घेईन. मला कुणाची भीती नाही. एवढा चांगला श्रीमंत जावई तुझ्या आईला मिळाला; पण तुझ्या आईला त्याचं लग्नात मानपान करता आलं नाही."

"आणखी किती तुमचा मानपान करायचा? माझ्या आईची परिस्थिती तेवढी नाही."

"भाड्या, वसंता, बघ तुझी बायको तुझ्यासमोर एवढी सासूला उलटून बोलते. तिच्या आईने तिला हेच शिकवलं वाटतं."

"सुशीला, माझ्या आईला काही बोलायचं नाही. मी तुला पुन्हा सांगणार नाही." वसंत तिला रागाने म्हणाला.

"ए वसंता, ती अशी तोंडानं सांगून ऐकायची नाही. तिच्या कंबरेत चांगल्या लाथा घाल. म्हणजे तिला थोडी अक्कल येईल." कंबरेवर दोन्ही हात ठेवीत सासू

रागाने म्हणाली.

दाणदाण पाय आपटीत सुशीलेचा सासरा त्या ठिकाणी आला आणि मोठ्या आवाजात बायकोला खडसावत तो म्हणाला,

"सकाळी-सकाळी तुम्ही हा काय तमाशा चालविला? तुम्हाला गप्प बसता येत नाही?"

त्याचं बोलणं ऐकून त्याच्या बायकोला त्याचा राग आला. ती नवऱ्याकडे खाऊ की गिळू, अशा नजरेने पाहू लागली. त्याच्या डोळ्यासमोर रागाने हात नाचवत ती नवऱ्याला मोठ्या आवाजात झापत म्हणाली,

"तमाशा आम्ही करीत नाही. तुमची सूनच या घरात तमाशा करते. तिला शिस्त लावायला नको?"

बायकोचा राग सुशीलेच्या सासऱ्याला ठाऊक असल्याने तिला आणखी पुढे बोलायचं त्याला धाडस झालं नाही. तिचं एकदा का तोंड सुटलं की, घरभर ती थयथय नुसती नाचत राहायची. स्वतःच्या गालावर रागाने चापट्या मारून घ्यायची नि नक्राश्रू ढाळत नवऱ्याचा आणि त्याच्या सात पिढ्यांचा उद्धार करायची. मग त्याला तिला आवरणं फार कठीण होऊन जायचं. म्हणून तो पुढे सुनेची बाजू न घेता नुसता गप्प बसून राहिला.

★ ★ ★

दिवाळीचा सण जवळ आला होता. लग्न झाल्यानंतर सुशीलेची ही पहिलीच दिवाळी होती. तिला कधी एकदा तिच्या आईला आणि धाकट्या भावाला भेटेन, असं झालं होतं. लग्न झाल्यापासून तिला तिच्या सासरी अजिबात सुख मिळालं नव्हतं. आईचं ऐकून वसंताने तिच्या अंगावर दोन-तीन वेळा हातसुद्धा टाकला होता. दुपारी रिकामा वेळ असेल तेव्हा तिला हक्काने टीव्हीसुद्धा लावता येत नव्हता. जेवताना जादा चपाती मागितल्यावर सासू डोळे वटारून तिच्याकडे पाहायची. तिने पुढे मग जेवताना जादा चपाती मागायचं सोडून दिलं. ताटात जेवढं वाढलेलं असेल, तेवढं ती खाऊन हात धुवायची. आईच्या कुशीत शिरून मनसोक्त रडण्याची अनिवार इच्छा आता तिच्या मनात निर्माण झाली होती. तिने तिच्या सासूला दिवाळीच्या सणाला नवऱ्याला सोबत नेण्याबद्दल भीत-भीत विचारलं असता तिने तिला लगेच परवानगी दिली. सुशीलेला त्याचं आश्चर्य वाटलं. त्यातील खरी गोम तिला नंतर माहेरी जाऊन आल्यानंतरच कळून चुकली.

सुशीला नवऱ्याला घेऊन दिवाळीला माहेरी आल्यावर तिची हडहडलेली तब्येत पाहून राधाबाईला एकदम रडू कोसळलं. काळजावर धारदार सुरीचे वार

झाल्याप्रमाणे तिला वेदना होऊ लागल्या. सुशीलेला उमाळ्याने मिठीत घट्ट पकडून तिने अश्रूंना वाट मोकळी करू दिली. त्या रडणाऱ्या दोघी मायलेकी पाहून वसंत अक्षरशः भांबावून गेला. नवरा आपल्या सोबत आहे म्हणून सुशीलेने अश्रू आवरते घेतले. नवऱ्याच्या उपस्थितीमुळे तिला आईच्या कुशीत मनसोक्त रडता आलं नाही. तिच्या तोंडावरची रया पार उडून गेली होती. तिच्या गालावरची हाडं डोळ्यांनी स्पष्ट दिसत होती. आपली सुशीला तिच्या सासरी सुखात नाही, हे राधाबाईला तिच्या शरीराकडे पाहून ओळखायला मुळीच वेळ लागला नाही.

सकाळी वसंत प्रातर्विधीला गेल्यानंतर राधाबाईने लेकीला विश्वासात घेत मायेने विचारलं.

"सुशीला, तुला सासरी कुणाचा त्रास होतोय का?"

"मुळीच नाही." सुशीलेला आईच्या डोळ्यांत पाहण्याचं धाडस झालं नाही.

"मग तुझी तब्येत अशी खालावली कशी?"

"मला तिकडे करमत नाही." एखाद्या चोराला चोरी करीत असताना रंगे हात पकडावं, तशी सुशीलेची या क्षणी गत झाली होती.

"सुशीला, तू खोटं बोलत्येस." -राधाबाई.

किंचित आवाज चढवून सुशीला म्हणाली,

"आई, मी कशाला खोटं बोलू? माझा नवरा, माझे सासू-सासरे फार चांगले आहेत. ते माझी काळजी घेतात. लग्न झाल्यावर मी माझ्या नवऱ्यासोबत देवदर्शन करण्यासाठी कुठे-कुठे फिरले म्हणून तुला सांगू. अगं, मी तिकडे मजेत आहे." बोलताना सुशीलेची जीभ जड झाली होती.

आपली मुलगी ताकास तूर लागू देणार नाही, हे राधाबाईने चटकन ओळखलं. इतक्यात काही निर्णय घेणे हे चुकीचं आहे, हे तिलासुद्धा कळत होतं. आपली मुलगी तिच्या सासरी सुखी नाही, एवढं मात्र तिला आता कळून चुकलं होतं. ती आणखी काही सुशीलेला विचारणार इतक्यात वसंत प्रातर्विधी उरकून घरात आल्यामुळे तिने तो विषय पुन्हा काढला नाही. सुशीलेने त्याचं अंघोळीचं पाणी बादलीत काढून ती बादली मोरीत नेऊन ठेवली.

जावई मुलीला घेऊन पहिल्यांदाच आपल्या घरी आला म्हणून राधाबाईने मनात काही किल्मिष न ठेवता त्याचा चांगला पाहुणचार केला. जावया बरोबर ती दोन-तीन दिवस जिभेवर साखर ठेवून बोलत होती. सुशीलेला नंतर बोल लागायला नको म्हणून ती काळजी घेत होती. दिवाळीचा सण सासुरवाडीत साजरा करून वसंत बायकोला घेऊन परत निघाला, तेव्हा सुशीला आईच्या कुशीत शिरून मनसोक्त

रडली. जणू ती वधस्तंभाकडेच निघाली आहे, असं दुःख, भीती तिच्या चेहऱ्यावर दिसत होतं. मनावर दगड ठेवून राधाबाईने तिची पाठवणी केली.

★ ★ ★

घरी गेल्यानंतर लगेच वसंतच्या आईने त्याला मोठ्या आवाजात विचारलं,

"वसंता, लग्न झाल्यानंतर तू पहिल्या दिवाळीला सासुरवाडीला गेला होतास. पहिल्या दिवाळीला जावयाचा मानपान करायचा असतो. तो तसा रिवाजच आहे. तुला तुझ्या सासूने पहिल्या दिवाळीला काय भेट दिली?"

"आई, तू म्हणतेस तसं मला माझ्या सासूने काहीच दिलं नाही." वसंतने स्पष्टपणे तिला सांगितलं.

"अरे, पहिल्या दिवाळीला जावयाच्या बोटात सोन्याची अंगठी घालायची असते. त्याला नवीन ड्रेस शिवायचा असतो. असली कसली तुझी दळभद्री सासुरवाडी?"

"आई, माझ्या आईला माझ्या लग्नाचं पुष्कळ कर्ज झालंय. शेती आणि घर बँकेत गहाण आहे." सुशीला सासूला समजावून सांगत म्हणाली.

"सुशे, तू माहेरचा टेंभा मिरवतेस. पण तुझ्या आईला ती म्हातारी झाली तरी काडीची अक्कल नाही. आजपासून तुझं माहेर बंद म्हणजे बंद. तू माहेरी गेलीस तर पुन्हा मी तुला घरात घेणार नाही. मी माझ्या लेकाचं दुसरं लग्न करून मोकळी होईन. तुझ्या लग्नाला सात महिने झाले. अजून तुझी पाळीसुद्धा चुकली नाही. अशा वांझुट्या बाईला मी कशाला थारा देऊ? माझ्या लेकाचा वंश वाढायला नको?"

सासूचं काळजाला चरे पाडणारं बोलणं ऐकून सुशीलेला एकदम धक्का बसला. पायाखालच्या धरणीने दुभंगून पोटात घेतलं असतं तर फार बरं झालं असतं, असं तिला वाटू लागलं. तिला तिच्या डोळ्यांसमोर अंधार दिसत होता. तिच्या संसाराचं आता काही खरं उरलं नव्हतं, म्हणून तिला रडू कोसळलं. तिच्या डोळ्यांतील दुःखाचे अश्रू पाहून वसंताला तिची दया आली नाही. उलटपक्षी, तिचा त्याला रागच आला. रडणाऱ्या सुशीलेकडे रागाने पाहत तो तिच्या अंगावर ओरडला,

"ए, रडायचं नाटक बंद कर. माझ्या आईने तुला काही मारलं नाही. खरं ते ती बोलली. उगाच तुझ्याशी मी लग्न केलं, असं आता मला वाटतंय."

त्या घरात सुशीलेला आता कुणाचाच आधार उरला नव्हता. सासऱ्याला तिची दया यायची. परंतु तो त्याच्या बायकोच्या धाकात होता. त्यामुळे त्याला उघडपणे सुनेची बाजू घेता येत नव्हती. सुशीलेला आता असं वाटू लागलं की, रोजचा हा त्रास सोसण्यापेक्षा माहेरी निघून गेलेलं बरं. तिच्या छोट्या भावाचं अजून शिक्षण चालू होतं. आई तिच्या लग्नाच्या कर्जामुळे पिचून गेलेली. अंगणवाडी

सेविकेची नोकरी सोडल्याचा आता तिला खरोखरच पश्चात्ताप होत होता. तिच्या जगण्याचा तो आधार होता. मधाच्या पोळ्यावर दगड मारल्यावर, जशा हजारो मधमाश्या घोंगावतात, तसं तिच्या मनात विचारांचा कल्लोळ उठला होता. विचार करूनसुद्धा तिला एकाही प्रश्नाचं उत्तर देता येत नव्हतं. तिच्या आयुष्याचा गुंता आणखी वाढत होता.

दिवाळीच्या सणापासून सुशीलेचा छळ आणखी वाढला होता. आईचं ऐकून वसंत तिला त्याच्यासोबत कुठेही नेत नसे. सुशीला जेव्हा घरात एकटी असे, तेव्हा ती पळून जाऊ नये म्हणून तिची सासू दाराला भलामोठा टाळा लावून जायची. टोपलीत भाकरी/चपाती शिल्लक असे, तेव्हा सासू तिने चोरून खाऊ नये म्हणून मोजून जायची नि बाहेरून आल्यावर पुन्हा मोजायची. संध्याकाळी वसंत कामावरून येताना ताजी फळं घरात आणायचा. सुशीलेकडे मुद्दाम पाहत वसंत आणि त्याची आई ती ताजी फळं चवीने खात. तेव्हा सुशीलेला तिच्या नवऱ्याचा खूप राग यायचा. पोटात भूक असली तरी तिला हाताने करून खाण्याचा बिलकूल अधिकार नव्हता.

एकदा तिला घरात कोंडून सासू ताजी भाजी आणायला बाहेर गेली. सुशीलेच्या पोटात सकाळपासून अन्नाचा कण नव्हता. तिच्या पोटात कावळे ओरडत होते. सुशीलेने धाडस करून टोपलीतील एक चपाती घेऊन ती चटणीसोबत खाल्ली नि एक तांब्या पाणी प्यायली. तिच्या पोटात आधार झाल्यामुळे तिला थोडी तरतरी आली. आपण केलेली चोरी सासूला कळली तर ती आपल्याला फाडून खाईल म्हणून तिला तिची भीती वाटू लागली आणि घडलंसुद्धा तसंच. सासू बाहेरून आल्यावर आधी तिने टोपलीतील चपात्या मोजल्या. त्या टोपलीत एक चपाती कमी भरली. तिचं पित्त एकदम खवळलं. तिच्या डोळ्यांतून आगीच्या ठिणग्या बाहेर पडू लागल्या. दाणदाण पाय आपटत ती सुशीलेच्या जवळ गेली नि तिचा केसांचा बुचडा डाव्या हातात धरून तिला तिने आवाज मोठा करून विचारलं.

"रांडं, टोपलीतील एक चपाती काय झाली?"

"आई, मला भूक लागली होती म्हणून मी ती चटणीबरोबर खाल्ली." गयावया करीत सुशीला म्हणाली.

तिचं बोलणं ऐकून सासूचा पारा आणखी चढला. तिच्या अंगात जणू रणचंडिका शिरली होती. उजव्या हाताने सुशीलेच्या गालावर जोरात थप्पड मारून तिने तिला खडसावत विचारलं,

"तुझ्या आई-वडिलांनी तुला अशी चोरी करायला शिकवलंय का? माझ्या घरात हे चालणार नाही."

संध्याकाळी वसंत कामावरून घरी आला. घरात घडलेली घटना सुशीलेच्या सासूने तिच्या लेकाच्या कानांवर एकाचं दोन करून घातली. वसंतलासुद्धा त्याच्या बायकोचा राग आला. रागाच्या भरात वसंताने तिला मारहाण केली. वेदनेने आणि झालेल्या अपमानामुळे सुशीला पाण्यातून काढलेल्या मासोळीसारखी तळमळू लागली. तिच्याकडे रागाने पाहत सासू तिच्या लेकाला मोठ्या आवाजात म्हणाली,

"वसंत, अशी चोरटी बाई आता आपल्या घरात बिलकूल ठेवायची नाही. तू हिच्या आईला ताबडतोब निरोप पाठव आणि बोलावून घे. तिलासुद्धा मला जाब विचारायचाय."

"आई, तू म्हणत असशील तर मी तिला आताच निरोप पाठवतो."

सुशीला करुण डोळ्यांनी असाह्यपणे नवऱ्याकडे आणि सासूकडे पाहत होती. ते दोघे तिचा तिरस्कार करीत होते.

जावयाचा निरोप मिळाल्यावर राधाबाई धावतच लेकीच्या घरी आली. तिचा एक पाय घरात नि एक पाय बाहेर असताना सुशीलेची सासू तिला फैलावर घेत म्हणाली,

"ए भवाने, तू तुझ्या लेकीला आमच्या घरात चोऱ्या करायला पाठविलं आहेस का?"

"नाही हो. तुमचा काहीतरी गैरसमज होतोय. माझी लेक बिलकूल तशी नाही. मला तिचा स्वभाव चांगला ठाऊक आहे."

"तू तुझ्या लेकीचीच बाजू घेणार. खाण तशी माती. घरात कुणी नसताना ती चपात्या चोरून खाते. तिला कपडे चांगले धुता येत नाहीत. सासू-सासऱ्याला किंमत देत नाही. नवऱ्याशी नीट बोलत नाही. गरिबाघरच्या मुली स्वभावाने गरीब असतात म्हणून माझ्या मुलाने तुझ्या लेकीशी लग्न केलं. पण आता आमच्या घरात तिच्यामुळे रोज तमाशा होतोय. घरात शांतता राहिली नाही. अशी अवगुणी तुझी लेक आमच्या घरात नको. तू तिला तुझ्याबरोबर घेऊन जा."

वसंत मध्ये तोंड घालीत म्हणाला.

"तिचं उद्या काही बरं-वाईट झालं, तर आम्ही त्याला जबाबदार राहणार नाही. लग्न झाल्यापासून माझ्या डोक्याला नुसता ताप झालाय."

मायलेकाचं बोलणं ऐकून राधाबाई मनात चरकली. सुशीला आता या घरात एक दिवस जरी राहिली तरी हे लोक तिच्या जिवाचं बरं-वाईट करतील. थोडे दिवस ती माहेरी राहिलयावर मग पुढे काय करायचं ते ठरवू, असा विचार मनात करून ती लेकीला रुद्ध कंठाने म्हणाली, "सुशीला, चल माझ्या सोबत." अंगावरच्या

वस्त्रानिशी सुशीला त्या घरातून आईच्या सोबत बाहेर पडली. लग्न झाल्यावर तिची स्वप्नं उराशी बाळगून ती या घरात आली होती; परंतु हे घर सोडताना तिच्या दोन्ही डोळ्यांत फक्त दुःखाचे अश्रू होते. पायांत मणामणांच्या बेड्या अडकल्या प्रमाणे ती रस्त्याने आईच्या आधाराने चालत होती.

★ ★ ★

एखाद्या चलच्चित्रपटाप्रमाणे गतकाळातील घटनांची मालिका सुशीलेच्या डोळ्यांसमोरून एकेक करून पुढे सरकत होती. त्या कडू आठवणींमुळे तिचं दुःख क्षणाक्षणाला वाढत होतं. तिच्या चेहऱ्यावरील उदासी पाहून राधाबाईचं काळीज तापलेल्या तव्यावर पडलेल्या पाण्याच्या थेंबाप्रमाणे 'चर्रर' होत होतं. सुशीलेच्या तोंडावरील उदासी कमी करण्यासाठी राधाबाई तिला आठवण देत म्हणाली,

"सुशीला, मागच्या आठवड्यात बुधवारी पोलिसांनी फोन करूनसुद्धा तुझी सासरची माणसं इकडे आली नाहीत. आजसुद्धा ती इकडे येतील की नाही, याचा काय भरोसा? तू आत जाऊन पोलीसांना त्यांना लगेच फोन करायला सांग. आता बारा वाजून गेले असतील. आणखी आपण त्यांची किती वाट पाह्यची?"

"आई, तुझं म्हणणं खरं आहे. पुढच्या आठवड्यात नक्की येतोय म्हणून त्यांनी मागच्या आठवड्यात फोन करून पोलिसांना सांगितलंय. आता मी पुन्हा एकदा माझ्या नवऱ्याच्या मोबाईलवर त्यांना फोन करायला सांगते."

सासरच्या माणसांनी सुशीलेचा छळ मांडल्यामुळे ती त्यांच्यावर प्रचंड संतापली होती. महिला साहाय्य कक्षात पोलिस फार मवाळ भूमिका घेत असल्यामुळे या ठिकाणी आपल्याला न्याय मिळेल, याची आता तिला अजिबात खात्री वाटत नव्हती. राणेमॅडम महिला पोलीस इन्स्पेक्टर म्हणून त्या ठिकाणी काम करीत होत्या. त्यांच्या टेबलाभोवती तक्रार देणाऱ्या महिलांची गर्दी झाली होती. त्यांच्यासमोर दोन पुरुष लिपिक तक्रारअर्जांवर महिलांच्या जबान्या घेत होते. त्यालाच लागून दोन महिला पोलिस निरीक्षकांची दोन छोटी-छोटी दालनं होती. त्या दालनाला पारदर्शक काचा लावल्यामुळे आतील कामकाज बाहेरूनसुद्धा पाहता येत होतं. त्या दोन्ही दालनांमध्ये नवरा-बायकोचा समेट घडवून आणायचं काम महिला पोलिस निरीक्षक त्यांच्या परीने करीत होत्या. आरोप-प्रत्यारोपाच्या फैरी झाडत असल्यामुळे तेथील वातावरण कमालीचं तापत होतं. एकमेकांची उणी-दुणी निघत होती. जणू त्या ठिकाणी वादविवादस्पर्धा सुरू आहे, असं चित्र दिसत होतं.

टेबलाभोवती महिलांची गर्दी झाल्यामुळे राणेमॅडम गोंधळून गेल्या होत्या. असाह्य, अगतिक महिला त्यांना अनेक प्रश्न विचारून भंडावून सोडत होत्या. काही

प्रकरणांमध्ये समझोता होत असे नि काही प्रकरणांत समझोता होत नसे. अशा वेळी पोलिस त्यांना कोर्टात जाऊन वाद सोडवून घ्यायला सांगत होते. कोर्टाची भाषा बोलायला सोपी; परंतु त्या ठिकाणी जाऊन वकिलाला पैसे देऊन न्याय मिळेल, याची खात्री वाटत नसल्यामुळे त्या तक्रार करणाऱ्या महिला मनात निराश होत.

सुशीला गर्दीतून वाट काढीत राणेमॅडमच्या टेबलापुढे जाऊन उभी राहिली. राणेमॅडमचं तिच्याकडे लक्ष गेल्यावर आवंढा गिळून ती त्यांना म्हणाली,

"मॅडम, वसंत घोरपडे अजून आले नाहीत. मागच्या आठवड्यातसुद्धा ते आले नव्हते. मी आणि माझी आई संध्याकाळी पाच वाजेपर्यंत त्यांची या ठिकाणी वाट पाहत होतो. तुम्ही त्यांना पुन्हा एकदा त्यांच्या मोबाईलवर फोन करा."

"त्यांचा मोबाईल नंबर सांगा."

"माझ्या तक्रार अर्जात त्यांचा मोबाईल क्रमांक मी लिहिला आहे."

"ठीकाय. तू बाहेर बैस. मी त्यांना थोड्या वेळाने फोन लावते."

सुशीला पुन्हा बाहेर आली. गोंगाटामुळे तिचं डोकं ठणकू लागलं होतं. त्या ठिकाणी महिलांच्या दु:खांचा जणू बाजार भरला होता. प्रत्येक महिला उरात भळभळती जखम घेऊन त्या ठिकाणी न्याय मागण्यासाठी आली होती. त्या ठिकाणी सर्व जातींचे, धर्मांचे आणि वयांचे लोक आले होते. प्रत्येक चेहरा सुतकी दिसत होता.

सुशीला राधाबाईजवळ येऊन म्हणाली,

"आई, ते लोक आता त्यांना लगेच फोन करून बोलावून घेणार आहेत."

"सुशीला, तू सकाळी काही खाल्लं नाहीस. मी येताना भाकऱ्या आणल्या आहेत. ते लोक येईपर्यंत आपण कँटीनमध्ये बसून भाकरी खाऊन घेऊ."

"चल, जाऊ या."

कँटीनमध्ये जाऊन दोघींनीही भाकरी खाल्ली. पोटात आधार झाल्यावर त्यांना अंगात थोडी तरतरी आल्यासारखी वाटली. त्या दोघी पुन्हा सिमेंटच्या बाकावर बसून वसंतची आणि त्याच्या आईची वाट पाहू लागल्या. सुशीलेच्या जवळ एक पंचविशीची विवाहित बाई बसली होती. तिचं नाव मेघा देशपांडे असं होतं. तिच्या सोबत तिचा नवरासुद्धा आला होता. त्यांची तक्रार जगावेगळी होती. सासू-सासरे आणि दीर मानसिक त्रास देतात म्हणून तिने नवऱ्याचा सल्ला घेऊन त्यांच्या विरोधात 'महिला साहाय्य कक्षा' कडे तक्रार दिली होती. तिचा नवरा तिच्या बाजूने होता. एक नवथर लग्न झालेली मुलगी चिंचेच्या झाडाखाली अश्रू ढाळत उभी होती. तिच्या सोबत कुणीही नव्हते. चंद्रा नावाची बाई तिच्या तीन महिन्यांच्या छोट्या मुलीला घेऊन आली होती. तिच्या सोबत तिचे म्हातारे आई-वडील आले होते.

त्यांच्या रापलेल्या चेहऱ्यावर कमालीचं दुःख दिसत होतं. छोट्या मुलीची मान सरकल्यामुळे तिने भोकांड पसरलं होतं. त्यामुळे चंद्राचा जीव नुसता कासावीस होत होता. चंद्राच्या आईने रडणाऱ्या नातीला तिच्या पायावर पालथं झोपविलं आणि ती हलक्या हाताने तिच्या मानेला चोळू लागली.

त्या साऱ्या जणींचं दुःख पाहून सुशीला मनात विचार करू लागली की, या ठिकाणी आपण एकट्या दुःखी नाही. या ठिकाणी आलेल्या सर्व महिलांच्या वाट्याला कमी-अधिक प्रमाणात दुःख आलं आहे. जणू बाईचं आयुष्य हे दुःख झेलायसाठीच असतं. दुसऱ्याचं दुःख पाहून माणूस थोडावेळ आपलं दुःख विसरून जातो. सुशीला त्याला अपवाद ठरू शकली नाही. ती मनाने आणखी खंबीर बनली.

बराच वेळ झाला तरी वसंतचा अजून पत्ता नव्हता. त्यामुळे सुशीलेला त्याचा प्रचंड राग आला होता. राधाबाई तिला म्हणाली,

"सुशीला, त्यांचा अजून पत्ता नाही. आपण पोलिसांना सांगू की, ते लोक अजून आले नाहीत म्हणून."

"हं, चल जाऊ." सुशीला बसलेल्या जागेवरून उठली.

राणेमॅडमच्या टेबलाजवळ तक्रार करणाऱ्या महिलांची गर्दी कायम होती. गडबड, गोंधळामुळे राणेमॅडम पार वैतागून गेल्या होत्या. त्यामुळे त्या आता वैतागूनच बोलू लागल्या होत्या. या दोन्ही मायलेकी दबक्या पावलांनी त्यांच्या पुढ्यात जाऊन उभ्या राहिल्या. मोकळा श्वास घेऊन सुशीला म्हणाली,

"मॅडम, माझ्या सासरची माणसं अजून आली नाहीत. आम्ही किती वेळ त्यांची वाट पाह्यची?"

"ए बाई, सकाळपासून बोंबलून-बोंबलून माझ्या तोंडाला फेस आलाय. तू आणखी माझं डोकं खाऊ नकोस." राणेमॅडम चिडून म्हणाल्या.

सुशीला आधीच मनात अस्वस्थ होती. त्यामुळे तिच्या मनाचं संतुलन थोडं बिघडलं होतं. राणेमॅडमने तिला झिडकारल्यामुळे तिच्या अंगाचा नुसता भडका उडाला. तिने रणचंडिकेचा अवतार धारण करून लगेच मॅडमला त्याच मोठ्या आवाजात जाब विचारला.

"मॅडम, मी तुमचं काय डोकं खाल्लं? उलट, तुम्हीच माझं डोकं सकाळपासून खाताय. माझ्या सासरची माणसं अजून आली नाहीत. त्यांना तुम्ही फोन करून बोलावून घ्या, असं मी तुम्हाला दोन-तीनदा सांगितलं. तरी तुम्ही माझ्याकडे लक्ष देत नाही. आता मी काय करू, ते तुम्हीच मला सांगा पाहू."

सुशीलेचा तो आवाज अगदी टिपेला पोचला होता. त्या आवाजाने तिथे

क्षणभर शांतता पसरली. सगळेजण तिच्याकडे अवाक होऊन पाहू लागले. तिच्या रुद्रावताराने जादू झाली. राणेमॅडम थोडंसं नमतं घेत तिला खालच्या आवाजात म्हणाल्या.

"मी एकटी तरी काय करू? कुणाचं म्हणून ऐकून घेऊ? थांब, तुझ्या समोरच मी तुझ्या नवऱ्याला फोन लावते."

सुशीलाने अर्जात लिहिलेल्या मोबाईल क्रमांकावर मॅडम तिच्या नवऱ्याला फोन लावू लागल्या. दोन-तीन वेळा प्रयत्न केल्यावर तिच्या नवऱ्याला फोन लागला. राणेमॅडम करड्या आवाजात फोनवर बोलू लागल्या.

"हॅलो, मी एसपीआय राणे बोलतेय."

"नमस्कार मॅडम." -वसंत.

"तुमच्या बायकोने शारीरिक आणि मानसिक त्रास दिल्यावरून तुमच्या विरुद्ध माझ्याकडे तक्रार दिली आहे. मागच्या बुधवारी तुम्ही आला नाहीत. आजसुद्धा तुम्ही आला नाहीत. तुमची बायको या ठिकाणी आली आहे."

"मॅडम, माझी कंपनी मला रजा देत नाही. रजा मंजूर न होता मी तिकडे आलो तर माझी नोकरी जाईल."

"हे तुम्ही मला सांगू नका. तुमच्या बायकोशी तुम्ही ते बोला." राणेमॅडम त्याला चिडून म्हणाल्या.

राणेमॅडमने त्याचं बोलणं ऐकून लगेच रिसीव्हर सुशीलेच्या हातात दिला. सुशीलेच्या अंगाचा नुसता भडका उडाला होता. रिसीव्हर कानाला लावून ती मोठा आवाज करीत म्हणाली.

"मी सुशीला बोलतेय."

"बोल." वसंत बेफिकिरीने म्हणाला.

"तुम्ही लपून का बसलात?"

"राणेमॅडमला मी माझी अडचण सांगितली आहे."

"तुम्ही खोटं बोलताय. मी तुम्हाला अशी सोडणार नाही." सुशीलेचा आवाज आणखी टिपेला पोहचला.

"बरं मग?" वसंत उर्मटपणे म्हणाला.

"माझ्या आयुष्याचं आता काहीही होवो. मी त्याची चिंता करणार नाही. पण तुम्हाला अद्दल घडविल्याशिवाय मी आता स्वस्थ बसणार नाही. तुम्हाला काय वाटतं? मी रडूनभेकून तुमची माफी मागेन म्हणून? तुमच्या आधाराशिवाय मी जगू शकणार नाही? माझ्या आयुष्याची वाट लावून तुम्हाला काय मिळालं? तुमच्या आईचं ऐकण्यापेक्षा स्वत:च्या बुद्धीने वागला असतात तर ही वेळ माझ्यावर आणि

तुमच्यावर बिलकूल आली नसती.''

"तुला माझ्या आईची मर्जी संभाळता आली नाही."

"मी तुमच्या आईची गुलामी करू? तुम्हाला नवरा म्हणायला मला शरम वाटते."

"तुझ्याशी वाद घालायला मला वेळ नाही."

"तुम्ही इकडे येणार की नाही? ते आधी सांगा."

"मी तिकडे मुळीच येणार नाही. माझ्या आई-वडिलांनी आणि मी तुला घरात घ्यायचं नाही म्हणून ठरवलं आहे. पुन्हा-पुन्हा मी ते तुला सांगत बसणार नाही."

सुशीला रिसीव्हर खाली ठेवून निराशपणे म्हणाली,

"मॅडम, माझा नवरा इकडे येणार नाही. मी आता काय करू?"

"तू तुझ्या नवऱ्याच्या विरोधात ४९८ कलमाखाली पोलिस स्टेशनमध्ये गुन्हा दाखल करू शकतेस." -राणेमॅडम.

"अहो मॅडम, आधी आम्ही पोलिसांकडेच तक्रार द्यायला गेलो होतो. त्यांनी आम्हाला इकडे जायला सांगितलं होतं. आता पुन्हा तुम्ही त्यांच्याकडेच जायला सांगताय?"

"आम्हाला या ठिकाणी कोणावरही कायदेशीर कारवाई करता येत नाही. आम्ही फक्त नवरा-बायकोमध्ये समेट घडविण्याचं काम करतो."

"न्याय मिळेल म्हणून मी मोठ्या आशेने तुमच्याकडे तक्रार अर्ज दिला होता. ती माझी चूक झाली, असं आता मला वाटू लागलंय. माझं आयुष्य घडवायला मी समर्थ आहे. नवऱ्याच्या कुबड्या घेऊन मी आता भविष्यात जगणार नाही." सुशीला निक्षून म्हणाली.

"आई, एक पाय मोडला म्हणजे गोम लंगडी होत नाही. तू माझी काळजी सोड. नवऱ्याचा आणि सासूचा मार खाणारी सुशीला आज रोजी मेली म्हणून समज. आज माझा नवीन जन्म झाला आहे. कुणाच्याही आधाराशिवाय मी यापुढे हिमतीने जगण्याचा प्रयत्न करणार आहे."

सुशीलेचं बोलणं ऐकून राधाबाई मनात सुखावली. तिची काळजी मिटली होती. सुशीलेच्या डोळ्यांसमोर 'महिला अत्याचार निवारण केंद्र' अशी ऑइल पेंटने लिहिलेली पाटी दिसत होती. त्या पाटीकडे पाहून तिला त्यावर थुंकावं असं वाटू लागलं. त्या आवारातून झटकन बाहेर पडून त्या दोघी निघून गेल्या.

■

९

मोती

त्याला नुसतं डोळ्यांसमोर पाहिलं तरी लोकांच्या पोटात
भीतीने गोळा यायचा. त्याच्या धन्याने 'मोती ऽऽ मोती ऽऽ छू'
म्हटलं तरी तो नुसता वेड्यागत धावत सुटायचा. तो कंबरेइतका
उंच नि अंगाने धष्टपुष्ट होता. त्याच्या तोंडातील दात धारदार
नि चमकदार होते. त्याच्या अंगावरचे केस फिकट तांबूस
रंगाचे होते. आणि त्याच्या पोटाजवळच्या पातळ भागावर
सफेद रंगाची लव होती. त्याचं रूप राजस नि गोंडस होतं.
त्याच्या केसाळ, झुपकेदार शेपटीमुळे त्याच्या रूपात आणखी
भर पडत होती. मोती जागा असेल तेव्हा तो त्या शेपटीचा डास
आणि माशा हाकलण्यासाठी उपयोग करायचा. त्याची शेपटी
जेव्हा हलत नसेल तेव्हा समजायचं की, मोतीने आता ताणून
दिली आहे म्हणून. परंतु त्याची झोप तशी जागसुद असायची.
जरा कुठे 'खट्ट' झालं की हा पठ्ठ्या लगेच जागा व्हायचा नि
आवाजाच्या दिशेने 'भो ऽऽ भो ऽऽ' करीत ओरडत राह्यचा.

कुत्रा पाळण्याचा बापूंना भारी शोक. पाळलेल्या कुत्र्यावर
ते पोटच्या मुलाप्रमाणे माया करीत. मोती दोन महिन्यांचा
होता, तेव्हा बापूंनी त्याला पाळण्यासाठी घरी आणलं होतं.
आता तो मोठा झाला होता. रात्री-अपरात्री बापूंना त्याचा आधार
वाटायचा. मोती खोड्या काढण्यातसुद्धा पटाईत होता. शेजाऱ्यांनी
अंगणाची वलय केली की, हा धारदार नखानं अंगण उकरून
त्यात लोळायचा. कपडे अंगणात वाळत घातले की, हा
तोंडात कपडे पकडून मातीत लोळवायचा. कधी शेजाऱ्यांनी

पाळलेल्या कोंबड्या तोंडात धरून दूर न्यायचा नि त्यांचा फन्ना उडवायचा. कधी-कधी रात्री-अपरात्री उगाच भुंकत राहायचा. त्यामुळे लोकांची झोपमोड व्हायची नि ते त्याच्यावर वैतागायचे. दुसऱ्या दिवशी आपण त्या गावचे नाही, अशा तोऱ्यात मोती गल्ली-बोळांतून हातभर जीभ बाहेर काढत फिरायचा.

एकदा शेजारची दुर्गाक्का वैतागून हेल काढीत बापूंना म्हणाली.

"बापू, एक दिवस मी मोतीला अशी अद्दल घडवीन की, त्याची आठवण त्याला कायमची राहील नि तुलासुद्धा राहील. दिवस-रात्र मेल्यानं किलोस आणलाय."

दुर्गाक्काचं बोलणं ऐकून बापू फक्त गालात हसले. त्यांनी तिचं बोलणं फारसं मनावर घेतलं नाही. मोतीला दूर सोडून येणं तशी तर लांबची गोष्ट. बापू त्याला क्षणभरसुद्धा नजरेआड करीत नसत. मोतीच्या गळ्यात लोखंडी साखळी घालून बापू रोज सकाळी त्याला एक-दीड मैल सोबत फिरायला नेत. त्याच्या सोबत चालताना बापूंना कोण आनंद व्हायचा! सकाळी-सकाळी त्या दोघांची ऐट खरोखर पाहण्यासारखी असायची. मोती कधी-कधी त्यांच्या तावडीतून सुटायचा नि गळ्यात साखळी घेऊन नुसता वेड्यागत धावत सुटायचा. त्याच्या मागून 'मोती ऽऽ मोती ऽऽ' करीत धावताना बापूंची त्रेधातिरपीट उडायची. तेव्हा त्यांना मोतीचा राग यायचा. परंतु तो राग त्यांच्या मनात क्षणभर टिकायचा. येणारे-जाणारे लोक त्यांच्याकडे कौतुकमिश्रित डोळ्यांनी पाहत.

बापू आठवड्यातून दोन वेळा मोतीच्या अंगाला साबण लावून त्याला स्वच्छ थंड पाण्याची आंघोळ घालीत. त्यांचा आंघोळीचा कार्यक्रम एक तास तरी चालायचा. आंघोळ झाल्यावर बापू मोतीचं अंग एका स्वच्छ फडक्याने कोरडे करीत. मग ते त्याच्याशी गुजगोष्टी करीत बसत. बापू त्याला 'मोती, शेक हँड कर.' म्हणाल्यावर तो त्यांच्या हातात उजवा पाय उचलून द्यायचा. तसं पाहिलं तर मोती स्वाभिमानी होता. त्याला कुणी रागाने बोललेलं आवडायचं नाही. तो लगेच रुसायचादेखील. मग तो मान खाली घालून डोळे मिटून घ्यायचा नि जमिनीवर त्याची केसाळ, झुपकेदार शेपटी रागाने आपटत राह्यचा. त्याच्या समोर जर्मनच्या ताटात अन्न ठेवलं, तरी तो तिकडे डोळे उघडून पाह्यचादेखील नाही. मग त्याला तोंड लावणं ही दूरची बात!

एके दिवशी गंमतच झाली. तो वार सोमवार होता. बापूंची बायको वनिता सोमवारी निरंकार उपवास करायची. देवपूजा झाल्याशिवाय ती तोंडात पाण्याचा थेंबसुद्धा घेत नसे. ती देवभोळी होती. तिने घर सारविण्यासाठी अंगणात एका घमेलीत शेण आणून ठेवलं नि ती अंघोळीसाठी गेली. मोती अंगणात हातभर जीभ बाहेर काढून बसला होता. त्याच्या मनात काय आलं कुणास ठाऊक? तो बसलेल्या जागेवरून झटकन उठला नि त्या शेणानं भरलेल्या घमेलीजवळ आला. त्याने त्या

घमेलीचा नाकपुड्या फेंदारून वास घेतला नि पुढच्या दोन पायांनी घमेलीतील शेण अंगणात विस्कटून टाकलं.

वनिता आंघोळ करून बाहेर आली. मोतीने अंगणात विस्कटून ठेवलेलं शेण पाहून तिची खोपडी सणकली. हातात लांबुडकी काठी घेऊन तिने रागाच्या भरात मोतीला दोन फटके मारले. झालं, मोतीला तो त्याचा अपमान वाटला. संध्याकाळी वनिताने त्याच्या पुढ्यात जेवणाचं ताट ठेवल्यावर तो त्याला अजिबात तोंड लावेना. तो रागाने धुमसत होता. बापू त्याच्याकडे पाहून गालात हसले. स्वारींचं आज नक्की काहीतरी बिनसलंय, हे त्यांना लगेच कळून चुकलं. त्यांनी वनिताकडे त्याची चौकशी केल्यावर त्यांना खरा प्रकार कळून चुकला. बापूंनी मोतीला मांडीवर उचलून घेतलं.

त्याच्या केसाळ पाठीवरून मायेने हात फिरवत ते त्याची समजूत घालीत गोड आवाजात म्हणाले, ''मोती, वनिताची चूक झालीय. तिनं तुला असं मारायला नको होतं. तू अंगणात शेण विस्कटलं नसतं तर तिने तुला मारलं नसतं. आता ती तुला कधी मारणार नाही. मी तिला तसं बजावून सांगितलंय. अन्नावर कधीच राग काढायचा नसतो. तू जेवल्याशिवाय मीसुद्धा जेवणार नाही.''

जणू त्या मुक्या जिवाला बापूंची भाषा लगेच कळली. बापूंनी त्याची गोड बोलून समजूत घातल्यावर मोती लगेच, त्यांच्या मांडीवरून 'कुईऽऽ कुईऽऽ असा घशातून आवाज काढीत उठून उभा राहिला नि त्याने ताटातील अन्नाला तोंड लावलं. बापूंचा जीव लगेच भांड्यात पडला. ताटातील अन्न खाणाऱ्या मोतीकडे दोघे नवरा-बायको डोळे विस्फारून पाहत होते. त्या दिवसापासून वनिताने मोतीच्या अंगावर कधीही हात टाकला नाही. तिने कानाला खडा लावला होता. मोतीला रविवार बरोबर कळायचा. त्या दिवशी त्याला कुणी तूप-रोटीचं जेवण करून घातलं, तरी तो त्याच्याकडे ढुंकून पाह्यचा नाही. रविवार हा त्याचा मांसाहार करण्याचा खास दिवस. तोंडात नळी धरून तो 'कडाकडा' फोडायचा. बापू त्याला प्रत्येक रविवारी मटण खायला घालीत.

अनादी काळापासून कुत्रा आणि मांजर यांच्यात विळ्या-भोपळ्याचं सख्य. तसं पाहिलं तर बापूंच्या घरीसुद्धा वेगळी परिस्थिती नव्हती. मोती अंगणात बसलेला असेल तेव्हा घरातील मांजर कधी बाहेर पाऊल टाकायची नाही. दरवाजात गेलेली मांजर पुन्हा स्वयंपाकखोलीत येऊन वनिताच्या पायांशी घोटाळायची. तेव्हा ती त्या मांजराला हसत-हसत म्हणायचीसुद्धा.

''मनीमाऊ, अंगणात मोती आहे वाटतं. म्हणून तू गेलेली पुन्हा मागे आलीस.''

तिचं बोलणं समजल्याप्रमाणे ती मांजर तिच्या तोंडाकडे पाहत गरीब डोळ्यांनी उगाच 'म्याव-म्याव' करीत ओरडत राहयची. तिच्या तोंडावरील सफेद मिश्या ताठ

झालेल्या असायच्या. कधी-कधी मांजराला अंगणात बसलेल्या मोतीचा राग यायचा. तो अंगणात असल्यामुळे तिला घराच्या बाहेर पडता येत नसे. तेव्हा ती मांजर उंबऱ्यापाशी येऊन मोतीकडे रागाने पाहत फिस्कारायची. मोतीने जोरजोरात भुंकायला सुरुवात केल्यावर तिची पळता भुई थोडी व्हायची. त्याचा तो भुंकण्याचा भयाकारी आवाज ऐकून मांजर पोटमाळ्यावर जाऊन लपून बसायची. मोतीचा राग शांत झाल्यावर मांजर हळूच खाली उतरायची.

बापूंचं लग्न होऊन आज १०-१२ वर्षे झाली होती. त्यांच्या पोटी संतान नव्हतं. बापू त्याचं दुःख करीत कधी बसले नाहीत. ते दुःख विसरण्यासाठी बापू मोतीवर जिवापाड प्रेम करीत. बाहेरून आले की 'मोती ऽऽ मोती ऽऽ' करीत त्याला मांडीवर घेऊन कुरवाळीत. मगच ते हातपाय धुण्यासाठी मोरीकडे वळत. मोती हा त्यांच्या काळजाचा तुकडा आहे, असं ते त्याच्याशी वागत. बापू कधी-कधी मनात म्हणत की, एकवेळ माणूस केलेल्या उपकाराची जाणीव ठेवणार नाही; परंतु मुक्या प्राण्यावर केलेली माया कधीच वाया जायची नाही. शेवटच्या श्वासापर्यंत तो त्याच्या धन्याशी प्रामाणिक राहतो.

मोतीच्या अंगात खोड्या होत्या. त्याचा त्रास शेजाऱ्यांना व्हायचा. मोती शेजाऱ्यांचे दोरीवर वाळत घातलेले कपडे तोंडात धरून ओढायचा नि ते मातीत लोळवायचा. पायाने त्यांच्या अंगणातील माती उकरायचा. कधी-कधी तो त्यांच्या अंगणात 'शी'सुद्धा करायचा. मोतीवरून शेजारी भांडायला आल्यावर बापू गोड बोलून त्यांची समजूत घालायचे. मोतीची चूक असल्याने त्यांना शेजाऱ्यांना काही बोलता येत नसे. कधी-कधी बापू शेजाऱ्यांच्या समोर मोतीला खोटं-खोटं रागवायचेसुद्धा! शेजारी त्यांच्या घरी निघून गेल्यावर बापू लाडे-लाडे मोतीला म्हणायचे,

"मोती, अरे मी तुला किती वेळा सांगितलं की, शेजाऱ्यांच्या खोड्या काढू नकोस म्हणून. ते भांडायला आल्यावर मला तुला खोटं-खोटं रागवायला लागतं बाबा."

बापूंचं बोलणं ऐकून मोती तोंड वासून उगाच तोंडातून 'कुई ऽऽ कुई ऽऽ' असा विचित्र आवाज काढायचा. जणू त्याला बापूंचं बोलणं समजत होतं. काही दिवसांनी पुन्हा त्याच्या खोड्या पहिल्याप्रमाणे सुरू व्हायच्या. माणसाच्या स्वभावाला औषध नाही, तसं प्राण्यांच्या स्वभावालासुद्धा औषध नाही.

दुर्गाक्का स्वभावाने तशी कडकलक्ष्मी होती. तिचा नवरा दामू बिचारा फार साधाभोळा होता. कुणी त्याच्या तोंडात बोट दिलं तरी तो चावायचा नाही. कुणाला फट म्हणून तो बोलायचा नाही. तो सकाळी कामाला निघून गेला की, संध्याकाळी दमून-भागून घरी यायचा. दुर्गाक्का नवऱ्याला सकाळी तो कामावर जाताना डबा

करून द्यायची. नंतर ती कळशीत ताजं पाणी घेऊन देवाची पूजा करायला बसायची. दुर्गाक्काची देवावर अपार श्रद्धा होती. देवाची पूजा करायला ती एकदा बसली की, लवकर उठायची नाही. त्या वेळी तिच्याकडे कुणी पाहुणा आला तर तो तिची पूजा उरकेपर्यंत पडवीत ताटकळत बसायचा. आठवड्यातून चार वार ती निरंकार उपवास करायची. ती तिच्या तोंडात पाण्याचा थेंबसुद्धा घ्यायची नाही. गावात प्रत्येक मंगळवारी एक वाजता सदगुरूंची बैठक असायची. बाकीची सर्व कामं बाजूला ठेवून दुर्गाक्का त्या बैठकीला सगळ्यांच्या आधी 'जय सदगुरू' म्हणत हजर राहयची.

दुर्गाक्का मोतीला नेहमी पाण्यात पाहायची. मोती तिला अजिबात आवडायचा नाही. जणू मोती तिचा सात जन्मांचा वैरीच होता. ती त्याला तिच्या अंगणात येऊ द्यायची नाही. तिच्या खुराड्यात कोंबड्या असायच्या. त्यांतील एखादा कोंबडा तो तोंडात धरून नेईल नि खाऊन टाकेल, असं तिला वाटत होतं. मोती तिच्या अंगणात आला की, तिच्या तळपायाची आग पार मस्तकाला जाऊन भिडायची. तिच्या डोळ्यांत रक्त उतरायचं. जमिनीवर पडलेला दगड हातात घेऊन ती त्याच्या मागे 'मेल्या, तुला खाल्लंन वागानं. तू किडं पडून मरशील.' अशा शिव्या देत दात-ओठ चावत धावायची. तिचा तो रणचंडिकेचा अवतार पाहून मोती धूम ठोकायचा. तो तिच्या तावडीत कधीच सापडायचा नाही. मग दुर्गाक्का मोतीचा राग तिच्या गरीब नवऱ्यावर काढायची. नवरा तिच्या शिव्या निमूट ऐकून घ्यायचा.

सकाळ झाली होती. सूर्याची कोवळी, सोनसळी किरणं कौलारू घरांवर आनंदानं नाचत होती. झाडापेडांना मंजूळ कंठ फुटला होता. तांबड्या पाऊलवाटा जाग्या होऊन गुरांचा हंबरण्याचा आवाज कानांवर पडू लागला. प्रसन्न, मंगलमय वातावरण अणुरेणूंत भरून उरलं होतं.

कोवळी लुसलुशीत किरणं अंगावर घेत मोती अंगाचं मुटकुळं करून तुळशीच्या कट्ट्याजवळ पडून राहिला होता. त्याच्या तोंडाजवळ नि कानांजवळ माश्या घोंगावत होत्या. त्यामुळे मोती चिडला होता. तो इवलेसे, भेदक डोळे फिरवत तोंडातून 'कुई ऽऽ कुई ऽऽ' असा भेसूर ओरडायचा. रागाने त्याच्या नाकपुड्या फेंदरल्या होत्या. जमिनीवर पडलेली त्याची झुपकेदार, केसाळ शेपटी एखाद्या जहरी सर्पाप्रमाणे वळवळत होती.

मोतीच्या मनात काय आलं कुणास ठाऊक? थोड्या वेळाने तो बसलेल्या जागेवरून उठून उभा राहिला. भेदक डोळ्यांनी तो दुर्गाक्काच्या घराकडे पाहू लागला. दुर्गाक्काच्या शेणानं सारवलेल्या अंगणात तिच्या कोंबड्या किडे-मुंग्या टिपून खात होत्या. कोंबड्या पाहून मोतीच्या तोंडाला पाणी सुटलं. त्याला आज

कोंबडी खाण्याची इच्छा झाली होती. दुर्गाक्का घरात देवाला ताजी जास्वंदीची फुलं वाहून देवपूजा करीत होती. जो तो आपल्या कामात असल्याने मोतीकडे आता कुणाचं लक्ष नव्हतं. त्याला रान मोकळं होतं. बराच वेळ मोती त्या कोंबड्यांकडे लालभडक, भेदक डोळ्यांनी पाहत राहिला नि नंतर तो बंदुकीतून गोळी सुटावी तसा धावत सुटला. डोळ्यांची पापणी लवते ना लवते तोच त्याने अंगणात किडे-मुंग्या टिपणारा एक कोंबडा तोंडात धरला नि तेथून लगेच त्याने धूम ठोकली. एका झाडीत जाऊन त्याने तो कोंबडा धारदार दातांनी फाडून आख्खाच्या आख्खा खाऊन फस्त केला. कोंबडा खाल्ल्याने मोतीला फार आनंद झाला होता. त्याला आता थोडी सुस्तीसुद्धा आली होती. अंगात आलेली सुस्ती घालविण्यासाठी मोतीने पायांनी माती उकरून खड्डा पाडला. आणि त्या खड्ड्यात त्याने चक्क ताणून दिली.

मोतीने आपला कोंबडा खाल्ला, हे समजल्यावर दुर्गाक्का अकांडतांडव करीत बापूंच्या घरी जाऊन पोचली. तिने मोतीला आणि बापूंना लाखोली वाहिली. मोतीने तिचं नुकसान केल्यामुळे बापू दुर्गाक्काला एक शब्ददेखील बोलू शकले नाहीत. अंगणात दुर्गाक्काचा थयथयाट पाहून ते मनातून थोडे घाबरून गेले होते. संतापाने दुर्गाक्काच्या डोळ्यांतून अंगार बरसत होता. थोड्या वेळाने बापूंना अर्वाच्च शिव्या घालून दुर्गाक्का एखाद्या निखाऱ्याप्रमाणे धुमसत तिच्या घरी निघून गेली. तिला आता मोतीवर सूड उगवायचा होता.

ही महामाया आता आपल्या मोतीचं नक्कीच काहीतरी बरं-वाईट करणार, म्हणून बापू काळजी करू लागले. बापू डोक्याला हात लावून बसल्यावर त्यांना एक युक्ती सुचली. दुर्गाक्काच्या तावडीतून आपल्या मोतीला वाचवायचं असेल, तर आपल्याला त्यासाठी काहीतरी करावं लागणार म्हणून बापूंनी त्यांच्या अंगणात लोखंडी साखळीने मोतीला एका लाकडी खांबाला बांधून टाकलं. मोती गळ्यातील साखळीमुळे तिथल्या तिथे खांबाभोवती गोल-गोल फिरू लागला.

बापू किंचित रागानेच मोतीला म्हणाले,

"दुर्गाक्काचा कोंबडा खाल्लास ना? आता भोग आपल्या कर्माची फळं."

दुर्गाक्काला मोतीचा सूड घ्यायचा होता. ती सूडाने उभी पेटली होती. तिच्या डोक्यात काहीतरी भयंकर आलं. मोतीला अद्दल घडविण्यासाठी तिने गॅस पेटवून त्यावर एका जर्मनच्या टोपात पाणी तापवत ठेवलं. शेगडीचं काळं बटण आणखी थोडं फिरविल्यावर निळ्या-पिवळ्या ज्वालांनी जर्मनच्या टोपाला सगळ्या बाजूंनी वेढलं. पंधरा मिनिटांतच टोपातील पाण्याला उकळी फुटली. गरम वाफा त्या टोपावर लवलवू लागल्या. त्या गरम पाण्यात बोट घालण्याचं दुर्गाक्काला धाडस झालं नाही.

त्या टोपातील एक जरी थेंब अंगावर पडला असता, तर लगेच अंगातून जीवघेण्या कळा उठल्या असत्या.

दुर्गाक्का स्वत:शीच विकट हसत म्हणाली,

"मोती, हलकटा, माझा कोंबडा खाल्लंस ना? आता बघ मी तुझी कातडी कशी भाजून काढते ती!"

दुर्गाक्का अंगणात आली नि कमरेवर हात ठेवून लोखंडी साखळीने जेरबंद असलेल्या मोतीकडे तुच्छतेने नि रागाने पाहू लागली. मोतीच्या तोंडावर माश्या घोंगावत असल्यामुळे तो खूपच हैराण झाला होता. गळ्यात साखळी नसती, तर तो दूर कुठेतरी जाऊन फिरून आला असता. गळ्यात साखळी असल्यामुळे त्याला बाहेर फिरता येत नव्हतं. क्षणभर साखळीने जेरबंद असलेल्या मोतीवर जळजळीत नजर रोखून दुर्गाक्का पुन्हा दाणदाण पावलं आपटत घरात आली. शेगडीवरील टोपातील कढत पाणी तिने एका प्लॅस्टिकच्या बादलीत सावकाशपणे ओतून घेतलं. हातात बादली घेऊन ती तिच्या घरातून बाहेर पडली.

येणाऱ्या संकटाची मोतीला बिलकूल कल्पना नव्हती. तोंडावर घोंगावणाऱ्या माश्यांमुळे तो बिचारा अगदी हैराण झाला होता. 'कुई ऽऽ कुई ऽऽ' असं भेसूर ओरडून आपलीच झुपकेदार शेपटी रागाने कचाकचा चावत होता. काळ त्याच्याजवळ-जवळ येत होता, तसा मोती गोल-गोल फिरत शेपटी चावण्यात गर्क होता. दुर्गाक्का हातात कडक तापलेल्या पाण्याची बादली घेऊन जवळ आली होती. मोतीचं संपूर्ण अंग गरम पाणी ओतून भाजून काढण्याचा तिचा इरादा होता. एखाद्या मारकुट्या बैलाकडे पाहावं, तसं ती खांबाभोवती गोल-गोल फिरणाऱ्या मोतीकडे रागाने पाहत होती.

दुर्गाक्का कढत पाण्याची बादली मोतीच्या अंगावर उपडी करणार इतक्यात बापू हातात खाण्याची जर्मनची ताटली घेऊन 'मोती ऽऽ मोती ऽऽ' असं म्हणत घराच्या बाहेर पडले. डोळ्यांसमोर हातात बादली घेतलेल्या दुर्गाक्का पाहून त्यांना तिचं आश्चर्य वाटलं. ही बया नक्कीच मोतीला दगाफटका करण्यासाठी आली आहे, हे त्यांनी मनात लगेच ताडलं. मोतीच्या गळ्यातील साखळी एका हाताने धरीत त्यांनी तिला करड्या आवाजात विचारलं,

"दुर्गाक्का बोल, मोतीजवळ का आली होतीस?"

"त्याच्या अंगावर गरम पाणी ओतून मी त्याचा जीवच घ्यायला आले होते." दुर्गाक्का रागाने थरथर कापत म्हणाली.

"मुक्या प्राण्याची हत्या करून तुला काय मिळणार आहे?"

"त्याचा बदला घेतल्याचं मला समाधान मिळणार आहे. आज तो माझ्या

तावडीतून तू आल्यामुळे वाचलास. पुन्हा कधी तो माझ्या तावडीत सापडला, तर तो वाचणार नाही.''

बापूने मोतीला खंबीरपणे आधार दिल्यामुळे दुर्गाक्काला काहीच करता आलं नाही. ती पुन्हा तणतणत तिच्या घरी निघून गेली. तिच्या डोळ्यांतील सूडाग्नी पाहून बापू कमालीचे घाबरून गेले होते. ते मनात विचार करू लागले की, मोतीला आता साखळीने जखडून ठेवून जमणार नाही. आपल्या परोक्ष दुर्गाक्का नक्कीच त्याला दगाफटका करेल. आपण आता या ठिकाणी आलो नसतो, तर मोतीचं काही खरं नव्हतं. त्याला मोकळं ठेवलं तर तो स्वत:चा बचाव तरी करू शकेल. असा विचार करून बापूने त्याचं खाणं झाल्यावर त्याच्या गळ्यातील लोखंडी साखळी काढून त्याला मोकळं केलं नि ते रिकामं ताट घेऊन घरात गेले. गळ्यातील लोखंडी साखळी काढल्यामुळे मोतीला खूप हलकं वाटू लागलं.

संध्याकाळी चार वाजून गेले होते. आभाळात किरमिज्या ढगांनी दाटी केली होती. सावल्या एकमेकींत मिसळून लांबल्या होत्या. वारा सुटल्याने दुर्गाक्काच्या अंगणात सुकलेली पानं येऊन पडू लागली. इतक्यात दुर्गाक्काच्या अंगणात जाऊन मोती जोरजोरात भुंकू लागला. दुर्गाक्का पातेल्यात चहा गाळीत होती. मोतीच्या भुंकण्याचा आवाज ऐकून तिची तळपायाची आग पार मस्तकाला जाऊन भिडली. 'आता मी त्या मोतीला जिवंत ठेवीत नाही,' असं म्हणून ती हातात लांबुडकी काठी घेऊन त्याला मारण्यासाठी दरवाजाजवळ आली. समोरचं दृश्य पाहून तिच्या पोटात भीतीने खड्डा पडला होता. जाहरी सर्प मोतीकडे पाहून लालभडक निमुळती जीभ फिरवत फुत्कार टाकीत होता. त्याला दुर्गाक्काच्या घरात शिरायचं होतं; परंतु मोती त्याच्यावर जोरजोरात भुंकत होता. त्यामुळे त्या सर्पाचा नाइलाज झाला होता.

दुर्गाक्का भीतीने जोरात किंचाळली. 'धावा ऽऽ रे ऽऽ धावा ऽऽ जहरी सर्प अंगणात आलाय.' तिचा आवाज ऐकून आजूबाजूची माणसं हातात लाठ्या-काठ्या घेऊन धावत आली नि त्यांनी त्या जहरी सर्पाला ठार मारून टाकलं. काशीराम भुवड दुर्गाक्काला म्हणाला,

"दुर्गाक्का, आज तुला मोतीने वाचवलं. नाहीतर हा सर्प तुझ्या घरात शिरला असता.''

पाण्यात पडलेल्या ढेकळाप्रमाणे दुर्गाक्काचा मोतीवरचा राग निघून गेला. ती मोतीकडे कृतज्ञपणे पाहू लागली. त्या दिवसापासून दुर्गाक्का मोतीवर कधीही चिडली नाही. ती मोतीला घरी बोलावून भाकरी खाऊ घालू लागली. बापूने आता सुटकेचा निश्वास टाकला होता.

■

१०

या सत्तेत जीव रमत नाही

या सत्तेत जीव रमत नाही

परकार मोहल्ल्यात बशीर परकारला सगळेजण चळवळ्या आणि धडपड्या म्हणून ओळखत होते. तालुक्यातील राजकारणात त्याचा सक्रिय सहभाग असल्याने बड्या राजकारणी धेंडांशीसुद्धा त्याची ओळख होती. राजकारणातील कुलंगडी, लफडी बाहेर काढायला तो मुळीच कचरत नसे. तालुक्यातील मुरब्बी राजकारणी त्याला हाताशी धरून प्रतिस्पर्ध्यांवर हल्ला करीत. कधी-कधी प्रकरण अंगावर येऊन त्यात तो चांगला पोळून निघायचा; परंतु त्याची रग मात्र जिरायची नाही. काही दिवस गेल्यानंतर तो पुन्हा नव्या जोमाने नवी खेळी खेळायचा.

अर्धोन्मीलित डोळ्यांनी आरामखुर्चीत बसून बशीर शांतपणे विचार करीत होता. त्याच्या कंबरेला चट्टेरीपट्टेरी भडक रंगाची लुंगी होती. अंगात जाळीदार सफेद रंगाचं बनियन होतं. दाढीचे खुंट वाढले होते. त्याच्या रापलेल्या चेहऱ्यावर चिंतेचं जाळं पसरलं होतं. छातीची धडधड वाढली होती. आज जिल्ह्याचे पालकमंत्री मा. श्री. गोविंदराव मोरे दौऱ्यावर येणार असल्याने त्याच्या काळजीत आणखी भर पडली होती. माहितीच्या अधिकारात सार्वजनिक बांधकाम विभाग आणि जिल्हा परिषद बांधकाम विभाग यांच्याकडून माहिती उपलब्ध करून घेऊन निकृष्ट कामांत तालुक्यात कसा राजरोस भ्रष्टाचार सुरू आहे आणि पालकमंत्री मा. गोविंदराव मोरे यांचे ठेकेदारांबरोबर लागेबांधे असल्याने त्यांना निकृष्ट

काम करण्यासाठी पालकमंत्र्यांकडून कसं अभय मिळतं याबद्दल पत्रक काढून त्याने ते दैनिक 'लोकजागर' या स्थानिक वर्तमानपत्रातून प्रसिद्ध केलं होतं. ती बातमी वाचून पालकमंत्री प्रक्षुब्ध झाले होते. बशीर परकारला पुढे करून आपले हितशत्रू आपल्याला बदनाम करण्यासाठी आपल्यावर पडद्याआडून वार करीत आहेत, असं त्यांना वाटू लागलं.

बशीरने जाणूनबुजून विषारी सापाच्या बिळात हात घातला होता. त्याचे परिणाम काय होतील, याचा त्याने त्या वेळी मुळीच विचार केला नव्हता. मैमुना त्याची बायको. ती मोरीत चहाची भांडी धूत होती. तिला तिच्या नवऱ्याच्या तोंडावरची काळजी दिसत होती. आपला नवरा कारण नसताना लोकांच्या भानगडीत भाग घेतो म्हणून तिला कधी-कधी त्याचा राग यायचा. अनेक वेळा तिने तिची नाराजी त्याच्या कानांवर घातली होती. परंतु त्याचा काहीही उपयोग व्हायचा नाही. पुढे-पुढे त्याच्या उचापत्या आणखी वाढल्या होत्या.

बशीर बसलेल्या आरामखुर्चीतून उठून उभा राहिला. हातात हात गुंफून त्याने तोंडातून 'अ ऽऽ य्या ऽऽ ई ऽऽ' असा विचित्र आवाज काढून भलीमोठी जांभई दिली. जांभई देण्यासाठी त्याने तोंड उघडल्यावर त्याच्या तोंडातील एक सोन्याचा दात चमकला. दीर्घ निश्वास सोडून त्याने घसा साफ केला. अंगात शर्ट आणि पँट घालून तो मोरीत चहाची भांडी धुणाऱ्या त्याच्या बायकोला घोगऱ्या आवाजात म्हणाला,

"मैमुना, आज बुधवार है! मच्छी मार्केटमंदी जाऊनशान ताजा म्हावरा आनतू."

त्याचं बोलणं ऐकून मैमुना मनात थोडी दचकली. "आज तुमी बाहीर पडायची न्हाय!" अशी तिने सकाळी उजाडल्यावर ताकीद दिली होती. मोहल्ल्यातील कुजबुज तिच्या कानांवर आली होती. म्हणून तिच्या जिवाला घोर लागला होता. बादलीतील पाण्यात हात धुऊन ती लगबगीने त्याच्या जवळ येऊन उभी राहिली. साडीला ओले हात पुसत ती त्याला काळजीने म्हणाली,

"अल्ला, असं काय करतावं? तुमी बाहिर जाऊ नुका. घरात बैसा. मी नंतर जाऊन म्हावरा आनत्ये."

"मैमुना, मी बेगुनी येतू. तू माझी काळजी करू नुको. मला कोण खात न्हाय."

बशीर गोदरेज कपाटाच्या आरशासमोर जाऊन उभा राहिला आणि तो त्याच्या कुरळ्या केसांवर कंगवा फिरवू लागला. मैमुनाच्या डोळ्यांत त्याला काळजी दिसत होती. आपल्या बायकोचे आपल्यावर किती प्रेम आहे, हे त्याला आज कळून चुकलं होतं. मैमुना त्याच्या हालचालींकडे एखाद्या खुळ्यागत पाहत त्याच्या जवळ उभी होती. आपला नवरा हट्टी आहे, तो आपलं काही ऐकून घेणार नाही म्हणून ती

त्याच्या सलामतीसाठी मनातल्या मनात अल्लाकडे दुआ मागू लागली. ती कमी शिकलेली असली तरी तिला पक्कं ठाऊक होतं की, राजकारणी लोक हे राक्षसी वृत्तीचे असतात. त्यांच्या पोटात काळीज नसतं. वेळ आल्यावर ते माणसाच्या नरडीवर निर्दयीपणे सुरी फिरवायला मुळीच मागे-पुढे पाहत नाहीत. मैमुनाच्या पोटात भीतीने खड्डा पडला होता. हट्टी आणि हेकट नवऱ्यापुढे तिचं काही चाललं नाही. पायात चपला घालून बशीर जेव्हा घराच्या पायऱ्या उतरू लागला, तेव्हा ती त्याला काळजीने पुन्हा एकदा म्हणाली.

"ऐकलंव. समालून जावा. बेगुनी म्हावरा घेऊन या. कुणाशी काय बी बोलू नका."

"मैमुना, मी बेगुनी वापीस येतू. हय गेलू नि हय आयलू."

मैमुना तो दिसेनासा होईपर्यंत तिच्या दोन डोळ्यांनी त्याचा पाठलाग करीत होती. नंतर ती निश्वास सोडून मोरीकडे जाण्यासाठी वळली. बशीरच्या घरापासून मच्छी मार्केट हाकेच्या अंतरावर होतं. बशीर पानगल्लीतून झपझप पावलं उचलत आपल्याच तंद्रीत चालला होता. रस्त्यात ओळखीचे लोक त्याला भेटल्यावर गालात स्मित हास्य करीत 'सलाम आलेकुम' म्हणत. 'वालेकुम सलाम' म्हणत बशीर न थांबता पुढे निघून जायचा. भेटलेल्या लोकांच्या डोळ्यांत त्याला त्याच्याबद्दल कौतुक दिसायचं. त्या कौतुकाने बशीर हवेत तरंगू लागला होता. इतक्या वर्षांत असं कौतुक त्याच्या वाट्याला कधी आलं नव्हतं. आज त्याच्या गळाला राजकारणातील मोठा मासा लागला होता. आपण केलं त्यात काहीही चूक नाही, त्यामुळे तर आपण लोकांच्या कौतुकाचे धनी झालो, असं त्याला मनात वाटू लागलं. त्याला स्वतःचाच अभिमान वाटू लागला. परंतु त्याचं दुसरं मन त्याला स्पष्ट शब्दांत बजावत होतं की, 'बशीर, तू हे जे काम केलंस, ते साफ चुकीचे आहे. तू जाणून-बुजून जहरी सापाच्या शेपटीवर पाय दिला आहेस. त्याची किंमत तुला मोजावी लागणार आहे. तू सावध हो. कारण राजकारणातील माणसं ही माणसं नसून हैवान आहेत. ती कधी तुझा बळी घेतील, हे तुलादेखील कळायचं नाही. राजकारणात कोण कुणाचा भाऊ, बाप, मित्र, नसतो. त्या ठिकाणी फक्त माणसांची कुर्बानी देऊन सत्ता उपभोगायची असते. खोटी आश्वासनं देऊन जनतेला मूर्ख बनवायचं असतं. आपसांतील वैमनस्यासाठी तू बळीचा बकरा होऊ नकोस. राजकारणात मित्राचं नातं लावून गोड बोलणारी माणसं फसवी असतात. तुला ते आधी कळायचं नाही. नाहक जीव गमावून बसशील. तेव्हा या फंदात तू न पडलेला बरा. नीट विचार करून वाग.' बशीरने मनात आलेला हा विचार अंगावरील कपड्यावर पडलेल्या धुळीप्रमाणे झटकन झटकून टाकला. त्याला

आता त्याच्या आनंदापासून कुणीही रोखू शकत नव्हते. आताच्या आनंदाचा तो अनभिषिक्त सम्राट होता.

कोळिणींचा गोंगाट त्याच्या कानांवर पडला. मच्छी मार्केट जवळ आलं होतं. ताज्या मच्छीचा उग्र दर्प थेट नाकात शिरत होता. पायाखालच्या जमिनीवर अस्वच्छ पाण्याचं थारोळं साचलं होतं. त्यावर असंख्य माश्या घोंगावत होत्या. अंगावर भडक रंगाची लुगडं नेसलेल्या कोळिणी 'ये दादा, ये बाबा, ताई-माई, ताजा म्हावरा घ्या', असं मोठ्या आवाजात म्हणत होत्या. त्यांच्या गळ्यांत आणि कानांत सोन्याचे दागिने होते. सूर्याच्या किरणात ते दागिने चमचमत होते. ताज्या म्हावऱ्यावर एका हाताने पाणी मारीत गिऱ्हाइकांना त्या बोलावत होत्या. त्या गोंगाटामुळे गिऱ्हाइकांची मात्र चांगलीच त्रेधातिरपीट उडत होती. बशीर नेहमी दिसायला काळी असणाऱ्या राधा कोळिणीकडे मच्छी घ्यायचा. त्याला पाहून राधा गालात हसत म्हणाली,

"दादा, ताजी सुरमई हाय. घे."

"कशी दिलीस?"

"दादा, रुपये एकशेवीस."

"राधा, लई म्हांग है."

"तू सांग तुला केवढ्याला पाह्यजे त्ये."

"मी अंशी रुपये देईन."

"दादा, अंशीला न्हाय परवडत. तू माजा नेहमीचा गिऱ्हाईक हैस. शंभर रुपये दे नि ताजी सुरमई घेऊन जा. भाभीला सांग, राधा कोळिणीनं सुरमई दिली म्हणून. सुरमई खाल्ल्यावर तू माझं नाव काडशील बग." राधा त्याला खूश करीत म्हणाली.

"तू तुझ्या भाभीला भेटायला एके दिवशी आमच्या घरी ये."

बशीरने तिला खिशातील कोरी करकरीत शंभराची नोट काढून दिली. राधा कोळिणीने दीड फूट लांब असलेल्या सुरमईचे धारदार कोयतीने बारीक-बारीक तुकडे केले. एका प्लॅस्टिकच्या पिशवीत कापलेल्या सुरमईचे तुकडे भरून ती प्लॅस्टिकची पिशवी तिने बशीरच्या हातात दिली. "दादा, पुन्हा म्हावरा घ्यायला ये" असं म्हणून ती दुसऱ्या गिऱ्हाइकाकडे वळली.

प्लॅस्टिकची पिशवी एका हातात धरून बशीर डांबरी सडकेवर झपझप पावलं टाकीत त्याच्या घराच्या दिशेने चालत होता. 'दुपारी मस्तपैकी जेवण करायचं नि खुशाल ताणून द्यायची. बाहेर कुठेही पडायचं नाही', असा तो त्याच्या मनात विचार करीत होता. पालकमंत्री त्याच्यावर खूप चिडले आहेत, हे त्याला माहीत होतं. उगाच हात दाखवून अवलक्षण कशाला करून घ्या, असाही त्याने मनात विचार केला

होता. रागाला डोळे नसतात. मखमली कपड्याच्या म्यानात असलेली धारदार तलवार क्रोधामुळे म्यानाच्या बाहेर पडते नि एखाद्याचा ती खात्मा करते. बशीरला हे ठाऊक होतं. पालकमंत्र्यांचा राग निघून गेल्यावर तो स्वत:हून त्यांची भेट घेणार होता. त्यांच्याबद्दल सदैव वैरभावना बाळगण्याची त्याची मुळीच इच्छा नव्हती.

आकाशात सूर्य वर-वर सरकत होता. किरमिज्या ढगांनी उगाच त्याच्या वाटेत गर्दी केली होती. सूर्याच्या तेजस्वी किरणांनी पृथ्वी तापत होती. त्यामुळे वातावरणात थोडी मरगळ आली होती. बशीर डांबरी सडकेवरून चालत असताना त्याला काही कळायच्या आधी निळ्या रंगाच्या मारुती गाडीतून दोन धडधाकट माणसं खाली उतरली. बशीर त्या दोघांनाही ओळखत होता. त्यांतील एक राजेंद्र घाग होता नि दुसरा मोहन दळवी होता. ती दोघंही पालकमंत्र्यांची खास माणसं होती. त्यांच्यासाठी ती वाटेल ते करायला नेहमी एका पायावर तयार असायची.

त्या दोघांना अचानक डोळ्यांसमोर पाहून बशीर मनात थोडा चरकला. नंतर त्याने स्वत:ला सावरलं. राजेंद्र घागने त्याच्यावर जळजळीत नजर रोखून त्याला करड्या आवाजात विचारलं.

"काय रे, तुला लई माज आलाय का?"

"मी काय केलंय?"

"पेपरमध्ये बातमी देऊन भाईंची बदनामी करतोस? त्यांच्यावर चिखलफेक करायला तुला लाज कशी वाटली न्हाय?" मोहन दळवी डोळ्यांतून आग सांडत म्हणाला.

"मी कुणाची बदनामी केली न्हाय." -बशीर.

"तुला आता आम्ही सोडत नाही." -राजेंद्र.

"मला माझ्या घरी जाऊ दे."

"तुला आम्ही आता थेट स्वर्गातच पाठविणार."

राजेंद्र घाग त्याची वाट अडवत म्हणाला.

प्रत्येक माणसाचा शत्रू तो स्वत:च असतो, याची प्रचिती बशीरला आता आली होती. त्याला काही कळायच्या आधी राजेंद्रने त्याच्या हातातील मच्छीची प्लॅस्टिकची पिशवी हिसकावून घेऊन रागाने गटाराच्या वाहत्या काळ्यामिट्ट पाण्यात फेकून दिली नि दोघांनी उचलून त्याला मारुती गाडीत कोंबलं. त्या दोघांपुढे बशीरची ताकद कमी पडली. तो ओरडू नये म्हणून मोहनने त्याच्या पँटीतील रुमाल काढून त्याच्या तोंडात कोंबला. राजेंद्रने त्याचे दोन्ही हात घट्ट पकडून ठेवले होते. मोहनने त्याच्या पायाला मिठी मारली होती. त्यामुळे बशीरला हलताही येईना. गाडी थोडी पुढे

आल्यावर मोहनने त्याच्या पोटात गुद्दे मारले.

गाडी बाजारपेठेतून सुसाट धावत होती. गाडी चालविणारा ड्रायव्हर मागे वळून त्या दोघांना 'हाणा साल्याला. मायत्याला लई मस्ती आलीय.' असं म्हणून त्यांना चेतावणी देत होता. बशीरच्या डोळ्यांसमोर आता त्याची दोन छोटी मुलं सलीम आणि फरझाना दिसू लागली. त्याची बायको मैमुना दिसू लागली. तिचं ऐकलं असतं तर कदाचित ही वेळ आपल्यावर आली नसती, असं आता त्याला मनात वाटू लागलं. परंतु कमानीतून तीर आता सुटला होता. आता विचार करून त्याला काहीही फायदा होणार नव्हता. मनातल्या मनात 'या अल्ला' म्हणत तो परवरदीगारचा धावा करू लागला. जणू या धटिंगणांच्या रूपाने अक्राळविक्राळ काळ त्याचा घास घेण्यासाठी त्याच्या जवळ आला होता. गाडीच्या काचा बंद असल्याने वारासुद्धा आत येत नव्हता. त्याचा जीव गुदमरला होता. अंगाची थोडीसुद्धा हालचाल करता येत नव्हती.

वेडीवाकडी वळणं घेत मारुती गाडी थोड्याच वेळात शहरापासून थोडं दूर असलेल्या एका बंद घराच्या समोर येऊन थांबली. त्या घराच्या आजूबाजूला गच्च झाडीजंगल होतं नि सभोवार भयाण शांतता नांदत होती. जणू विजनवासाचा त्या वास्तूला शाप मिळाला होता. मारुती गाडी त्या बंद घराच्या फाटकासमोर थांबल्यावर ढेरपोट्या मोहन दळवी राजेंद्रला घाई करीत घोगऱ्या आवाजात म्हणाला,

"राजा, तू या साल्याच्या दोन्ही तंगड्या धर. मी याचं डोकं धरतो. आपण दोघं याला उचलून घरात घेऊन जाऊ. आटप लवकर."

"ठीकाय."

मढं उचलावं तसं त्या दोघांनी त्याला उचलून घरात नेलं. बशीर त्यांच्या तावडीतून सुटण्यासाठी व्यर्थ धडपड करीत होता. मांजराच्या तोंडात सापडलेल्या उंदरासारखी त्याची गत झाली होती. मोहनने आतून दरवाजाला कडी लावली. नि कंबरेला लावलेला चामड्याचा पट्टा काढला. बशीरकडे रागाने पाहत तो त्याला फर्मान सोडीत मोठ्या आवाजात म्हणाला,

"बशीर, अंगातील शर्ट आणि बनियन काढ."

बशीर त्याच्यासमोर दोन्ही हात जोडून गयावया करीत म्हणाला,

"मी तुमच्या पाया पडतो. मला जाऊ दे."

"पेपरमध्ये भाईंची बातमी देऊन बदनामी करतोस काय? थांब, तुझी या चामड्याच्या पट्ट्याने चामडी सोलवटून काढतो. तवा तुला अक्कल येईल."

"आता तुला आम्ही जिता सोडणार न्हाय." राजेंद्र घाग त्याच्या अंगातील

कपडे बळजोरीने काढीत म्हणाला.

"माझी चुकी झाली. मी शेण खाल्लं. मला एकदा तुम्ही माफी द्या.'' बशीर त्याच्यासमोर दोन्ही हात जोडून पुन्हा-पुन्हा गयावया करू लागला.

त्याच्या विनवणीकडे पूर्ण दुर्लक्ष करून मोहनने त्याच्या उघड्या अंगावर चामड्याच्या पट्ट्याचा पहिला जोरदार फटका मारला. बशीरच्या मस्तकात जीवघेणी असह्य कळ उठली. त्याच्या तोंडातून 'या अल्ला' असे शब्द आणि लालभडक रक्ताची गुळणी एकदमच बाहेर पडली. नंतर त्याच्या उघड्या अंगावर चामड्याच्या पट्ट्याचे निर्दयीपणे एकामागून एक असे तडाखे बसू लागले. बशीरच्या पाठीचं धिरडं झाल्यावर मोहन त्याला मारायचा थांबला. त्याच्या अंगावर पचकन थुंकून त्याने त्याला एक अर्वाच्य शिवी हासडली. बशीर अर्धमेला झाला होता. वेदनेने आणि अपमानाने तो विव्हळत जमिनीवर पडला होता. त्याला त्याच्या डोळ्यांसमोर साक्षात मृत्यू दिसत होता. जखमी बशीरकडे राजेंद्र घाग कुत्सित नजरेने पाहत होता. थोड्या वेळाने त्याने बशीरच्या ढुंगणावर लाथ घालून त्याने त्याच्या खिशातील मोबाईल बाहेर काढला. मोबाईलवरील इंग्रजी आकडे दाबून त्याने ते त्याच्या कानाला लावले. पलीकडे मोबाईल उचलल्यावर राजेंद्र आनंदाने म्हणाला,

"भाई, जय महाराष्ट्र! मी राजेंद्र घाग बोलत्योय.''

"जय महाराष्ट्र! बोल राजा, काय खबर आहे?'' पालकमंत्री गोविंदराव मोरे.

"भाई, काम फत्ते झालं.''

"व्हेरी गुड! त्या साल्याला माझ्याकडे आता लगेच घेऊन या. मी आता शासकीय डाक बंगल्यात आहे. मला त्याचा हिशेब लगेच चुकता करायचा आहे.''

"भाई, त्याला घेऊन आम्ही आता लगेच निघतोय.''

"मी तुमची वाट पाहतोय.''

"भाई, एक अडचण आहे.''

"बोला.''

"डाक बंगल्यावर पोलिसांचा फौजफाटा आहे ना?''

"ती कुत्री काय करणार आहेत? मी पालकमंत्री आहे. माझ्यासमोर भुंकली तर मी त्यांचा आवाज कायमचा बंद करीन. त्याची भीती नको तुम्हाला.''

"ठिकाय. आम्ही येतोय.''

खिशात मोबाईल ठेवून राजेंद्र मोहनला म्हणाला,

"मोहन, याला घेऊन आता आपल्याला लगेच निघायला हवं. भाईंनी आपल्याला डाक बंगल्यावर यायला सांगितलंय. आता या साल्याचे दिवस भरले.

याला भाई जिवंत सोडणार नाहीत. त्यांचा राग खूप वाईट आहे. त्यांच्यापुढे कलेक्टर, प्रांत, तहसीलदार, सीओ आणि पोलिस अधिकारी चळचळ कापतात. या दीडदमडीच्या माणसाची ते लगेच चटणी करून टाकतील.''

''तो त्याच्या कर्माने मरणार आहे. सकाळपासून साल्याला शोधून शोधून तोंडाला फेस आला आहे.'' -मोहन.

''भाईंनी मला याचा मुडदा पाडायला जरी सांगितलं, तरी मी ते काम आनंदाने करीन. फक्त त्यांनी 'हो' म्हणायला पाह्यजे.'' -राजेंद्र.

''राजा, आता बोलणं बंद. बाहेर मारुती गाडी उभी आहे. याला लगेच आपण भाईंकडे घेऊन जाऊ.''

''चल तर मग.''

अंगातून निघालेल्या जीवघेण्या वेदना सहन करीत बशीर त्या दोघांचं बोलणं कानाने ऐकत होता. शहाणे लोक राजकारणात पडत नाहीत तेच खरं; कारण सध्याचं राजकारण हा गुंडा-फुंडांचा धंदा झाला आहे, असं आता बशीरला वाटत होतं. एक जीवघेणी कळ मस्तकात उठल्यावर तो पाण्यातून काढलेल्या मासोळीगत वेदनेने तळमळू लागला.

राजेंद्रने डोळ्यांनी इशारा करताच मोहन बशीरच्या समोर जाऊन एखाद्या दैत्यासारखा उभा राहिला. गालात विकट हसत त्याने बशीरला एक अर्वाच्च शिवी हासडली. नंतर त्याने त्याची मानगूट पकडली. कसाई जसं एखाद्या बकरीला कान पकडून कत्तलखान्याकडे घेऊन जातो, तसं त्याने बशीरला फरफटत गाडीकडे नेलं. एवढं सगळं कमी म्हणून की काय, राजेंद्र पाठीमागून त्याच्या कंबरेत लाथा घालीत होता. जणू बशीर परकार त्या दोघांचा साता जन्मांचा वैरी आहे. या जीवघेण्या वेदना सहन करण्यापेक्षा पटकन मरून गेलेलं बरं, असं आता बशीरला वाटत होतं. सामानाचं बोचकं कसं आदळतात तसं त्या दोघांनी मिळून बशीरचं मुटकुळं करून त्याला गाडीच्या सीटवर आदळलं. नंतर ती मारुती गाडी तालुक्याच्या डाक बंगल्याच्या दिशेने डांबरी सडकेवरून वेगाने काळा धूर हवेत सोडीत धावू लागली.

एक अस्वस्थ दुपार टळून गेली होती. वाऱ्यानेसुद्धा शरमेने तोंड काळं केलं होतं. जणू या घाणेरड्या प्रकाराने नियतीची मानसुद्धा शरमेने खाली झुकली होती. गर्द झाडीत तालुक्याला ब्रिटिशकालीन बंगला उभा होता. त्या डाकबंगल्यात पालकमंत्री मुक्कामाला असल्यामुळे माणसांची ये-जा सुरू होती. पोलिस, स्थानिक पत्रकार, शासकीय बडे अधिकारी आणि स्थानिक कार्यकर्त्यांचा त्यात अधिक भरणा होता. पालकमंत्री झाल्यापासून गोविंदराव मोरे यांनी एक अलिखित नियम केला होता. जी

माणसं त्यांना भेटायला येत असत, त्यांनी त्यांच्या पायांवर आधी मस्तक ठेवून त्यांना नमस्कार करायला हवा. जे कोण हा नियम मोडतील, त्यांची मग त्या ठिकाणी खैर नसे. पालकमंत्री सर्वांसमोरच त्याच्यावर तोंड टाकीत. दुसऱ्या वेळी तो इसम नाक मुठीत घेऊनच त्यांच्या भेटीला यायचा. यात कुणालाही सूट नसे. बिचारे सरकारी अधिकारी 'भाई ऽऽ भाई' करीत एखाद्या पाळीव कुत्र्याप्रमाणे त्यांच्यासमोर गोंडा घोळीत. त्यांची मर्जी सांभाळण्यासाठी प्रसंगी कायदा बाजूला सारून त्यांची कामं करीत. अशा अधिकाऱ्यांना पालकमंत्र्यांकडून अभय मिळायचं. पालकमंत्र्यांच्या मर्जीशिवाय त्या अधिकाऱ्यांची बदली होत नसे. अळीमिळी गुपचिळी अशातील तो मामला होता.

सत्तेची नशा पालकमंत्र्यांच्या रंध्रारंध्रांत भिनली होती. त्यामुळे एखाद्या माणसाने क्षुल्लक चूक केली, तरी त्यांचा राग एकदम उफाळून येई. त्यांच्या बोलण्यालासुद्धा शिस्त नव्हती. त्यांच्या तोंडाचा पट्टा सुरू झाल्यावर बडे अधिकारी त्यांच्या समोर तोंडात मिठाची गुळणी घेऊन खालमानेने उभे राहत. त्यांच्यासमोर तोंडातून ब्र काढण्याची मुळी त्यांना हिंमत होत नसे. अधिकाऱ्यांना धाकधपटशा दाखवून पालकमंत्री त्यांच्याकडून कामं करून घेत. पालकमंत्र्यांनी सांगितलेली कामं लगेच होतात म्हणून ते त्यांच्या मतदार संघात लोकप्रिय कार्यसम्राट म्हणून ओळखले जात. स्थानिक वर्तमानपत्रंसुद्धा नेहमी त्यांचीच तळी उचलून धरीत. पालकमंत्र्यांच्या वाढदिवसाला हजारो रुपयांची जाहिरात मिळायची. त्यामुळे पालकमंत्र्यांची मर्जी संभाळण्यासाठी स्थानिक वर्तमानपत्रांचे संपादक त्यांच्यापुढे नेहमी गोंडा घोळून त्यांची आरती करीत असत. कार्यसम्राट नामदार गोविंदराव मोरे अशी त्यांच्या पहिल्या पानावरील बातमीची सुरुवात असे. ठेकेदार आणि स्थानिक कार्यकर्ते पालकमंत्र्यांच्या वाढदिवशी त्यांना शुभेच्छा देणारे बॅनर्स शहरातील चौकाचौकांत उभे करीत. वर्तमानपत्रातून पुरवण्या निघत. आश्चर्य म्हणजे या सर्व कामासाठी पालकमंत्र्यांच्या खिशातील एक रुपायासुद्धा खर्च होत नसे.

वर्तमानपत्रात छापून आलेली आपल्या वाढदिवसाची जाहिरात पाहून भाई भलतेच खूश होत. मग ते त्या ठेकेदाराला किंवा कार्यकर्त्याला समक्ष बोलवून घेऊन त्याच्या पाठीवर कौतुकाने 'शाब्बास रे माझ्या वाघा!' म्हणत थाप मारीत. त्या कौतुकाने ती माणसं फार हुरळून जात. त्यांच्या अंगात मूठभर मांस आल्याप्रमाणे ती हवेतच तरंगू लागत. भाईंच्या सेवेत ती कोणत्याही प्रकारची कसर ठेवत नसत. भाईसुद्धा अशा लोकांना विसरायचे नाहीत. त्यांची मर्जी राखणारा एखादा इसम पोलिसांच्या कचाट्यात सापडला, तर ते त्याला तेथून सहीसलामत सोडवून आणीत.

त्यामुळे पालकमंत्री नामदार गोविंदराव मोरे त्यांच्या मतदारसंघात फार लोकप्रिय झाले होते.

डाक बंगल्याच्या फाटकातून निळ्या रंगाची मारुती गाडी आत शिरली. बाहेर उभी असलेली माणसं त्या गाडीकडे डोळे विस्फारून पाहू लागली. उंच सुरूच्या झाडाखाली असलेल्या सावलीत गाडी थांबल्यावर आधी राजेंद्र आणि मोहन त्या गाडीचा दरवाजा उघडून बाहेर पडले. त्या दोघांच्या चेहऱ्यावर राक्षसी भाव होते. डोळ्यांत खुन्नस होती. मोहनने बशीरची तंगडी धरून त्याला गाडीच्या बाहेर खेचलं. नंतर त्या लोकांनी त्याचं बखोट धरून त्याला अक्षरश: फरफटतच आत नेलं नि पालकमंत्र्यांच्या समोर उभं केलं.

बशीरला डोळ्यांसमोर पाहताच भाईंच्या दोन्ही डोळ्यांतून अक्षरश: संतापाने ठिणग्या पडू लागल्या. ते बसलेल्या खुर्चीतून ताडकन उठून उभे राहिले. दाणदाण पाय आपटीत ते त्याच्या जवळ आले. 'रांडंच्या, तुझी ही हिंमत? पेपरमध्ये माझी बदनामी करतोस?'' असं म्हणून त्यांनी बशीरच्या गालावर जोरात थप्पड मारली. बशीरच्या गालावर पाचही बोटं उठली. मुंगूस जसं जहरी सापाकडे त्वेषाने पाहतो, तसं भाई त्याच्याकडे रागाने पाहत म्हणाले,

''अरे, तुम्ही या हरामखोराला अजून जिवंत कसं ठेवलंत? तलवारीने याचे तुकडे करून तुम्ही त्याला नदीत फेकून द्यायला हवं होतं. तुमचं कुणी काही वाकडं केलं नसतं. मी सगळं नंतर पाहून घेतलं असतं. म्हातारी मेल्याचं मला दु:ख नाही, परंतु नंतर काळ सोकावतो.''

राजेंद्र घाग पुढे होऊन भाईंना फुशारकी मारीत सांगू लागला,

''भाई, याला आम्ही चामड्याच्या पट्ट्याने आधी चांगलं फोडून काढलंय. मगच त्याला तुमच्या समोर आणून उभं केलं आहे. तुम्ही त्याची पाठ बघा.''

पालकमंत्र्यांनी क्षणाचाही विलंब न लावता त्याच्या अंगावरील कपडे बाजूला करून त्याची पाठ पाहिली. बशीरच्या पाठीचं अक्षरश: धिरडं झालं होतं. त्याच्या अंगावर मारहाणीचे काळे-निळे वळ उठले होते. ओल्या जखमांतून रक्त ठिबकत होतं. त्याच्या अंगावरील कपड्यांवर रक्ताचे डाग होते. काही जखमांवरील रक्त सुकलं होतं. त्या ठिकाणी त्वचा काळी पडली होती. उभं राहण्याचीसुद्धा ताकद बशीरच्या अंगात नव्हती. तो जीवघेण्या वेदनेने विव्हळत होता. त्याची दशा पाहून भाई मनात जाम खूश झाले. ते त्या दोघांकडे वळून समाधानाने म्हणाले,

''व्हेरी गुड! तुमच्याकडून मला हीच अपेक्षा होती. तुम्ही दोघांनी फार चांगलं काम केलं आहे आणि त्याचं फळ तुम्हाला येत्या पंचायत समितीच्या निवडणुकीत

नक्की मिळेल. तुम्हाला मी मानाची खुर्ची देईन. हवा तेवढा पैसा कमवा. हा शब्द माझा आहे. दिलेल्या शब्दाला जागणारा मी माणूस आहे.''

''भाई, आमच्यावर तुमचीच सावली आहे.'' राजेंद्र कृतज्ञपणे म्हणाला.

''अरे, तुमच्यामुळेच मी या जिल्ह्याचा पालकमंत्री झालोय. तुम्ही सुखी तर मी सुखी.'' -भाई.

''भाई, तुम्ही आम्हाला या साल्याला परस्पर तिकडेच जरी संपवायला सांगितलं असतं, तरी आम्ही दोघांनी ते काम तुमच्यासाठी आनंदाने केलं असतं.'' -मोहन.

''नाही. मीच आता याला कायमची अद्दल घडवितो. पुन्हा तो कधीही आपल्या वाटेला जाणार नाही.''

''मला माफ करा. मला जाऊ दे. मला दोन लहान मुलं आहेत. मी पवित्र कुराणाची शप्पथ घेऊन सांगतो की, मी पुन्हा कधीच तुमच्या वाटेला जाणार नाही. फक्त तुम्ही मला एकदाच क्षमा करा.'' बशीर दोन्ही हात जोडून भाईंना विनवणी करीत म्हणाला.

बशीर पालकमंत्र्यांच्या समोर असाह्यपणे उभा होता. भीतीने आणि अपमानाने तो अर्धमेला होऊन थरथर कापत होता. त्या ठिकाणी स्थानिक पत्रकार, सरकारी बडे अधिकारी, पोलिस, सामाजिक कार्यकर्ते जातीने हजर होते. परंतु कुणीही पालकमंत्र्यांना रोखू शकत नव्हते. मदतीसाठी बशीर त्यांच्याकडे करुण डोळ्यांनी पाहत होता. परंतु त्याला त्यांच्याकडून मदत मिळाली नाही. नंतर तो त्यांची कीव करीत मनात म्हणाला, 'अन्यायाविरूद्ध पेटून उठण्याची यांच्यामध्ये धमक नाही. यांच्याकडून मदतीची अपेक्षा करणे म्हणजे भाकड गायीकडून दुधाची अपेक्षा करण्यासारखं आहे. ही सर्व माणसं षंढ आहेत.' वाऱ्याने झाडावरचं पान हलावं तसं बशीरचं काळीज पोटातील भीतीने हलत होतं आणि केळीचं पान उलगडावं तसं त्याच्या डोक्यात एकामागून एक असे विचार येत होते.

पालकमंत्र्यांच्या डोळ्यांतून अजूनही संतापाने ठिणग्या पडत होत्या. वर्तमानपत्रात छापून आलेल्या बातमीने त्यांच्या संपूर्ण मतदारसंघात त्यांची बदनामी झाली होती. मुंबई आणि दिल्लीवाले त्यांच्याकडे महाराष्ट्र राज्याचा भावी सक्षम मुख्यमंत्री या नजरेने पाहतात, असं ते त्यांच्या समर्थकांना नेहमी त्यांच्या खाजगी बैठकीत सांगत. या प्रकाराने भाई कमालीचे व्यथित, अस्वस्थ झाले होते. समोर उभा असलेल्या दीनवाण्या बशीरला आख्खाच्या आख्खा जमिनीत गाडून टाकावं, असं त्यांना वाटत होतं. ढगावर ढग आपटावे तसे भाई पुन्हा त्याचा समाचार घेत कडाडले.

"तू माझ्या स्वप्नांचा चक्काचूर केला आहेस. या राज्याचा मुख्यमंत्री होण्यासाठी मी किती स्वप्नं पाहिली होती. कोणत्या जन्मीचा तू असा माझा बदला घेतलास? तुला जमिनीत जिता गाडण्यासाठी माझ्या माणसांना सांगतो. माझं कुणीही वाकडं करू शकत नाही. मी पालकमंत्री आहे. कायदा माझ्यापर्यंत पोचत नाही. तू त्या हरामखोर तानाजीराव भोसले याच्या नादी लागून हे कटकारस्थान केलं आहेस. मला ते चांगलं समजलंय. तो तानाजी भोसले आमदार बनण्याच्या लायकीचा तरी आहे का? निवडणुकीत तो माझ्या विरोधात उभा राहिला होता. विधानसभा निवडणुकीत मी त्याला चारी मुंड्या चीत केलंय. त्याच्यापेक्षा मला दहा हजार मते अधिक मिळाली. तेव्हापासून त्याने माझ्यावर डूख धरला होता. त्यालासुद्धा मी सोडणार नाही. त्याच्या घरात शिरून मी त्याचे तलवारीने तुकडे करणार आहे. आहे कुठे तो? माझ्याशी पंगा त्याला लई भारी पडणार आहे. तो दैनिक 'लोक जागर'चा संपादक गंगाधर कुलकर्णी यालासुद्धा खुमखुमी आली वाटतं. एरवी जाहिरातीसाठी लाळ घोटीत फिरत असतो. तोसुद्धा आमदार होण्याची स्वप्नं पाहतोय. त्यालासुद्धा मी सोडणार नाही. माझ्या बदनामीच्या बातम्या त्याच्या पेपरमध्ये छापतो काय? ××× तंगड्या तोडून मी त्याला जन्माची अद्दल घडवीन.''

वाऱ्याने आग जशी भडकते, तसं पालकमंत्री भडकले होते. काही केल्या ते शांत होत नव्हते. क्षणाक्षणाला त्यांच्या रागाचा पारा वाढत होता. खाऊ की गिळू अशा नजरेने ते बशीरकडे पाहत होते. त्यांच्या रागाचा कडेलोट झाला; तेव्हा त्याने पुन्हा बशीरला लाथा-बुक्क्यांनी मारहाण केली. "मला मारू नका'' म्हणत बशीर त्यांच्या पायांवर आडवा झाला. त्याला आता खरोखरच त्याच्या जिवाचा भरोसा उरला नव्हता. सकाळपासून त्याच्या पोटात अन्नाचा कण सुद्धा गेला नव्हता. त्याच्या डोळ्यांसमोर अंधारी आली होती. त्याच्या अंगातून लालभडक ताजं रक्त वाहत होतं.

महाभारतात एके दिवशी धृतराष्ट्राच्या भर दरबारात गुरू भीष्माचार्य म्हणाले होते की, 'राजन, क्रोध आणि लोभ हे केवळ विनाशकारीच नव्हे तर कुलक्षयालासुद्धा कारणीभूत ठरतात, हे आधी लक्षात घे. सत्ता केवळ विवेकाच्या अधिष्ठानावरच भक्कमपणे उभी राहते, याचा विचार करून वाग!' पालकमंत्री गोविंदराव मोरेसुद्धा महाभारतातील दुर्योधन, दु:शासन आणि कपटी शकुनीमामा यांचाच कित्ता गिरवीत विनाशकारी वाटेवरून चालत होते. ही षंड, लोभी, नेभळट जनता आपलं काहीही वाकडं करू शकत नाही, असा त्यांचा भ्रम झाला होता. निवडणुकीत दारू, मटण आणि पैसा दिल्यावर ही माणसं झक मारून आपल्याला मतं देऊन निवडून आणतात. अशी नेभळट, लाचार आणि लाळघोटी जनता जोपर्यंत अस्तित्वात

आहे, तोपर्यंत आपल्या सत्तेच्या खुर्चीला धोका नाही. ती खुर्ची अभंग राहणार आहे. या मूर्ख लोकांना धर्म म्हणजे काय नि तो कशाशी खातात, याचीदेखील माहिती नाही. मधाच्या पोळ्यावर अनेक मधमाश्या घोंगावाव्यात तसं पालकमंत्र्यांच्या डोक्यात विचारांचा कल्लोळ सुरू होता.

बशीरच्या घशाला कोरड पडली होती. त्याचे ओठ कोरडे पडले होते. अर्धोन्मीलित डोळ्यांनी तो तहानेने व्याकूळ होऊन 'पाणी ऽऽ पाणी ऽऽ' करू लागला. त्याला पाणी मिळालं नाही. मेलेल्या उंदराकडे पाहावं, तसं पालकमंत्री त्याच्याकडे त्वेषाने पाहत होते. याने या ठिकाणी प्राण सोडला तर आपण गोत्यात येऊ, असा मनात विचार करून पालकमंत्री मोहन आणि राजेंद्रकडे वळून म्हणाले,

"याला इथं मरू द्यायचं नाही. तुम्ही याला त्याच्या दारात नेऊन टाका. कुणालाही तुम्ही तोंड दाखवायचं नाही. आपल्याला अडचणीत आणण्यासाठी बाहेर आपले वैरी टपून बसले आहेत, हे आधी तुम्ही ध्यानात ठेवा. चला निघा."

"भाई, तुम्ही त्याची काळजी करू नका. ती जिम्मेदारी आमची." -राजेंद्र घाग.

"शाब्बास रे माझ्या वाघा!"

सूर्य क्षितिजावर टेकल्यामुळे चारी दिशांना संध्याछायेने हातपाय पसरले होते. वारा मंद मंद वाहत होता. परंतु त्यात उत्साह अजिबात नव्हता. जणू अवघ्या पृथ्वीलाच कमालीची मरगळ आली होती. एखादं मेलेलं जनावर उचलावं तसं त्या दोघांनी बशीरला उचलून मारुती गाडीकडे नेलं. ते काळीज गोठवून टाकणारे दृश्य त्या ठिकाणी उपस्थित असलेली माणसं मूकपणे डोळे विस्फारून पाहत होती. त्या ठिकाणी गूढ, गंभीर वातावरण तयार झालं होतं. भाई सगळ्यांना ताकीद करीत म्हणाले,

"तुम्ही सगळ्यांनी एक गोष्ट ध्यानात ठेवायची. या घटनेची वाच्यता तुम्ही कुणी बाहेर करता कामा नये. तसा कुणी प्रयत्न केलाच तर त्याची गाठ माझ्याशी आहे."

"भाई, आम्ही काहीही पाहिलं नाही." सगळेजण एकाच सुरात म्हणाले.

वेडीवाकडी वळणे घेत मारुती ओमनी गाडी गल्लीबोळांतून डांबरी सडकेवरून धावत होती. एव्हाना अंधार पडला होता. कळिकाळाचे रूप घेऊन गडद अंधाराने अख्ख्या पृथ्वीलाच आपल्या पोटात घेतलं होतं. रस्त्यावरचे दिवे पेटले होते. छोटं शहर असल्याने रस्त्यावर फारशी रहदारी नव्हती. एखादं वाहन जाताना-येताना दिसत होतं. माणसं दूरदर्शनसमोर बसून कार्यक्रम पाहण्यात दंग झाली होती.

थोड्याच वेळात मारुतीगाडी बशीरच्या घरासमोर येऊन थांबली. घराचं दार बंद होतं. बशीरला त्याच्या घरासमोर टाकून ती आलेली गाडी तेथून झटकन नाहीशी

झाली. गाडीचा आवाज ऐकून मैमुनाने दार उघडलं. सकाळपासून पायाला चाळ बांधून ती तिच्या नवऱ्याचा शोध घेत होती. तिला तिचा नवरा सापडला नाही, तेव्हा दोन मुलांना छातीशी धरून ती घरात रडत बसली होती. मैमुनाने तिच्या डोळ्यांनी पाहिलं की, घरासमोर कुणीतरी विव्हळत पडले आहे. ती त्याच्याजवळ चालत गेल्यावर तिने तिच्या जखमी नवऱ्याला लगेच ओळखलं. 'या अल्ला' म्हणत तिने आर्त किंकाळी फोडली. तिची ती आर्त किंकाळी गडद अंधाराला चिरत दूरवर ऐकू गेली. तिची किंकाळी ऐकून मोहल्ल्यातील लोक लगेच तिच्याभोवती जमा झाले. बशीरची दुर्दशा पाहून मोहल्ल्यातील लोक हळहळले. काहींच्या डोळ्यांतून दु:खाने अश्रू वाहू लागले. मैमुना दु:खातिशयाने ओकसाबोकशी रडत होती. कुणीतरी झटकन रिक्षा घेऊन आले. बशीरला लगेच औषधोपचारासाठी सरकारी हॉस्पिटलमध्ये दाखल करण्यात आलं. वेळीच उपचार सुरू झाल्यामुळे बशीरच्या जिवाचा धोका टळला होता. तो वैद्यकीय उपचाराला प्रतिसाद देत होता.

हा हा म्हणता ही वार्ता सर्वत्र वाऱ्याच्या वेगाने पसरली. बशीरला पाहण्यासाठी लोकांची सरकारी दवाखान्याकडे रीघ लागली. त्या लोकांमध्ये मुस्लिम धर्माचे लोक होते तसे बौद्ध, हिंदू आणि जैन धर्माचे लोकसुद्धा होते. सगळेजण बशीरसाठी हळहळत होते. माजी आमदार तानाजीराव भोसले आणि दैनिक लोकजागरचे संपादक गंगाधर कुलकर्णीसुद्धा बशीरला दवाखान्यात भेटायला आले. "आम्ही तुझ्या पाठीशी आहोत. तू घाबरायचं नाही," असं म्हणून त्यांनी त्याला धीर दिला. धीर देणाऱ्या लोकांकडे बशीर असाह्यपणे पाह्यचा. त्याच्या नजरेत भीती आणि हार होती.

या घटनेमुळे पालकमंत्र्यांच्या विरोधकांनी अख्ख्या तालुक्यात हंगामा केला. गंगाधर कुलकर्णी यांना आयतीच संधी चालून आली होती. त्यांनी त्यांच्या दैनिक 'लोकजागर' वर्तमानपत्रात जखमी बशीरच्या फोटोसह पहिल्या पानावर बातमी छापली. ती बातमी वाचून पालकमंत्र्यांनी कपाळाला हात लावला. पापाला लवकर पाय फुटतात, हे मात्र त्यांच्या गावीसुद्धा नव्हतं. त्यांची पुन्हा एकदा जिल्हाभर बदनामी झाली होती. त्यांच्या नावासह ती बातमी छापण्यात आली होती. आपल्या परीने त्या बातमीचा खुलासा करणे, एवढंच त्यांच्या हाती उरलं होतं.

या बातमीने पोलिसांचीसुद्धा धांदल उडाली होती. आपल्यावर हे प्रकरण शेकू नये आणि वरिष्ठांनी आपल्यावर हलगर्जीपणाचा ठपका ठेवून कारवाई करू नये म्हणून पोलिस निरीक्षक चंद्रकांत कांबळे यांनी सरकारी दवाखान्यात येऊन बशीरचा जबाब घेतला. बशीरने सकाळपासून ते संध्याकाळपर्यंत घडलेला सर्व वृत्तान्त त्यांना सांगितला. पालकमंत्र्यांच्या धमकीला त्याने मुळीच भीक घातली नाही. 'सदरक्षणाय

खलनिग्रहणम्' असं पोलिस खात्याचं घोषवाक्य होतं. परंतु शेवटपर्यंत पालकमंत्र्यांना मदत करण्याचा त्यांनी जणू विडा उचलला होता. पालकमंत्र्यावर फौजदारी स्वरुपाचा गुन्हा पोलिस स्टेशनमध्ये दाखल होऊ नये म्हणून जिल्हा पोलिस अधिक्षक प्रवीण गुजर, पोलिस निरीक्षक चंद्रकांत कांबळे यांच्या सतत संपर्कात होते. परंतु लोकांनी पोलिस स्टेशनमध्ये एवढा हंगामा केला की, झक मारत पोलिस निरीक्षक कांबळे यांना पालकमंत्री गोविंदराव मोरे यांच्यावर फौजदारी गुन्हा दाखल करावाच लागला. तालुक्यातील मुस्लिमधार्मिक लोक बिथरल्यामुळे आणि पोलिस स्टेशनमध्ये अपहरण आणि मारहाण केल्याबद्दल फौजदारी गुन्हा दाखल झाल्यामुळे पालकमंत्री पुन्हा कमालीचे अस्वस्थ झाले होते. तो गुन्हा मागे कसा घ्यायला लावायचा, याबद्दल ते मनात विचार करू लागले.

पालकमंत्र्यांची धरलं तर चावतंय आणि सोडलं तर पळतंय, अशी कधी नव्हे ती विचित्र कोंडी झाली होती. संत कबीराचा एक दोहा आहे. 'तूने बोया पेड बबूलका, आम कहाँसे आय?' पालकमंत्री बाभळीचं झाड लावून आंब्याची वाट पाहत होते. जशी करणी तशी भरणी, हा या सृष्टीचाच नियम आहे. राजा आणि रंक या दोघांनाही हा नियम लागू आहे. चिता मेलेल्या माणसाला जाळते तर चिंता जिवंत माणसाला जाळत असते. या प्रकरणाला एवढं गंभीर वळण लागून अल्पसंख्याकांच्या भावना दुखावल्याचा ठपका पक्षश्रेष्ठी आपल्यावर ठेवतील, असं त्यांना वाटलं नव्हतं. त्यामुळे त्यांच्या काळजीत अधिक भर पडली होती.

एवढ्या लवकर वाऱ्याच्या वेगाने दिल्लीच्या कानावर ही गोष्ट जाईल, असं त्यांना स्वप्नातदेखील कधी वाटलं नव्हतं. नाइलाजाने पक्षश्रेष्ठींना 'विरोधकांनी मला कोंडीत पकडण्यासाठी कुंभाड रचलं आहे', असं त्यांना रात्री फोनवरून सांगावं लागलं. पक्षश्रेष्ठींशी बोलताना पालकमंत्र्यांची अक्षरश: पाचावर धारण बसली होती. रिसीव्हर धरलेला त्यांचा हात थरथर कापत होता नि आवाजसुद्धा घोगरा झाला होता. संपूर्ण रात्र ते नीट झोपूही शकले नाहीत. विचारांचा जहरी भुंगा त्यांच्या डोक्यात शिरून त्यांचा मेंदू पोखरत होता. विरोधकांच्या गळाला मोठा मासा लागल्याने त्यांना आसुरी आनंद झाला होता. खुळी, भोळी जनता स्वार्थी पुढाऱ्यांच्या नादी लागून आपल्याच पायावर धोंडा मारून घेत होती.

पालकमंत्री दिवाणखान्यात डोक्याला हात लावून बसले होते. उघड्या खिडक्यांतून आलेल्या वाऱ्याच्या थंडगार झुळकेनेदेखील त्यांना बरं वाटेना. मुलामा केलेल्या भिंतीवर जगप्रसिद्ध चित्रकार राजा रविवर्मा यांचीदेखील पौराणिक चित्रं लावली होती. उंच धबधब्याचं निसर्गचित्र लावलं होतं. त्यांच्या डोळ्यांना त्यात कसलंही सुख

मिळत नव्हतं. भरतीच्या लाटांप्रमाणे त्यांच्या मनातील अस्वस्थता क्षणाक्षणाला वाढत होती. एक कप चहाशिवाय त्यांच्या पोटात सकाळपासून आज काहीही गेलं नव्हतं. नोकराने आणलेली कांदेपोह्याची बशी त्यांनी परत पाठविली होती.

बशीर परकारच्या प्रकरणावर चर्चा करण्यासाठी तालुक्यातील मुस्लिम बांधव पालकमंत्र्यांच्या मुक्कामी डाक बंगल्यावर आले. त्यात तालुक्यातील काही प्रतिष्ठित मंडळीसुद्धा होती. काही तरुण कार्यकर्तेसुद्धा होते. सगळ्यांचे चेहरे अगदी गंभीर दिसत होते. एवढ्या दिवसांच्या विश्वासाला तडा गेला होता. इतके दिवस त्यांनी पालकमंत्री गोविंदराव मोरे यांच्या खांद्याला खांदा लावून कामं केली होती. कधीही त्यांच्या मनात शंकेची पाल चुकचुकली नव्हती. मग अचानक हे प्रकरण कसं घडलं, याचा सोक्षमोक्ष लावण्यासाठी ती मंडळी डाक बंगल्यावर आली होती. अब्दुल रहिमान काद्री, शौकत बेग, दुर्वेश मुकादम, इरफान सनगे, अहमद कौचाली आणि अली अब्दुल ठाकूर इत्यादी प्रमुख माणसं त्यात होती.

'सलाम आलेकुम' म्हणत मुस्लिम समाजातील लोक पालकमंत्र्यांच्या दिवाणखान्यात शिरले. त्या लोकांना पाहून पालकमंत्र्यांना अक्षरशः गलबलून आलं. त्यांच्या तोंडातून शब्दसुद्धा फुटेना. ते बसलेल्या खुर्चीतून झटकन उठून उभे राहिले. चौदा वर्षे वनवास भोगून राम अयोध्येत येऊन बंधुप्रेमाने भरताला जसं कडकडून भेटला, तद्वत 'वालेकुम सलाम' म्हणत पालकमंत्री त्या सर्वांना कडकडून मिठी मारून भेटले. एक क्षणसुद्धा वाया न घालविता त्यांनी लगेच नोकराला त्यांच्यासाठी चहा-बिस्किटं आणण्यासाठी फर्मान सोडलं. त्यांचं प्रेम इतकं उतू जाऊ लागलं की, ते पाहून मुस्लिम बांधव एकदम अवाक झाले. या सज्जन माणसाबद्दल आपण दुसऱ्यांचं ऐकून नाहक गैरसमज करून घेतला, असं त्यांना त्या वेळी मनात वाटू लागलं. त्यांच्या चेहऱ्यावर अपराधीपणाचे भाव दिसू लागले. विकासकामं करताना भाईंनी आतापर्यंत धर्म, जात यांचा कधीही विचार केला नाही. त्यांच्या बोलण्यातसुद्धा तसं कधी जाणवलं नाही. उलटपक्षी, बशीर परकार हा एकनंबरचा लफंगा माणूस आहे. तो विश्वास ठेवण्यासारखा माणूस नाही. जमातीतसुद्धा त्याच्या विरोधात अनेक तक्रारी आहेत. दुसऱ्याच्या सांगण्याने त्यांने भाईंच्यावर पोलिस स्टेशनमध्ये फौजदारी गुन्हा दाखल केला आहे. तो बशीर परकार स्वतःच्या स्वार्थासाठी कधी कुणाचा बळी घेईल, याचा नेम नाही.' असा विचार पालकमंत्र्यांना भेटायला आलेल्या मुस्लिम बांधवांच्या मनात येत होता.

चहा-बिस्किटं घेऊन झाल्यावर पालकमंत्री गोविंदराव मोरे यांनी एकवार समोर बसलेल्या लोकांच्या चेहऱ्याकडे पाहिलं. नंतर त्यांनी दीर्घ निश्वास सोडून

धीरगंभीर आवाजात बोलायला सुरुवात केली-

"माझ्या बंधूंनो, गेली वीस वर्षे मी समाजातील सर्व घटकांना एकत्र घेऊन समाजाच्या विकासाची कामं करीत आहे. गरीब-श्रीमंत, हिंदू-मुस्लिम असा मी कधीही भेदभाव केला नाही. जातीय तेढ निर्माण करण्यासाठी मी एकदाही प्रयत्न केला नाही. मी जसं भगवद्गीतेला पवित्र मानतो, तसं कुराणापुढेसुद्धा आदराने नतमस्तक होतो. राम आणि रहिम हे एकाच नाण्याच्या दोन बाजू आहेत, या विचाराला मी माझ्या शेवटच्या श्वासापर्यंत कधीही तडा जाऊ देणार नाही. गावच्या उरुसामध्ये कव्वालीसारख्या मनोरंजन कार्यक्रमांना मी स्वत: उपस्थित राहून यथाशक्ति आर्थिक मदत करीत असतोच, हे तुम्हालादेखील ठाऊक आहे. मी ते आज नव्याने तुम्हाला सांगण्याची गरज नाही. पवित्र रमझान महिन्यामध्ये इफ्तार पार्टीचे प्रथम आयोजन मी माझ्या मुस्लिम बांधवांना सोबत घेऊन केलं आहे. दहावी-बारावीच्या बोर्डाच्या परीक्षेत माझ्या मुस्लिम बांधवांची मुलं झळकतात, तेव्हा त्यांचा सत्कार करण्यासाठी मी धावत जातो. तालुक्यातील उर्दू शाळांना जमेल तशी आर्थिक मदतसुद्धा करीत असतो. तसेच उर्दू नवीन शाळांना शासनाची परवानगीसुद्धा मिळवून देत असतो.

"हे सगळं माझ्या विरोधकांना पाहवत नाही. तुमच्यामध्ये आणि माझ्यामध्ये तेढ निर्माण करण्यासाठी त्यांनी बशीर परकारला हाताशी धरून ही धूर्त चाल केली आहे. तुम्ही सुज्ञ आहात. अंजीर आणि उंबर यांतील फरक तुम्ही जाणताच. हे सर्व खोटं आहे, हे तुमच्या लक्षात आलंच असेल. बशीर परकार माझ्याकडे आला होता, हे मी नाकबूल करीत नाही. परंतु तो माझ्याकडे सौदा करण्यासाठी आला होता. त्याची चाल माझ्या लक्षात आल्याने मी वेळीच सावध झालो. धाकट्या भावाप्रमाणे मी त्याला समजून सांगण्याचा खूप प्रयत्न केला. परंतु तो माझं काहीच ऐकून घेण्यास तयार नव्हता. मी त्याला बधलो नाही म्हणून माझ्या विरोधकांना हाताशी धरून त्याने ही खेळी केली आहे. नेहमी सत्याचा विजय होतो, हे मला ठाऊक आहे. म्हणून मी सत्याची कास कधीही सोडणार नाही. शेवटच्या श्वासापर्यंत तुमच्या विकासाची कामं मी करीत राहणार आहे. एवढंच मला या वेळी तुम्हाला सांगायचं आहे."

न थांबता त्यांच्यासमोर घसा फोडून पालकमंत्र्यांना थकवा आला होता. छाती धडधड करीत होती. त्यांच्या डोळ्यांतील गळणारे अश्रू पाहून लोक मनातून खजील झाले होते. त्यांच्यासमोर काय बोलावं, हे कुणालाच काही कळेना. जो-तो एकमेकाच्या चेहऱ्याकडे पाहत होता. राजकारणात पडल्यावर वेळप्रसंगी खरा मुखवटा बाजूला ठेवून नकली मुखवटा चेहऱ्यावर लावावा लागतो. पालकमंत्र्यांनी त्यांच्या मनाची

समजूत घातली. त्यांनी त्यांच्या नकली मुखवट्याने समोर बसलेल्या माणसांची मने जिंकली होती.

संपूर्ण तालुक्यात मुस्लिम समाजात शौकतभाईंना मोठा मान होता. समाजाच्या विकास कामात त्यांचा सिंहाचा वाटा होता. बड्या राजकारणी मंडळीत त्यांची उठबस होती. पालकमंत्र्यांच्याकडे स्नेहार्द नजरेने पाहत ते खड्या आवाजात म्हणाले.

"भाई, अजूनपावोत तुमी आमची म्वॉप कामं केली हैत. आमाला ते ठाव है. त्या बशीर परकाराला मी त्यो नागडा गावात फिरत असल्यापासून वळकतो. त्यो महाहरामी है. जमातीत भांडणं लावण्यासाठनं त्याने हा उद्योग मुद्दाम केलाय."

"आमाला आधीच याची खबर लागली होती. म्हणून आमी तुमाला इचारासाठनं आलाव." अब्दुल रहिमान काद्री घसा खाकरून म्हणाला.

"बशीर परकारच्या नादी आमी लागलू असतू तर आमची फसगत झायली असती." -इरफान सनगे.

"आता आपून सांची जमातीची मिटींग घेवू. मंग काय करायचं त्ये ठरवू." शौकतभाई सर्वांना शांत करीत म्हणाले,

"शौकतभाई, तुमी बराबर बोल्ताव." -दुर्वेश मुकादम.

"मंडळी, बशीर परकार तसा वाईट माणूस नाही. तानाजीराव भोसले आणि गंगाधर कुलकर्णी यांच्या नादी लागून तो थोडा बहकला आहे." -पालकमंत्री.

"भाई, तुमाला जो तरास करील, त्याला आमी सोडणार न्हाय. मंग तो आमच्या जमातीचा असला तरी त्याची पर्वा करणार न्हाय." अब्दुल रहिमान काद्री उसळून म्हणाला.

"कायदा कुणी हातात घेऊ नका. मला त्याचा आणखी त्रास होईल." पालकमंत्री त्याला अडवत म्हणाले.

"भाई, तुमी आमच्या साठनं एवढं केलाव. मंग आमी तुमच्यासाठनं काय करायचं तेवढं सांगा. याच्या म्होरं आमाला गप्प बैसून जमायचं न्हाय." शौकतभाई पालकमंत्र्यांच्या चेहऱ्याकडे पाहत म्हणाले.

पालकमंत्री शून्यात नजर लावून थोडा वेळ मनात विचार करू लागले. 'लोखंडाचा तुकडा अग्नीत घालून गरम केल्यावरच त्याला मनासारखा आकार देता येतो. उद्या या लोकांचा निर्णय बदलला तर आपण आणखी गोत्यात येऊ. संधी आपल्याकडे चालून आली आहे. या प्रकारणामधून हेच लोक आपल्याला सहीसलामत बाहेर काढू शकतील. दुसऱ्या कुणालाही ते मुळीच जमणार नाही.' बशीर परकारने त्यांच्या विरुद्ध पोलिस स्टेशनमध्ये फौजदारी गुन्हा दाखल केला होता. त्यामुळे

पालकमंत्री चिंतित झाले होते.

दीर्घ निश्वास सोडून पालकमंत्री खालच्या आवाजात म्हणाले,

"तुम्ही सर्व लोक संकटाच्या वेळी माझ्या मागे खंबीरपणे उभे आहात, हीच माझ्यासाठी फार भाग्याची गोष्ट आहे. तुमचे ऋण मी या जन्मीतरी विसरू शकणार नाही. तुम्हाला मला यातून बाहेर काढायचं असेल, तर तुम्ही माझ्यासाठी एक छोटं काम करू शकता."

"भाई, तुमी फक्त हुकूम करा." -शौकत भाई.

"काम असं आहे की, बशीर परकारने आता माझ्या विरोधात पोलिस स्टेशनमध्ये तक्रार लिहून दिली आहे. ती तक्रार तेवढी त्याला मागे घ्यायला सांगा."

शौकतभाई त्यांना आश्वासन देत म्हणाले,

"भाई, आज सांची जमातीच्या मिटींगला आमी त्याला बोलविणार हाव. तवाच त्याला आमी सांगतो. त्याची तुमी काळजी करू नका."

"आणि त्याने तुमचं ऐकलं नाही तर?" -पालकमंत्री.

"झक मारून तो ऐकेल. न्हाय म्हंजी आमी त्याला जमातीत घेणार न्हाय. त्याला आमी गावात दिकून ठेवणार न्हाय. आमच्यात जमातीम्होरं कुणाला जाता येत न्हाय. सांची त्यो 'चुकलो' म्हून हात जोडून आमाला शरण येईल. आमाला तुमचा आधार है."

"मला तुमच्याकडून हीच अपेक्षा होती." पालकमंत्री प्रसन्न चेहऱ्याने म्हणाले.

"बरं आमी आता निघू?" -शौकतभाई.

"या."

पालकमंत्र्यांनी खूश होऊन त्यांना निरोप दिला. ते लोक आले तसे डाक बंगल्याच्या बाहेर पडून निघून गेले. ते दिसेनासे होईपर्यंत पालकमंत्री त्यांच्या पाठमोऱ्या आकृत्यांकडे डोळे विस्फारून पाहत होते. त्यांच्याशी बोलणं झाल्यानंतर त्यांची काळजी मिटली होती. छातीवरचं ओझं उतरल्यामुळे त्यांना खूप हलकं-हलकं वाटू लागलं होतं. मागे वळून ते त्यांच्या नोकराला मोठ्या आवाजात हाक मारीत म्हणाले,

"राजाराम, मला जेवायला वाढ. माझ्या पोटात कावळे ओरडत आहेत."

साहेबांचं बोलणं ऐकून आणि त्यांच्या चेहऱ्यावरील स्मितहास्य पाहून त्या नोकराला थोडं आश्चर्य वाटलं. नंतर तो त्यांचं जेवण आणण्यासाठी स्वयंपाक-खोलीत गेला.

■

अल्पपरिचय

नाव : रामचंद्र नलावडे
जन्मतारीख : ०१/०६/१९५६
शिक्षण : बी. ए. (हिंदी)

व्यवसाय : महसूल खात्यात कोषागार अव्वल कारकून तथा कार्यकारी दंडाधिकारी या पदावरून स्वेच्छानिवृत्ती

पत्ता : मु. पो. वेरळ, ता. खेड, जि. रत्नागिरी
पिनकोड ४१५६२१.

भ्रमणध्वनी : ९६२३९७०६१६

■ प्रकाशित साहित्य ■

आत्मकथन : १) दगडफोड्या (२०००) २) झगडा (२००७)
३) रक्तकांचन (२०१५)

अनुभव कथन : १) माझ्या मना बन दगड (२०१२)
२) एका अस्वस्थ तलाठ्याची डायरी (२०१५)

संशोधनपर ग्रंथ : १) वडारवाडा (२०११)

व्यक्तिचित्रे : १) कोकणची माणसं (२०१५)

कथासंग्रह : १) जोगवा (१९९४) २) सुरूंग (२००६)
३) चिरेखाण (२००९) ४) गावकुसाबाहेरील माणसं (२०११)
५) घरकुल (२०१२) ६) अशी पाखरे येती (२०१२)
७) रानभूल (२०१५) ८) व्यथा फूल (२०१५)

कादंबरी : १) लाडी (२००७) २) पातेरा (२००७)
३) प्रहार (२००९) ४) चंदनवाडी (२०१०)
५) थैमान (२०१२) ६) कुरण (२०१३)
७) खोत (२०१४)

'दगडफोड्या व झगडा' या प्रकाशित आत्मकथनावर पीएच.डी. व एम.फीलसाठी संशोधन कार्य, 'जोगवा' या कथेचा कन्नड भाषेत अनुवाद.

■ पुरस्कार ■

१) बळी कथेला उत्कृष्ट कथा पुरस्कार (१९९३)
२) दमाणी साहित्य पुरस्कार (दगडफोड्या, २०००)
३) वडार भूषण पुरस्कार (दगडफोड्या, २००२)
४) धनंजय कीर पुरस्कार (दगडफोड्या, २००३)
५) कै. सौ. कुसुमताई अभ्यंकर साहित्य गौरव पुरस्कार (दगडफोड्या, २००४)
६) कवी अनंत फंदी साहित्य पुरस्कार (लाडी, २००८)
७) अंकुर वाङ्मय पुरस्कार (पातेरा, २००८)
८) कविवर्य नारायण सुर्वे पुरस्कार (पातेरा, २००८)
९) आपटे वाचन मंदिर व इचलकरंजी साहित्य संमेलन स्मृती ट्रस्ट पुरस्कार (झगडा, २००८)
१०) कादंबरीकार ना. ह. आपटे पुरस्कार (चिरेखाण, २०१०)
११) खानदेशकन्या स्मिता पाटील पुरस्कार (चिरेखाण, २०१०)
१२) वारणेचा वाघ साहित्य पुरस्कार (चिरेखाण, २०११)
१३) राधानगरी साहित्य संस्कृती मंच साहित्य पुरस्कार (चिरेखाण, २०११)
१४) शब्दगंध साहित्य पुरस्कार (प्रहार, २०११)
१५) अस्मितादर्श साहित्य पुरस्कार (प्रहार, २०१०)
१६) दिनमित्रकार मुकुंदराव पाटील पुरस्कार (प्रहार, २०१०)
१७) कादंबरीकार र. वा. दिघे स्मृती पुरस्कार (प्रहार, २०११)
१८) आशीर्वाद पुरस्कार (प्रहार, २०१०)
१९) लोकमान्य टिळक पुरस्कार (साहित्य क्षेत्रातील उल्लेखनीय कामगिरी करिता २०१०)
२०) कोकण क्रिएटिव्ह फाऊंडेशन पुरस्कार (साहित्य क्षेत्रातील उल्लेखनीय कामगिरी करिता २०१०)
२१) पद्मगंधा प्रतिष्ठान नागपूर सुधाकुसुम कादंबरी पुरस्कार (चंदनवाडी २०१२)
२२) राजवैभव पुरस्कार (साहित्य क्षेत्रातील उल्लेखनीय कामगिरी करिता २०१२)
२३) लोकशाहीर अण्णाभाऊ साठे राज्य पुरस्कार (वडारगाडा २०१३)
२४) आपटे वाचन मंदिर इचलकरंजी चा. सौ. केराबाई शेळके कादंबरी पुरस्कार (थैमान २०१३)
२५) शब्दवेल प्रतिष्ठान लातूरचा कै. बलीराम मोरगे राज्यस्तरीय कादंबरी पुरस्कार (माझ्या मना बन दगड २०१३)
२६) मराठवाडा साहित्य परिषदेचा लोकनेता यशवंतराव चव्हाण पुरस्कार (माझ्या मना बन दगड २०१४)
२७) ख्रिस्ती साहित्य प्रसारक, पुणे पुरस्कार (कुरण २०१४)